ഞാൻ സ്വർഗ്ഗത്തിൽ നിന്ന് തീ കണ്ടു

ജിഹാദിൽ നിന്ന് യേശുവിലേക്ക് - തീപിടുത്തത്തിൽ വിശ്വസ്തത

ലിവിംഗ് എപ്പിസ്റ്റൽസ് – 40 ദിവസത്തെ ഭക്തി പരമ്പര | പുസ്തകം 3

എഴുതിയത്

പ്രവാചകൻ ഈസാ എൽ- ബൂബ ;
സക്കറിയാസ് ഗോഡ്സീഗിൽ ;
അംബ് . MO Ogbe ;
സി . ലാഡി ഓഗ്ബെ ;

Table of Contents

പകർപ്പവകാശം © പേജ്

ഞാൻ സ്വർഗ്ഗത്തിൽ നിന്ന് തീ കണ്ടു
ജിഹാദിൽ നിന്ന് യേശുവിലേക്ക് -
തീപിടുത്തത്തിൽ വിശ്വസ്തത
ലിവിംഗ് എപ്പിസ്റ്റൽസ് – 40 ദിവസത്തെ ഭക്തി പരമ്പര | പുസ്തകം 3

രചയിതാക്കൾ
പ്രവാചകൻ ഈസാ എൽ- ബൂബ

സക്കറിയാസ് ഗോഡ്സീഗിൾ
അംബാസഡർ തിങ്കളാഴ്ച ഒ. ഒഗ്ബെ
കംഫർട്ട് ലാഡി ഒഗ്ബെ

പ്രസാധകൻ
സക്കറിയാസ് ഗോഡ്സീഗിളും ഗോഡ്സീഗിൾ മിനിസ്ട്രികളും
പ്രസിദ്ധീകരിച്ചത് : സക്കറിയാസ് ഗോഡ്സീഗിൾ
ബന്ധപ്പെടുക - https://www.otakada.org
അംബാസഡർ@otakada.org
ടെൽ/എസ്എംഎസ് +13024922440;
വാട്ട്സ്ആപ്പ് +2348032835348

നിരാകരണം

ബൂബ പ്രവാചകന്റെ രേഖപ്പെടുത്തപ്പെട്ട സാക്ഷ്യം, ശുശ്രൂഷാ യാത്ര, ആത്മീയ അനുഭവങ്ങൾ എന്നിവ അഭിമുഖങ്ങളിലും, പ്രസംഗങ്ങളിലും, ശുശ്രൂഷാ രേഖകളിലും പരസ്യമായി പങ്കുവെച്ചിട്ടുണ്ട്. അദ്ദേഹത്തിന്റെ ജീവിതത്തിൽ നാടകീയമായ ഏറ്റുമുട്ടലുകൾ, പീഡന വിവരണങ്ങൾ, അമാനുഷിക അവകാശവാദങ്ങൾ എന്നിവ അടങ്ങിയിരിക്കുന്നുണ്ടെങ്കിലും, ഈ കൃതി ഒരു മനുഷ്യനെ വിശുദ്ധനായി പ്രഖ്യാപിക്കുകയോ ഏതെങ്കിലും മനുഷ്യ

വ്യക്തിത്വത്തെ സത്യത്തിന്റെ മാനദണ്ഡമായി ഉയർത്തുകയോ ചെയ്യുന്നില്ല.
വിശ്വാസത്തിനും പെരുമാറ്റത്തിനും അന്തിമ ആധികാരികത തിരുവെഴുത്തുകൾ മാത്രമാണ്.
ഏതെങ്കിലും ജീവിതരീതി, ശുശ്രൂഷാരീതി, അല്ലെങ്കിൽ വ്യക്തിപരമായ തീരുമാനങ്ങൾ ബൈബിൾ വിന്യാസത്തിന് അനുയോജ്യമല്ലെങ്കിൽ, അത്തരം വ്യതിയാനങ്ങൾ ഈ പ്രസിദ്ധീകരണം അംഗീകരിക്കുകയോ ന്യായീകരിക്കുകയോ ചെയ്യുന്നില്ല. തെറ്റുകൾ വർദ്ധിപ്പിക്കുക, വ്യക്തിത്വത്തെ പ്രതിരോധിക്കുക, വീരാരാധന പ്രോത്സാഹിപ്പിക്കുക എന്നിവയല്ല ഞങ്ങളുടെ ലക്ഷ്യം.
ഈ കൃതി വായനക്കാരെ ഒരു മനുഷ്യനിലേക്കല്ല, ക്രിസ്തുവിലേക്കാണ് നയിക്കുന്നത്.
യേശുക്രിസ്തുവിനോടുള്ള വിശ്വസ്തത, അച്ചടക്കമുള്ള വിശുദ്ധി, തിരുവെഴുത്തുകളോടുള്ള അനുസരണം, വിശ്വസ്തമായ സഹിഷ്ണുത എന്നിവയിലൂടെയുള്ള പരിവർത്തനമാണ് ഈ പുസ്തകത്തിന്റെ ഊന്നൽ. ഏതൊരു ദൈവദാസന്റെയും ജീവിതം കീഴടങ്ങൽ, സ്ഥിരോത്സാഹം, അനുതാപം, ആത്മീയ ശിക്ഷണം, ഉടമ്പടി വിശ്വസ്തത എന്നിവയെ ചിത്രീകരിക്കുന്ന പരിധിവരെ മാത്രമേ അവതരിപ്പിച്ചിട്ടുള്ളൂ.

വായനക്കാരെ ഇനിപ്പറയുന്നവ ചെയ്യാൻ പ്രോത്സാഹിപ്പിക്കുന്നു:
• തിരുവെഴുത്തുകളാൽ എല്ലാം ശോധന ചെയ്യുക
• നല്ലതിനെ മുറുകെ പിടിക്കുക • ദൈവവചനത്തിന് വിരുദ്ധമായത് നിരസിക്കുക • എല്ലാ വ്യക്തിത്വങ്ങൾക്കും ഉപരിയായി ക്രിസ്തുവിനെ അനുഗമിക്കുക
ഐ സോ ഫയർ ഫ്രം ഹെവൻ എന്നതിന്റെ ലക്ഷ്യം ആരാധനയല്ല, മറിച്ച് രൂപീകരണമാണ്.
ആവേശമല്ല, മറിച്ച് സമർപ്പണമാണ്.
വ്യക്തിത്വ ഉയർച്ചയല്ല, മറിച്ച് ക്രിസ്തു കേന്ദ്രീകൃതമായ പരിവർത്തനമാണ്.
മാനസാന്തരപ്പെട്ട് വിശ്വസ്തതയോടെ നടക്കുന്നവനെ ഓർത്ത് സ്വർഗ്ഗം സന്തോഷിക്കും.
ആ ഒരാൾ നിങ്ങളായിരിക്കട്ടെ.

സ്ക്രിപ്റ്റ് അറിയിപ്പ്
മറ്റുവിധത്തിൽ സൂചിപ്പിച്ചിട്ടില്ലെങ്കിൽ, സാധാരണയായി ഉപയോഗിക്കുന്ന ഇംഗ്ലീഷ് വിവർത്തനങ്ങളിൽ നിന്നാണ് തിരുവെഴുത്ത് ഉദ്ധരണികൾ എടുത്തിരിക്കുന്നത്.
വ്യക്തതയ്ക്കും ഭക്തിപരമായ ശ്രദ്ധയ്ക്കും വേണ്ടി സ്ഥലങ്ങളിൽ ഊന്നൽ ചേർത്തിട്ടുണ്ട്.

പ്രിന്റിംഗ് വിവരങ്ങൾ

അമേരിക്കൻ ഐക്യനാടുകളിൽ അച്ചടിച്ച
ആദ്യ പതിപ്പ്

പുസ്തകത്തെക്കുറിച്ച് - ഞാൻ സ്വർഗ്ഗത്തിൽ നിന്ന് തീ കണ്ടു

ജിഹാദിൽ നിന്ന് യേശുവിലേക്ക് - തീപിടുത്തത്തിൽ വിശ്വസ്തത

ലിവിംഗ് എപ്പിസ്റ്റൽസ് – 40 ദിവസത്തെ ഭക്തി പരമ്പര | പുസ്തകം 3

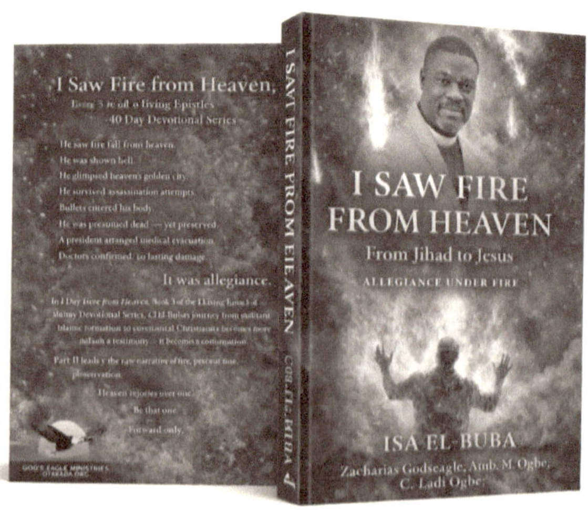

ആകാശത്ത് നിന്ന് തീ വീണാൽ എന്ത് സംഭവിക്കും - ഒരു ഹൃദയം മാത്രം പശ്ചാത്തപിക്കുന്നു?

ഇത് *ലിവിംഗ് എപ്പിസ്റ്റൽസ്* - *40 ഡേ ഡിവോഷണൽ സീരീസിലെ പുസ്തകം 3* ആണ് , വികാരങ്ങളെ പ്രചോദിപ്പിക്കാനല്ല, മറിച്ച് അച്ചടക്കമുള്ള, ഉടമ്പടി വിശ്വാസികളെ രൂപപ്പെടുത്തുന്നതിനായി രൂപകൽപ്പന ചെയ്ത ഒരു പരിവർത്തന ശേഖരമാണിത്.

കർശനമായ ഇസ്ലാമിക രൂപീകരണത്തിൽ ജനിച്ചു, ബഹുമാന്യരായ മത അധികാരികളുടെ കീഴിൽ പരിശീലനം നേടി, **പ്രവാചകനായ ഈസാ എൽ- ബൂബയുടെ** ജീവിതം അച്ചടക്കം, ബോധ്യം, പാരമ്പര്യമായി ലഭിച്ച വിശ്വസ്തത എന്നിവയാൽ രൂപപ്പെട്ടു. അദ്ദേഹത്തിന്റെ ഗുരുനാഥൻ അദ്ദേഹത്തെ ആഴത്തിൽ പഠിപ്പിച്ചു - ആത്മീയ പരിശീലനങ്ങളും തീവ്രമായ ഭക്തിയും ഉൾപ്പെടെ.
പിന്നെ എല്ലാം തടസ്സപ്പെട്ടു.
സ്വർഗത്തിൽ നിന്ന് തന്റെ ഉപദേഷ്ടാവിനെ അഗ്നി തള്ളുന്നത് അദ്ദേഹം കണ്ടു. അദ്ദേഹത്തിന് നരകം കാണിച്ചു. അദ്ദേഹം സ്വർഗം കണ്ടു - നിത്യഭാരമുള്ള ഒരു സ്വർണ്ണ നഗരം. അദ്ദേഹം കൊലപാതക ശ്രമങ്ങളിൽ നിന്ന് രക്ഷപ്പെട്ടു. അദ്ദേഹത്തിന്റെ ശരീരത്തിൽ വെടിയുണ്ടകൾ തുളച്ചു കയറി.

അദ്ദേഹത്തിന്റെ തലയോട്ടിയിൽ ലോഹം തറച്ചു. അദ്ദേഹം മരിച്ചതായി കരുതപ്പെടുന്നു - എന്നിട്ടും സംരക്ഷിക്കപ്പെട്ടു. ഒരു പ്രസിഡന്റ് മെഡിക്കൽ ഒഴിപ്പിക്കൽ ക്രമീകരിച്ചു.
ഡോക്ടർമാർ സ്ഥിരീകരിച്ചു: ശാശ്വതമായ നാശനഷ്ടങ്ങളൊന്നുമില്ല.
എന്നാൽ ഏറ്റവും വലിയ യുദ്ധം ശാരീരികമായിരുന്നില്ല.
അത് വിശ്വസ്തതയായിരുന്നു.
കാപട്യത്തോടുള്ള നിരാശ അദ്ദേഹത്തെ പിന്നോട്ട് വലിക്കുകയായിരുന്നു - ഒരു നിർണായക ഏറ്റുമുട്ടൽ എല്ലാം മാറ്റിമറിക്കുന്നത് വരെ:
"നമ്മൾ വളരെ ദൂരം പോയി. തിരിച്ചു പോകാൻ വളരെ വൈകി."

ഇത് വെറുമൊരു സാക്ഷ്യമല്ല.
ഇത് ഒരു രൂപീകരണ യാത്രയാണ്.
40 ദിവസത്തെ തന്ത്രപരമായ അച്ചടക്ക പാതയായി രൂപകൽപ്പന ചെയ്തിരിക്കുന്ന ഈ പുസ്തകം വായനക്കാരെ ഇനിപ്പറയുന്നതിലൂടെ നയിക്കുന്നു:

- എക്സ്ക്ലൂസീവ് അലിയൻസ് തീർക്കൽ
- ആത്മീയ ഘടന പുനർനിർമ്മിക്കുന്നു
- കാപട്യത്തെ നേരിടൽ
- പീഡനം സഹിക്കുന്നു
- വിശുദ്ധി കാത്തുസൂക്ഷിക്കുന്നു
- വിഭജിക്കപ്പെട്ട പരിതസ്ഥിതികളിൽ തന്ത്രപരമായി ജീവിക്കുന്നു

- മുദ്രവെക്കൽ ഉടമ്പടി
- ദൈവിക നിയോഗം സ്വീകരിക്കൽ

ഒന്നാം ഭാഗം തീ, പീഡനം, സംരക്ഷണം, നിയോഗം എന്നിവയെക്കുറിച്ചുള്ള വിവരണം നൽകുന്നു.
രണ്ടാം ഭാഗം നിങ്ങളെ 40 ദിവസത്തെ അച്ചടക്കമുള്ള പരിവർത്തന പ്രക്രിയയിലൂടെ നയിക്കുന്നു, അതിനാൽ നിങ്ങൾ കഥ വെറുതെ വായിക്കുകയല്ല - നിങ്ങൾ മാറ്റത്തിൽ ജീവിക്കുന്നു.

ഈ പുസ്തകം ഇസ്ലാമിനെ പരിഹസിക്കുന്നില്ല.
അക്രമത്തെ മഹത്വപ്പെടുത്തുന്നില്ല.
അനുഭവങ്ങളെ സംവേദനക്ഷമമാക്കുന്നില്ല.
ഗൗരവമേറിയതും ഘടനാപരവുമായ ക്രിസ്തുമതത്തിലേക്ക് വിശ്വാസികളെ അത് വിളിക്കുന്നു.
സ്വർഗ്ഗം ആൾക്കൂട്ടത്തെ അളക്കുന്നില്ല.
സ്വർഗ്ഗം ഒന്നിൽ സന്തോഷിക്കുന്നു.
ആ ഒരാളാകൂ.
മുന്നോട്ട് മാത്രം.

ഈ പുസ്തകം ആർക്കുവേണ്ടിയാണ്?

ഈ പുസ്തകം ഇതിനായി എഴുതിയിരിക്കുന്നു:

ആഴമേറിയ അച്ചടക്കം, ആധികാരിക വിശ്വാസം, പ്രകടനത്തിനപ്പുറം

തിരുവെഴുത്തുകളെ പ്രതിഫലിപ്പിക്കുന്ന ജീവിതം എന്നിവ ആഗ്രഹിക്കുന്ന **ക്രിസ്തീയ വിശ്വാസികൾ** .
ആത്മീയ അനുഭവങ്ങൾ, ബോധ്യങ്ങൾ, വിശ്വസ്തത എന്നിവയുടെ സത്യസന്ധമായ പര്യവേക്ഷണം തേടുന്ന **മുസ്ലീം പശ്ചാത്തല വായനക്കാർ** .
ബോധ്യം, പരിവർത്തനം, മതപരമായ പരിവർത്തനം എന്നിവയുടെ യഥാർത്ഥ കഥകളിൽ താൽപ്പര്യമുള്ള **വിവിധ മതസ്ഥർ** .
ഘടനാപരമായ വളർച്ച, ദൈനംദിന അച്ചടക്കം, പ്രായോഗിക അനുസരണം എന്നിവ ആഗ്രഹിക്കുന്ന **ആത്മീയ രൂപീകരണ അന്വേഷകർ** .
അർത്ഥം തേടുന്നവർ - പാരമ്പര്യമായി ലഭിച്ച വിശ്വാസത്തിന്റെയോ, ആന്തരിക സംഘർഷത്തിന്റെയോ, അല്ലെങ്കിൽ ഉത്തരം ലഭിക്കാത്ത ആത്മീയ ചോദ്യങ്ങളുടെയോ ഭാരം അനുഭവിക്കുന്നവർ.

നിങ്ങൾ എപ്പോഴെങ്കിലും വിശ്വസ്തത, സ്വത്വം, ബോധ്യം അല്ലെങ്കിൽ ലക്ഷ്യവുമായി മല്ലിട്ടിട്ടുണ്ടെങ്കിൽ, ഈ പുസ്തകം നിങ്ങളോട് നേരിട്ട് സംസാരിക്കുന്നു.
ഇത് വെറുമൊരു മതപരിവർത്തന കഥയല്ല.
ഇത് വിശ്വസ്തതയുടെ ഒരു യാത്രയാണ്.
അത് ഒരു ചോദ്യം ചോദിക്കുന്നു:
നീ ആരുടെ വകയാണ്?

ജീവനുള്ള ലേഖനങ്ങൾ - 40 ദിവസത്തെ ഭക്തിഗാന പരമ്പര

ലിവിംഗ് *എപ്പിസ്റ്റൽസ്* പരമ്പര പ്രചോദനത്തിനു വേണ്ടി മാത്രം എഴുതിയതല്ല. ഇത് രൂപീകരണത്തിനായി എഴുതിയതാണ്. എല്ലാ തലമുറയിലും, ദൈവത്തെ ആത്മാർത്ഥമായി സ്നേഹിക്കുന്ന വിശ്വാസികളുണ്ട് - എന്നാൽ ഘടനയില്ല. അച്ചടക്കമില്ലാത്ത അഭിനിവേശം മങ്ങുന്നു. സഹിഷ്ണുതയില്ലാത്ത അനുഭവം തകരുന്നു. ഉടമ്പടി വ്യതിയാനങ്ങളില്ലാത്ത വിശ്വസ്തത. ആ ബലഹീനതയെ നേരിടുന്നതിനാണ് ഈ പരമ്പര രൂപകൽപ്പന ചെയ്തിരിക്കുന്നത്. ലിവിംഗ് എപ്പിസ്റ്റൽസ് ശേഖരത്തിലെ ഓരോ പുസ്തകവും രണ്ട് ഭാഗങ്ങളുള്ള ഘടന പിന്തുടരുന്നു:

ഭാഗം I - പരീക്ഷിക്കപ്പെട്ട വിശ്വസ്തതയുടെ ഒരു യഥാർത്ഥ വിവരണം

വിശ്വാസം വെല്ലുവിളിക്കപ്പെടുകയും, നേരിടപ്പെടുകയും, ശുദ്ധീകരിക്കപ്പെടുകയും, സമ്മർദ്ദത്തിൽ തെളിയിക്കപ്പെടുകയും ചെയ്യുന്ന ഒരു യഥാർത്ഥ ജീവിത കഥ.

ഭാഗം II - 40 ദിവസത്തെ തന്ത്രപരമായ രൂപീകരണ യാത്ര -

ഘടനാപരമായ ഭക്തി, പ്രതിഫലനം, പശ്ചാത്താപം, പ്രാർത്ഥന, അച്ചടക്കം, സജീവമാക്കൽ എന്നിവയുടെ ഒരു

മാർഗനിർദേശ പാത - ആരാധനയല്ല, പരിവർത്തനം സൃഷ്ടിക്കാൻ രൂപകൽപ്പന ചെയ്തിരിക്കുന്നു.
ഇത് യാദൃശ്ചിക ക്രിസ്തുമതമല്ല.
ഇത് ഘടനാപരമായ വിശ്വസ്തതയാണ്.

ഓരോ വാല്യവും ആത്മീയ രൂപീകരണത്തിന്റെ വ്യത്യസ്ത മാനങ്ങളെ അഭിസംബോധന ചെയ്യുന്നു:

- സ്ഥിര ഐഡന്റിറ്റി
- വെല്ലുവിളികൾക്കിടയിലും സഹിഷ്ണുത
- സംരക്ഷണമായി വിശുദ്ധി
- തന്ത്രപരമായ സ്വാധീനം
- ഉടമ്പടി പ്രതിബദ്ധത
- കമ്മീഷനും പൈതൃകവും

ലക്ഷ്യം ലളിതമാണ്:

<u>വെറും കേൾവിക്കാർ മാത്രമല്ല, ജീവിക്കുന്ന ലേഖനങ്ങളുമായ വിശ്വാസികളെ സൃഷ്ടിക്കുന്നതിന്.</u>

ശാലോം!

സക്കറിയാസ് ഗോഡ്സീഗിൾ ; Amb MO Ogbe ;
സി ലാഡി ഒഗ്ബെ
ദൈവത്തിന്റെ കഴുകൻ ശുശ്രൂഷകൾ
https://www.otakada.org/

പേപ്പർബാക്ക് ബാക്ക്-കവർ ബ്ലർബ്

ആകാശത്ത് നിന്ന് തീ ഇറങ്ങുന്നത് അവൻ കണ്ടു...

കർശനമായ ഇസ്ലാമിക ആചാരങ്ങളിൽ ജനിച്ച് ബഹുമാന്യരായ മതാധികാരികളുടെ കീഴിൽ പരിശീലനം നേടിയ **ഈസാ എൽ- ബൂബ** പ്രവാചകന്റെ ജീവിതം അച്ചടക്കം, ബോധ്യം, പാരമ്പര്യമായി ലഭിച്ച വിശ്വസ്തത എന്നിവയാൽ രൂപപ്പെട്ടു. അദ്ദേഹത്തിന്റെ ഗുരുനാഥൻ അദ്ദേഹത്തെ ആഴത്തിൽ പഠിപ്പിച്ചു - ആത്മീയ ആചാരങ്ങളും തീവ്രമായ ഭക്തിയും ഉൾപ്പെടെ.
പിന്നെ എല്ലാം തടസ്സപ്പെട്ടു.
സ്വർഗത്തിൽ നിന്ന് തന്റെ ഗുരുവിനെ അഗ്നിക്കിരയാക്കുന്നത് അവൻ കണ്ടു.
അദ്ദേഹത്തിന് നരകം കാണിച്ചു.
സ്വർഗത്തിലെ സുവർണ്ണ നഗരം അദ്ദേഹം കണ്ടു. കൊലപാതക ശ്രമങ്ങളിൽ നിന്ന് അദ്ദേഹം രക്ഷപ്പെട്ടു. വെടിയുണ്ടകൾ അദ്ദേഹത്തിന്റെ ശരീരത്തിൽ പ്രവേശിച്ചു. അദ്ദേഹം മരിച്ചതായി കരുതപ്പെട്ടു - എന്നിട്ടും സംരക്ഷിക്കപ്പെട്ടു. ഒരു പ്രസിഡന്റ്

മെഡിക്കൽ ഒഴിപ്പിക്കൽ നടത്തി. ഡോക്ടർമാർ സ്ഥിരീകരിച്ചു: സ്ഥിരമായ നാശനഷ്ടങ്ങളൊന്നുമില്ല.

എന്നാൽ ഏറ്റവും വലിയ യുദ്ധം ശാരീരികമായിരുന്നില്ല.

അത് വിശ്വസ്തതയായിരുന്നു.

ലിവിംഗ് എപ്പിസ്റ്റൽസ് - 40 ഡേ ഡിവോഷണൽ സീരീസിന്റെ മൂന്നാം പുസ്തകമായ *ഐ സോ ഫയർ ഫ്രം ഹെവൻ* എന്ന പുസ്തകത്തിൽ , തീവ്രവാദ ഇസ്ലാമിക രൂപീകരണത്തിൽ നിന്ന് ഉടമ്പടി ക്രിസ്ത്യാനിറ്റിയിലേക്കുള്ള ഈസ എൽ- ബൂബയുടെ യാത്ര ഒരു സാക്ഷ്യത്തേക്കാൾ കൂടുതലായി മാറുന്നു - അത് ഒരു ഏറ്റുമുട്ടലായി മാറുന്നു.

ഒന്നാം ഭാഗം തീ, പീഡനം, സംരക്ഷണം എന്നിവയുടെ അസംസ്കൃത വിവരണം നൽകുന്നു.

രണ്ടാം ഭാഗം നിങ്ങളെ അച്ചടക്കമുള്ളതും വിശുദ്ധവും നിലനിൽക്കുന്നതുമായ വിശ്വാസം വളർത്തിയെടുക്കുന്നതിനായി രൂപകൽപ്പന ചെയ്ത 40 ദിവസത്തെ ഘടനാപരമായ രൂപീകരണ യാത്രയിലൂടെ നയിക്കുന്നു.

സ്വർഗ്ഗം ഒന്നിൽ സന്തോഷിക്കുന്നു.

ആ ഒരാളാകൂ.

മുന്നോട്ട് മാത്രം.

സമർപ്പണം

ക്രിസ്തീയ വായനക്കാർക്ക്
മുസ്ലീം പശ്ചാത്തല വായനക്കാർക്ക്
മതാന്തര പ്രേക്ഷകർക്ക്
ആത്മീയ രൂപീകരണ വായനക്കാർക്ക്
അർത്ഥം തേടി അലയുന്നവർക്ക്
വില നൽകേണ്ടി വരുമ്പോൾ വിശ്വസ്തത
തിരഞ്ഞെടുക്കുന്നവരോട്.
സമ്മർദ്ദത്തിൻ കീഴിൽ നിശബ്ദമായി
പ്രാർത്ഥിക്കുന്ന അമ്മമാർക്ക്.
കൈയ്യടിക്കാതെ സഹിക്കുന്ന
വിശ്വാസികൾക്ക്.
സ്വർഗ്ഗം ചലിക്കുമ്പോൾ ഒറ്റയ്ക്ക്
നിൽക്കുന്നവന്.
നിങ്ങളുടെ ഉടമ്പടി ലംഘിക്കപ്പെടാതിരിക്കട്ടെ.

അംഗീകാരങ്ങൾ

ജീവിച്ചിരിക്കുന്ന സാക്ഷ്യം, രേഖപ്പെടുത്തിയ അഭിമുഖങ്ങൾ, പൊതു പ്രസംഗങ്ങൾ, അച്ചടക്കമുള്ള ദൈവശാസ്ത്രപരമായ പ്രതിഫലനം എന്നിവയെ അടിസ്ഥാനമാക്കിയുള്ളതാണ് ഈ കൃതി. പ്രവാചകൻ ഈസ എൽ- ബൂബ പങ്കുവെച്ച നേരിട്ടുള്ള വിവരണങ്ങളിൽ നിന്നാണ് ഇത് എടുത്തിരിക്കുന്നത്, പ്രത്യേകിച്ച് **പ്രെയർസ്റ്റോം ടിവി** നടത്തി പുറത്തിറക്കിയ റെക്കോർഡുചെയ്ത അഭിമുഖത്തിൽ നിന്ന് , ഇവിടെ ലഭ്യമാണ്:

https://youtu.be/2oo8tvizyZA

പ്രാർത്ഥനാ യോദ്ധാക്കളുടെ ഒരു സൈന്യത്തെ വളർത്തിയെടുക്കുന്നതിലൂടെ ആത്മീയ ഉണർവ്വ് ഉണർത്തുന്നതിനായി നിലനിൽക്കുന്ന ഒരു ആരാധന, പ്രാർത്ഥന, ഉപവാസ പ്രസ്ഥാനമാണ് പ്രെയർ സ്റ്റോം. ദിവ്യ ഏറ്റുമുട്ടലുകളെ കേന്ദ്രീകരിച്ചുള്ള ഒത്തുചേരലുകളിലൂടെ, വിശ്വാസികളെ തീക്ഷ്ണതയിലും, അച്ചടക്കത്തിലും, തന്ത്രപരമായ മധ്യസ്ഥതയിലും വളരാൻ പ്രെയർ സ്റ്റോം സജ്ജരാക്കുന്നു.

വെബ്സൈറ്റ്: http://www.prayerstorm.org
ട്വിറ്റർ: @PrayerStormUKInstagram:

@PrayerStormFacebook:
http://www.facebook.com/prayerstorm

ലോകമെമ്പാടുമുള്ള ആയിരക്കണക്കിന് ആളുകളിലേക്ക് എത്തിച്ചേർന്ന ഒരു രൂപത്തിൽ സാക്ഷ്യം സംരക്ഷിക്കുന്നതിനും പ്രക്ഷേപണം ചെയ്യുന്നതിനും ഈ പുസ്തകത്തിൽ കാണുന്ന നിരവധി ആഖ്യാന ഘടകങ്ങൾക്ക് ഒരു ഡോക്യുമെന്റഡ് റഫറൻസ് പോയിന്റ് നൽകുന്നതിനും ഞങ്ങൾ PrayerStormTV-യെ അഭിനന്ദിക്കുന്നു .

സാക്ഷ്യത്തിന്റെ ഭാഗങ്ങൾ രേഖപ്പെടുത്തുകയും പുനഃക്രമീകരിക്കുകയും ആത്മികവർദ്ധനവിനായി പൊതുജനങ്ങൾക്ക് പങ്കുവെക്കുകയും ചെയ്ത മറ്റ് ഓൺലൈൻ, മന്ത്രാലയ സ്രോതസ്സുകൾക്ക് കൂടുതൽ നന്ദി അറിയിക്കുന്നു.
ഞങ്ങൾ തിരിച്ചറിയുന്നു:
• ഭിന്നിച്ച മതപരമായ വ്യത്യാസങ്ങൾക്കപ്പുറം പിരിമുറുക്കവും കൃപയും പ്രതിഫലിപ്പിക്കുന്ന ജീവിതങ്ങളുള്ള കുടുംബാംഗങ്ങൾ.
• സംഘർഷം ആരംഭിക്കുന്നതിന് മുമ്പ് പ്രാർത്ഥനാ ജീവിതം അന്തരീക്ഷത്തെ മാറ്റിമറിച്ച ഒരു അമ്മ.
• ഭീഷണി നേരിടുന്ന ഒരു മൂത്ത സഹോദരൻ ഒരു കുടുംബത്തിന്റെ ആത്മീയ ദിശയെ മാറ്റിമറിച്ചു.
• പാരമ്പര്യത്തിനുള്ളിലെ ബോധ്യത്തിന്റെ

നിശബ്ദ പോരാട്ടത്തെ പ്രതിനിധീകരിക്കുന്ന ആന്തരിക പോരാട്ടമുള്ള ഒരു പിതാവ്. • പീഡനത്തിലൂടെയും സംരക്ഷണത്തിലൂടെയും ഉറച്ചുനിന്ന വിശ്വസ്ത നേതാക്കളും കൂട്ടാളികളും. • കാവൽക്കാരെ വളർത്താനുള്ള ആഹ്വാനം നൽകുന്ന ഇവാഞ്ചലിക്കൽ ബൈബിൾ ഔട്ട്റീച്ച് മിനിസ്ട്രീസ് ഇന്റർനാഷണൽ (EBOMI) കമ്മ്യൂണിറ്റി നഗരങ്ങളെയും രാഷ്ട്രങ്ങളെയും സ്വാധീനിക്കുന്നത് തുടരുന്നു. – https://www.ebomi.org

ഈ കൃതി ഒരു വ്യക്തിത്വത്തെ ഉയർത്താൻ ശ്രമിക്കുന്നില്ല, മറിച്ച് വിശ്വസ്തതയുടെ ഒരു യാത്ര രേഖപ്പെടുത്തുകയാണ്. ഇവിടെ ഉൾപ്പെടുത്തിയിരിക്കുന്ന ഓരോ സാക്ഷ്യവും വായനക്കാരെ മനുഷ്യനിലേക്ക് നയിക്കുകയല്ല, ക്രിസ്തുവിലേക്ക് നയിക്കുക എന്നതാണ്.

അവസാനമായി, ആരാധനയ്ക്കപ്പുറം രൂപീകരണത്തിലേക്കും; ജിജ്ഞാസയ്ക്കപ്പുറം സമർപ്പണത്തിലേക്കും; പ്രചോദനത്തിനപ്പുറം അച്ചടക്കമുള്ള അനുസരണത്തിലേക്കും നീങ്ങാൻ തയ്യാറുള്ള വായനക്കാർക്ക് നന്ദി പറയുന്നു.
പ്രതികരിക്കുന്നവനിൽ സ്വർഗ്ഗം സന്തോഷിക്കുന്നു.
ആ വ്യക്തി നിങ്ങളായിരിക്കട്ടെ.

പ്രസാധകരുടെ അംഗീകാരം

ലിവിംഗ് എപ്പിസ്റ്റൽസ് - 40 ഡേ ഡിവോഷണൽ സീരീസിന്റെ ഭാഗമായി പ്രസിദ്ധീകരിച്ചിരിക്കുന്നു , ഇത് വിശ്വാസം ഏറ്റുപറയുക മാത്രമല്ല, ഉൾക്കൊള്ളുകയും ചെയ്യുന്ന വിശ്വാസികളെ രൂപപ്പെടുത്തുന്നതിനായി സമർപ്പിച്ചിരിക്കുന്ന ഒരു ശിഷ്യത്വ സംരംഭമാണ്.

ഹിപ്പോയിലെ വിശുദ്ധ അഗസ്റ്റിൻ (എ.ഡി. 354–430): "ഒരു വിശ്രമമില്ലാത്ത ഹൃദയത്തിൽ നിന്ന് ഒരു എഴുതപ്പെട്ട ജീവിതത്തിലേക്ക്" എന്ന കൃതിയിലാണ് പരമ്പര ആരംഭിച്ചത് , ഇത് ആന്തരികമായ പ്രക്ഷുബ്ധതയിൽ നിന്ന് കീഴടങ്ങിയ അനുസരണത്തിലേക്കുള്ള അഗസ്റ്റിന്റെ യാത്രയെ വിവരിച്ചു. ആ ആദ്യ വാല്യം ഈ കൃതിയുടെ കേന്ദ്ര ബോധ്യം സ്ഥാപിച്ചു: ദൈവം തന്റെ സത്യം തുടർന്നും സമർപ്പിക്കപ്പെട്ട ജീവിതങ്ങളിലൂടെ എഴുതുന്നുവെന്നും വിശ്വസ്തരായ പുരുഷന്മാരുടെയും സ്ത്രീകളുടെയും സാക്ഷ്യങ്ങൾ ഇന്ന് സഭയ്ക്ക് ജീവനുള്ള നിർദ്ദേശമായി തുടരുന്നുവെന്നും.

ലിവിംഗ് എപ്പിസ്റ്റൽസ് പരമ്പരയിലെ ആദ്യ വാല്യം ഇവിടെ ലഭ്യമാണ്:
https://www.amazon.com/ST-AUGUSTINE-HIPPO-354-430-Devotional-ebook/dp/B0GJN8N9XS

സി.എസ്. ലൂയിസിന്റെ ജീവിതത്തിലേക്കും ചിന്തയിലേക്കും തിരിഞ്ഞുകൊണ്ട് , **പൂർണ്ണമായി ജീവിച്ചിരിക്കുന്നു എന്ന പുസ്തകം ഈ ദർശനം തുടരുന്നു** . അദ്ദേഹത്തിന്റെ മനസ്സില്ലാമനസ്സോടെയുള്ള മതപരിവർത്തനവും അച്ചടക്കമുള്ള വിശ്വാസവും ആധുനിക മനസ്സിനോട് ശക്തമായി സംസാരിക്കുന്നു. അഗസ്റ്റിൻ അസ്വസ്ഥമായ ഹൃദയത്തെ വെളിപ്പെടുത്തിയിടത്ത്, ലൂയിസ് പ്രതിരോധശേഷിയുള്ള ഇച്ഛാശക്തിയെ നേരിടുന്നു - വിശ്വാസത്തിനപ്പുറമുള്ള വിശ്വാസികളെ ദൈനംദിന അനുസരണത്തിലേക്ക് വിളിക്കുന്നു. സി.എസ്. ലൂയിസ് (1898-1963) -കേവലം ക്രിസ്തുമതം, പൂർണ്ണമായും ജീവിച്ചു: ഒരു വിമുഖതയുള്ള മനസ്സിൽ നിന്ന് രൂപാന്തരപ്പെട്ട ജീവിതത്തിലേക്ക് (ജീവിക്കുന്ന ലേഖനങ്ങൾ - 40 ദിവസത്തെ ഭക്തി പരമ്പര | പുസ്തക പുസ്തകം 2)

ഇ-ബുക്ക്

https://www.amazon.com/Lewis-1898-1963-Mere-Christianity-Fully-ebook/dp/B0GKQ27F9N

പേപ്പർബാക്ക്

https://www.amazon.com/Lewis-1898-1963-Mere-Christianity-Fully/dp/B0GM8YMXC3

ഹാർഡ്കവർ

https://www.amazon.com/Lewis-1898-1963-Mere-Christianity-Fully/dp/B0GM8WHXJL

ഗോഡ്സീഗിൾ മിനിസ്ട്രീസ് ലിവിംഗ് എപ്പിസ്റ്റൽസ് പരമ്പര പ്രസിദ്ധീകരിക്കുന്നത് വ്യക്തമായ ഒരു കൽപ്പനയോടെയാണ്: രാഷ്ട്രങ്ങളെ ശിഷ്യരാക്കുകയും, സഭയെ ശക്തിപ്പെടുത്തുകയും, ക്രിസ്തുവിന്റെ ദൂതന്മാരായി ദൃശ്യമായി ജീവിക്കാൻ വിശ്വാസികളെ സജ്ജരാക്കുകയും ചെയ്യുന്ന തിരുവെഴുത്ത് കേന്ദ്രീകൃത വിഭവങ്ങൾ പരിപാലിക്കുക. വിശ്വാസം ആശയങ്ങളാൽ മാത്രമല്ല, സത്യത്തിലൂടെ രൂപപ്പെടുത്തിയതും, അനുസരണത്താൽ പരീക്ഷിക്കപ്പെട്ടതും, ദൈവാത്മാവിനാൽ ശാക്തീകരിക്കപ്പെട്ടതുമായ ജീവിതങ്ങളിലൂടെയാണ് നിലനിർത്തുന്നതെന്ന് ഞങ്ങൾ വിശ്വസിക്കുന്നു.

ഈ പരമ്പരയിലെ ഓരോ വാല്യവും പ്രാർത്ഥനാപൂർവ്വം സമർപ്പിക്കുന്നു, വായനക്കാർ ഭൂതകാലത്തിൽ നിന്ന് പഠിക്കുക മാത്രമല്ല, വർത്തമാനകാലത്ത് പ്രതികരിക്കുകയും ദൈവത്തെ തന്റെ ഉദ്ദേശ്യങ്ങൾക്ക് സമർപ്പിച്ച സാധാരണ

ജീവിതങ്ങളിലൂടെ തന്റെ ജീവനുള്ള ലേഖനങ്ങൾ എഴുതുന്നത് തുടരാൻ അനുവദിക്കുകയും ചെയ്യുമെന്ന പ്രതീക്ഷയോടെ.

അഗസ്റ്റിനെയും ലൂയിസിനെയും രൂപാന്തരപ്പെടുത്തിയ അതേ ദൈവം ഇന്നും പ്രവർത്തിക്കുന്നുവെന്ന് വിശ്വസിച്ചുകൊണ്ട് ഈ യാത്രയിലേക്ക് പ്രവേശിക്കുന്ന ഓരോ വായനക്കാരനോടും ഞങ്ങൾ നന്ദിയുള്ളവരാണ്.

വായനക്കാരുടെയും കാഴ്ചക്കാരുടെയും പ്രതികരണങ്ങൾ

"ഇത് വെറുമൊരു സാക്ഷ്യമല്ല - സഭയ്ക്കുള്ള ഒരു ഉണർവ്വ് ആഹ്വാനമാണിത്. ആളുകളെ ആക്രമിക്കാതെ തന്നെ ഇത് ബലഹീനതയെ തുറന്നുകാട്ടുന്നു."

"വിശുദ്ധിയെയും ഘടനയെയും കുറിച്ച് ഇത്രയും വ്യക്തതയോടും അച്ചടക്കത്തോടും കൂടി ഒരു മുൻ ജിഹാദിസ്റ്റ് സംസാരിക്കുന്നത് ഞാൻ ഇതുവരെ കേട്ടിട്ടില്ല. ഇത് എന്റെ സാധാരണ ക്രിസ്തുമതത്തെ വെല്ലുവിളിച്ചു."

"എന്നെ ഏറ്റവും കൂടുതൽ ആകർഷിച്ചത് തീപ്പൊരി ആയിരുന്നില്ല - കപടത കാരണം തിരിച്ചുവരാൻ പോകുന്നതിലുള്ള അദ്ദേഹത്തിന്റെ സത്യസന്ധതയായിരുന്നു അത്. അത്രയും സുതാര്യത അപൂർവമാണ്."

"ഈ കഥ എന്റെ സ്വന്തം പ്രതിബദ്ധതയുടെ നിലവാരത്തെ ചോദ്യം ചെയ്യാൻ എന്നെ പ്രേരിപ്പിച്ചു. ഞങ്ങൾ

ഗൗരവമുള്ളവരാണെന്ന് പറയുന്നു, പക്ഷേ ഞങ്ങൾ അച്ചടക്കമുള്ളവരാണോ?"

"ഭൂരിപക്ഷം ഗുണഭോക്താക്കളും മുസ്ലീങ്ങളായ സമൂഹങ്ങളെ അദ്ദേഹം ഇപ്പോഴും സേവിക്കുന്നുവെന്ന വസ്തുത, കയ്പ്പല്ല, പക്വതയെയാണ് കാണിക്കുന്നത്. അത് വളരെയധികം കാര്യങ്ങൾ പറയുന്നു."

"വെടിയേറ്റിട്ടും ഇപ്പോഴും നിൽക്കുന്നു എന്ന് അദ്ദേഹം വിവരിച്ചപ്പോൾ, സംരക്ഷണം ഉത്തരവാദിത്തമാണെന്ന് ഞാൻ മനസ്സിലാക്കി. അതിജീവനം ആശ്വാസത്തിനുള്ള ഒരു ഒഴികഴിവല്ല."

"സ്വർഗ്ഗം കണ്ടിട്ടും ഉടനടി കീഴടങ്ങാതിരുന്നതിനെക്കുറിച്ചുള്ള ഭാഗം ഗൗരവമുള്ളതായിരുന്നു. വെളിപാട് മാത്രം നിങ്ങളെ മാറ്റില്ല."

"40 ദിവസത്തെ പരിശീലന ഘടന ഇതിനെ വ്യത്യസ്തമാക്കുന്നു. ഇത് നിങ്ങളെ പ്രചോദിപ്പിക്കുന്നില്ല - അതിന് പ്രതികരണം ആവശ്യമാണ്."

"ഇസ്ലാമിൽ നിന്നുള്ള മതപരിവർത്തനത്തെക്കുറിച്ചുള്ള എന്റെ അനുഭവങ്ങളിൽ ഏറ്റവും സന്തുലിതമായ വിവരണങ്ങളിൽ ഒന്നാണിത്. ഇത് ഉറച്ചതാണ്, പക്ഷേ വെറുപ്പുളവാക്കുന്നതല്ല."

"സ്വർഗ്ഗം ഒരാളിൽ സന്തോഷിക്കുന്നു - ആ വരി മാത്രമാണ് ഞാൻ ശുശ്രൂഷാ വിജയത്തെ എങ്ങനെ കാണുന്നു എന്നതിനെ മാറ്റിമറിച്ചത്."

"ഈ പുസ്തകം ഭാരമുള്ളതാണ്. ഇത് അക്രമത്തെ വികാരഭരിതമാക്കുകയോ അനുഭവങ്ങളെ പെരുപ്പിച്ചു കാണിക്കുകയോ ചെയ്യുന്നില്ല. ഇതിന് ഗൗരവമേറിയതും അച്ചടക്കമുള്ളതുമായ വിശ്വാസം ആവശ്യമാണ്."

"ഒരു നാടകീയമായ പരിവർത്തന കഥയാണ് ഞാൻ പ്രതീക്ഷിച്ചത്. എനിക്ക് ലഭിച്ചത് ഉടമ്പടിയിലേക്കും വിശുദ്ധിയിലേക്കും ഉള്ള ഒരു ആഹ്വാനമായിരുന്നു."

"അത്ഭുതങ്ങളെക്കാൾ എന്നെ വെല്ലുവിളിച്ചത് അച്ചടക്കത്തിലുള്ള ഊന്നലാണ്. ഘടന വിശ്വാസത്തെ നിലനിർത്തുന്നു."

"പ്രതിരോധിക്കാതെ അത് കപടതയെ
നേരിടുന്നു. ആ സത്യസന്ധത അതിനെ
വിശ്വസനീയമാക്കുന്നു."

"ഇത് ജനക്കൂട്ടത്തെ ആവേശഭരിതരാക്കാനല്ല
എഴുതിയിരിക്കുന്നത്. വിശ്വാസികളെ
കെട്ടിപ്പടുക്കാനാണ് ഇത്
എഴുതിയിരിക്കുന്നത്."

ആമുഖം

ഈ പുസ്തകം നിങ്ങളെ ആകർഷിക്കാൻ വേണ്ടി എഴുതിയതല്ല.
ഇത് നിങ്ങളെ നേരിടാൻ വേണ്ടി എഴുതിയതാണ്.
നിങ്ങൾ വായിക്കാൻ പോകുന്ന കഥയിൽ തീ, രക്തം, പീഡനം, ദർശനങ്ങൾ, ദേശീയ ഇടപെടൽ, ആത്മീയ കണ്ടുമുട്ടലുകൾ, ദൈവിക സംരക്ഷണം എന്നിവ ഉൾപ്പെടുന്നു.
വിഭജിക്കപ്പെട്ട ഒരു കുടുംബത്തിന്റെ പിരിമുറുക്കം, പ്രാർത്ഥിക്കുന്ന അമ്മയുടെ ധൈര്യം, ഒരു പിതാവിന്റെ നിശബ്ദ സംഘർഷം, ഒരു സഹോദരന്റെ മരണത്തോടടുത്ത അവസ്ഥ, ഒരു പോരാട്ടവീര്യമുള്ള ഹൃദയത്തിന്റെ നാടകീയമായ പരിവർത്തനം എന്നിവ ഇതിൽ അടങ്ങിയിരിക്കുന്നു.
എന്നാൽ ഇത് അത്ഭുതങ്ങളുടെ ഒരു സെൻസേഷണൽ റെക്കോർഡല്ല.
ഇത് വിശ്വസ്തതയെക്കുറിച്ചുള്ള ഒരു പഠനമാണ്.
മതപരിവർത്തന കഥകളിൽ പലരും ആകൃഷ്ടരാണ്. മറ്റു ചിലർ അമാനുഷിക അനുഭവങ്ങളിൽ ആകൃഷ്ടരാണ്. പീഡന വിവരണങ്ങളിൽ ചിലർക്ക് താൽപ്പര്യമുണ്ട്. എന്നാൽ ആകർഷണം പരിവർത്തനത്തിന് തുല്യമല്ല. വികാരം സഹിഷ്ണുതയ്ക്ക്

തുല്യമല്ല. കണ്ടുമുട്ടൽ യാന്ത്രികമായി അനുസരണം ഉളവാക്കുന്നില്ല.
രൂപീകരണമില്ലാതെ ആവേശം ഒഴിവാക്കാൻ ഈ കൃതി ശ്രദ്ധാപൂർവ്വം, ബോധപൂർവ്വം എഴുതിയതാണ്.
ആദ്യ ഭാഗം ആഖ്യാനം അവതരിപ്പിക്കുന്നു - രേഖപ്പെടുത്തപ്പെട്ട അഭിമുഖങ്ങൾ, പ്രസംഗങ്ങൾ, പൊതുജനങ്ങൾക്ക് ലഭ്യമായ സാക്ഷ്യങ്ങൾ എന്നിവയിൽ നിന്ന് എടുത്തതാണ്. വിശദാംശങ്ങൾ ഒരു മനുഷ്യനെ വലുതാക്കാനല്ല, മറിച്ച് ബോധ്യം വെളിപ്പെടുത്തലുമായി കൂട്ടിയിടിക്കുമ്പോൾ എന്ത് സംഭവിക്കുമെന്ന് കാണിക്കാനാണ്.
മിക്ക സാക്ഷ്യങ്ങളിലും ഇല്ലാത്തത് രണ്ടാം ഭാഗം നൽകുന്നു: ഘടന.
നാല്പത് ദിവസത്തെ അച്ചടക്കമുള്ള ആത്മീയ രൂപീകരണം. സിദ്ധാന്തമല്ല. അവ്യക്തമായ പ്രതിഫലനമല്ല. ഘടനാപരമായ ഇടപെടൽ. പഴയതും പുതിയതുമായ നിയമങ്ങളിൽ നിന്നുള്ള തിരുവെഴുത്ത്. പാഠങ്ങൾ. ചോദ്യങ്ങൾ. പ്രാർത്ഥന. പ്രഖ്യാപനം. പ്രവൃത്തി.
ഇത് മനഃപൂർവമാണ്.
കാരണം കഥകൾ നിങ്ങളെ ഉണർത്തും - പക്ഷേ ഘടന നിങ്ങളെ നിലനിർത്തും.
സ്വർഗത്തിൽ നിന്ന് തീ വീഴുന്നത്, ഉപദേഷ്ടാവ് അടിച്ചത്, മാരകമായ പരിക്കുകളില്ലാതെ വെടിയുണ്ടകൾ മാംസത്തിൽ തുളച്ചുകയറുന്നത്, ഒരു പ്രസിഡന്റിന്റെ

രക്ഷാപ്രവർത്തനം, പരിക്കുകളില്ലാതെ മെഡിക്കൽ സ്ഥിരീകരണം - ഇവ വാദമോ സംവേദനക്ഷമതയോ ഉണർത്താൻ വേണ്ടി അവതരിപ്പിക്കുന്നതല്ല. അവ രേഖപ്പെടുത്തിയ സാക്ഷ്യത്തിന്റെ ഭാഗമായതിനാൽ അവ രേഖപ്പെടുത്തിയിട്ടുണ്ട്.

എന്നിരുന്നാലും കേന്ദ്ര പോരാട്ടം ഒരിക്കലും അതിജീവനത്തെക്കുറിച്ചായിരുന്നില്ല.

അത് വിശ്വസ്തതയെക്കുറിച്ചായിരുന്നു.

പാരമ്പര്യ വിശ്വാസത്തോടുള്ള കൂറ്.

പാരമ്പര്യത്തോടുള്ള കൂറ്. ബോധ്യത്തോടുള്ള കൂറ്. ക്രിസ്തുവോടുള്ള കൂറ്.

ഈ പുസ്തകത്തിന്റെ കാതലായ ഭാഗം ഒഴിവാക്കാനാവാത്ത ഒരു ചോദ്യമാണ്: വെളിപ്പെടുത്തൽ പാരമ്പര്യത്തെ നേരിടുമ്പോൾ - നിങ്ങൾ എന്തുചെയ്യും?

ഈ കൃതി അതിന്റെ വിഷയത്തിന് പൂർണത അവകാശപ്പെടുന്നില്ല. അനുഭവത്തെ വിശുദ്ധമായി പ്രഖ്യാപിക്കുന്നില്ല.

തിരുവെഴുത്ത് അന്തിമ പ്രാമാണികമായി തുടരുന്നു. ഏതെങ്കിലും മനുഷ്യജീവിതം ബൈബിൾപരമായ വിന്യാസത്തിന് അതീതമായി പ്രവർത്തിക്കുന്നിടത്ത്, തിരുവെഴുത്ത് ഉയർന്നതായി നിലകൊള്ളുന്നു.

ഈ പുസ്തകത്തിന്റെ ഉദ്ദേശ്യം ഏകമാണ്: വായനക്കാരെ ക്രിസ്തുവിലേക്ക് നയിക്കാനും - അവരെ അച്ചടക്കമുള്ള, ഉടമ്പടിപരമായ അനുസരണത്തിലേക്ക് വിളിക്കാനും.

കാഴ്ച കണ്ട് ആകൃഷ്ടരായ ജനക്കൂട്ടത്തെ നോക്കിയല്ല, മാനസാന്തരപ്പെടുന്ന ഒരാളിലാണ് സ്വർഗ്ഗം സന്തോഷിക്കുന്നത്.

ഈ പേജുകളിൽ നിന്ന് ഒരു വായനക്കാരൻ പോലും കൂടുതൽ ഉറച്ച ബോധ്യത്തോടെയും, ആഴമേറിയ വിശുദ്ധിയോടെയും, കൂടുതൽ അച്ചടക്കത്തോടെയും,
യേശുക്രിസ്തുവിനോടുള്ള അചഞ്ചലമായ വിശ്വസ്തതയോടെയും
ഉയർന്നുവരുന്നുവെങ്കിൽ - ഈ കൃതി അതിന്റെ ദൗത്യം നിറവേറ്റിയിരിക്കുന്നു.
ശ്രദ്ധാപൂർവ്വം വായിക്കുക.
സത്യസന്ധമായി ചിന്തിക്കുക.
മനഃപൂർവ്വം പ്രതികരിക്കുക.
മുന്നോട്ട് മാത്രം.

പ്രോലോഗ്

രാത്രിയിലെ തീ പടർന്നു

വീട് നിശബ്ദമായിരുന്നില്ല.
അത് ഓർഡർ ചെയ്തിരുന്നു.
ആ വീട്ടിലെ മതം യാദൃശ്ചികമായിരുന്നില്ല.
അതൊരു ഘടനയായായിരുന്നു.
അധികാരമായിരുന്നു. ചർച്ചകളില്ലാതെ
അച്ഛനിൽ നിന്ന് മകനിലേക്ക് കൈമാറ്റം
ചെയ്യപ്പെട്ട അനന്തരാവകാശമായിരുന്നു അത്.
അച്ഛൻ മൃദുവായ ആളല്ലായിരുന്നു.
അച്ചടക്കമുള്ളവനായിരുന്നു. ഭക്തൻ. കൃത്യം.
ബോധ്യവും സൈനിക കാഠിന്യവും കൊണ്ട്
രൂപപ്പെട്ട മനുഷ്യൻ.
അതേ വീടിനുള്ളിൽ, എന്തോ ഒന്ന് ഇതിനകം
മാറിയിരുന്നു.
നിശബ്ദമായി.
അമ്മ ഒരു പരിധി ലംഘിച്ചിരുന്നു.
പ്രഖ്യാപനമില്ല.
കലാപമില്ല. പൊതു ഇടവേളയില്ല.
അവൾ ഇപ്പോഴും പാചകം ചെയ്തു.
ഇപ്പോഴും വിളമ്പി. ഇപ്പോഴും ഭർത്താവിനെ
ബഹുമാനിച്ചു. ഇപ്പോഴും ഒരേ
മേൽക്കൂരയിൽ താമസിച്ചു.
പക്ഷേ അവളുടെ വിശ്വസ്തത മാറിയിരുന്നു.
കൂറ് മാറുമ്പോൾ, അന്തരീക്ഷം മാറുന്നു -
ആരും സംസാരിച്ചില്ലെങ്കിൽ പോലും.

താമസിയാതെ മൂത്ത മകൻ ചോദ്യം ചെയ്യാൻ തുടങ്ങി.
വിശ്വാസം ഇനി പാരമ്പര്യമായി ലഭിച്ചതല്ല.
അത് പരിശോധിക്കപ്പെട്ടു.
അത് പ്രഖ്യാപിക്കുന്നതിനു മുമ്പുതന്നെ പിതാവിന് അത് മനസ്സിലായി.
സ്വത്വത്തിന് ഭീഷണി നേരിടുമ്പോൾ, ശിക്ഷാവിധി വഞ്ചനയായി തോന്നുന്നു.
ഒരു ദിവസം, പിരിമുറുക്കം അക്രമത്തിലേക്ക് ഉയർന്നു.
ഒരു വാൾ ഉയർത്തി.
പ്രതീകാത്മകമല്ല.
ഉരുക്ക്.
സ്വന്തം മകനെ അടിക്കാൻ വേണ്ടി വളർത്തിയതാണ്.
പക്ഷേ, ബ്ലേഡ് താഴേക്ക് വീഴുന്നതിനുമുമ്പ്, മകൻ അത് ലക്ഷ്യമാക്കിയിടത്ത് ഉണ്ടായിരുന്നില്ല.
തന്നെ ശാരീരികമായി മാറ്റി - ആ സ്ഥാനത്ത് നിന്ന് അടുത്തുള്ള മറ്റൊരു സ്ഥലത്തേക്ക് കൊണ്ടുപോയി എന്ന് അദ്ദേഹം പിന്നീട് ഓർക്കുന്നു.
വാൾ താഴെ വീണു.
പക്ഷേ അവന്റെ മേലല്ല.
അനന്തരാവകാശം തടസ്സപ്പെട്ടു.
എന്നാൽ ഇത് ഒരു തുടക്കം മാത്രമായിരുന്നു.
ഒരു ഉപദേഷ്ടാവ് ഉണ്ടായിരുന്നു.
ഒരു ഇമാം.

ബഹുമാന്യൻ. വിശ്വസ്തൻ.
രൂപകൽപനാപരമായ.
അച്ചടക്കം രൂപപ്പെടുത്തുകയും, ഭക്തി
പരിശീലിപ്പിക്കുകയും, ആത്മീയ
ശക്തിയെക്കുറിച്ചുള്ള അറിവും
മറഞ്ഞിരിക്കുന്ന ആചാരങ്ങളും
ഉൾപ്പെടെയുള്ള ആഴമേറിയ ആത്മീയ
ആചാരങ്ങളിലേക്ക് അവനെ നയിക്കുകയും
ചെയ്ത മനുഷ്യൻ.
ഈ ഉപദേഷ്ടാവിനോടുള്ള വിശ്വസ്തത
യാദൃശ്ചികമായിരുന്നില്ല.
കുട്ടിക്കാലത്താണ് ഇത് രൂപപ്പെട്ടത്.
പിന്നെ ഏറ്റുമുട്ടൽ വന്നു.
പിന്നീട് അദ്ദേഹം അത് വ്യക്തമായി
വിവരിച്ചു:
"ഞാൻ സ്വർഗ്ഗത്തിൽ നിന്ന് തീ കണ്ടു."
രൂപകമല്ല.
തീ.
ഇമാമിന് അടിയേറ്റു.
ചുറ്റുമുള്ളവർ വീർത്ത മുറിവുകൾ കണ്ടു.
അയാൾക്ക് തടസ്സം തോന്നി.
ചിലർക്ക് പരിക്ക് കണ്ടു.
അയാൾക്ക് എക്സ്പോഷർ കണ്ടു.
കാഴ്ചയ്ക്കു വേണ്ടി സ്വർഗ്ഗം നീങ്ങുന്നില്ല.
അത് കൃത്യതയ്ക്കായി നീങ്ങുന്നു.
ആ തീ ഒരു ജനക്കൂട്ടത്തിനു
വേണ്ടിയായിരുന്നില്ല.
അത് ഒന്നിനുള്ളതായിരുന്നു.

പിന്നീട്, മൈദുഗുരിയിൽ മറ്റൊരു ഏറ്റുമുട്ടൽ
നടന്നു.
അവന് നരകം കാണിച്ചു.
അയാൾക്ക് മുഖങ്ങൾ മാത്രമേ തിരിച്ചറിയാൻ
കഴിഞ്ഞുള്ളൂ - അപരിചിതരെയല്ല.
അധ്യാപകർ.
പിന്നെ അദ്ദേഹത്തിന് സ്വർഗ്ഗം
കാണിച്ചുകൊടുത്തു.
ക്രമസമാധാനമുള്ള നഗരം.
സൗന്ദര്യം. വെളിച്ചം. സ്വർണ്ണം.
അയാൾ ഞെട്ടി മടങ്ങി.
എന്നാൽ വെളിപ്പെടുത്തൽ ഉടനടി
കീഴടങ്ങലിന് കാരണമായില്ല.
കാണുന്നത് വഴങ്ങുന്നതിന് തുല്യമല്ല.
വർഷങ്ങൾക്ക് ശേഷം, വെടിയുണ്ടകൾ
അദ്ദേഹത്തിന്റെ ശരീരത്തിൽ തുളച്ചു കയറി.
ലോഹം അവന്റെ തലയോട്ടിയിൽ അടിക്കും.
അവന്റെ തലയിൽ നിന്ന് രക്തം ഒഴുകും.
ഒരാൾ മരിച്ചുവെന്ന് കരുതി അയാളെ ഒരു
വാഹനത്തിൽ കയറ്റി കൊണ്ടുപോകും.
പക്ഷേ അവൻ വീണ്ടും
ഉയിർത്തെഴുന്നേൽക്കും.
അകമ്പടി സേവകർ അവനെ
ചുറ്റിപ്പറ്റിയിരിക്കും.
ഒരു പ്രസിഡന്റ് ഇടപെടും.
യുക്തിക്ക് നിരക്കാത്തത് എന്താണെന്ന് ഒരു
വിദേശ രാജ്യത്തെ മെഡിക്കൽ
സ്പെഷ്യലിസ്റ്റുകൾ സ്ഥിരീകരിക്കും:

ജീവനോടെ.
കേടുകൂടാതെ. ഘടനാപരമായ കേടുപാടുകൾ ഇല്ല.
പക്ഷേ അവന്റെ വിശ്വാസത്തിന് ഏറ്റവും വലിയ ഭീഷണി തീയായിരിക്കില്ല.
നരകമല്ല. സ്വർഗ്ഗമല്ല. വെടിയുണ്ടകളല്ല.
അത് കാപട്യമായിരിക്കും.
തിരിച്ചുവരാനുള്ള മന്ത്രവും.
ഒരു രാത്രി ഒരു ഹോട്ടൽ മുറിയിൽ, അവൻ വാതിൽ തുറന്നപ്പോൾ - താൻ പിന്തുടർന്ന ആളെ കാണുന്നത് വരെ.
"നമ്മൾ വളരെ ദൂരം പോയി," ആ ശബ്ദം പറഞ്ഞു.
"തിരിച്ചു പോകാൻ വളരെ വൈകി."
ഇത് കാഴ്ചയെക്കുറിച്ചുള്ള കഥയല്ല.
അത് വിശ്വസ്തതയെക്കുറിച്ചാണ്.
ഈ പുസ്തകം അവസാനിക്കുന്നതിനുമുമ്പ്, നിങ്ങൾക്കും ഇതേ ചോദ്യം നേരിടേണ്ടിവരും:
തീ വീഴുമ്പോൾ - എന്താണ്
അവശേഷിക്കുന്നത്?

ആമുഖം

ഇത് തീയെക്കുറിച്ചുള്ള കഥയല്ല.

ഈ പുസ്തകം തീയെക്കുറിച്ചല്ല.

ഇത് വെടിയുണ്ടകളെക്കുറിച്ചോ,
ദർശനങ്ങളെക്കുറിച്ചോ, രാഷ്ട്രീയ
ഇടപെടലിനെക്കുറിച്ചോ, നാടകീയമായ
അതിജീവനത്തെക്കുറിച്ചോ അല്ല.

ആ സംഭവങ്ങൾ നടന്നിട്ടുണ്ട്.
അവ രേഖപ്പെടുത്തിയിട്ടുണ്ട്. അവ
സാക്ഷ്യപ്പെടുത്തിയിട്ടുണ്ട്.

പക്ഷേ അവ കേന്ദ്രമല്ല.

കേന്ദ്രം വിശ്വസ്തതയാണ്.

തീപിടുത്തം, സ്വർഗ്ഗ-നരക ഏറ്റുമുട്ടലുകൾ,
കൊലപാതക ശ്രമങ്ങൾ, രാഷ്ട്രപതിയുടെ
രക്ഷാപ്രവർത്തനം തുടങ്ങിയ
അസാധാരണമായ ഘടകങ്ങൾ കാരണം
പലരും ഈ പുസ്തകത്തെ സമീപിക്കും. ആ
വിശദാംശങ്ങൾ ശ്രദ്ധ പിടിച്ചുനിർത്തുന്നു.
അവ പതിവ് ചിന്തയെ തടസ്സപ്പെടുത്തുന്നു.
അവ അനുമാനങ്ങളെ അഭിമുഖീകരിക്കുന്നു.

പക്ഷേ, കാഴ്ച പരിവർത്തനത്തെ
നിലനിർത്തുന്നില്ല.

വിശ്വസ്തതയുണ്ട്.

പാരമ്പര്യമായി ലഭിച്ച ബോധ്യം
വെളിപ്പെടുത്തപ്പെട്ട സത്യവുമായി
ഏറ്റുമുട്ടുമ്പോൾ എന്ത് സംഭവിക്കും

എന്നതിനെക്കുറിച്ചുള്ള ഒരു പുസ്തകമാണിത്. ഘടനകൾ ഏറ്റുമുട്ടലുമായി കൂട്ടിയിടിക്കുമ്പോൾ എന്ത് സംഭവിക്കും എന്നതിനെക്കുറിച്ചുള്ളതാണ് ഇത്. സിസ്റ്റങ്ങൾ ഇളകുകയും ഐഡന്റിറ്റി പരീക്ഷിക്കപ്പെടുകയും ചെയ്യുമ്പോൾ എന്ത് അവശേഷിക്കുന്നു എന്നതിനെക്കുറിച്ചുള്ളതാണ് ഇത്.

ഇത് വെടിവെപ്പിന് കീഴിലുള്ള വിശ്വസ്തതയെക്കുറിച്ചാണ്.

അനന്തരാവകാശവും തടസ്സപ്പെടുത്തലും

ചിലർക്ക് മതം പാരമ്പര്യമായി ലഭിക്കുന്നത്, മറ്റുള്ളവർക്ക് ഭൂമി പാരമ്പര്യമായി ലഭിക്കുന്നത് പോലെയാണ്.

അത് ജനനസമയത്ത് നൽകപ്പെടുന്നു. പരിസ്ഥിതിയാൽ അത് നിർബന്ധിതമാക്കുന്നു. സംസ്കാരത്താൽ അത് ശക്തിപ്പെടുത്തപ്പെടുന്നു.

അത്തരം പരിതസ്ഥിതികളിൽ, വിശ്വാസം പരിശോധിക്കപ്പെടുന്നില്ല - അത് ആഗിരണം ചെയ്യപ്പെടുന്നു.

അച്ചടക്കം ഭക്തിയായി മാറുന്നു. പതിവ് നീതിയായി മാറുന്നു. ഘടന സ്വത്വമായി മാറുന്നു.

ഒരു മാറ്റം സംഭവിക്കുമ്പോൾ, അത് നിസ്സാരമല്ല.

ഇത് ഭൂകമ്പമാണ്.

ആ ഭൂകമ്പമാറ്റത്തെ ഈ പുസ്തകം പിന്തുടരുന്നു.

നിശബ്ദമായി എന്നാൽ നിർണായകമായി വിശ്വസ്തത മാറിയ ഒരു അമ്മ. വാളിന്റെ വായ്ത്തലയാൽ ജീവൻ നഷ്ടപ്പെട്ട ഒരു സഹോദരൻ. ലോകം തകർന്നു തുടങ്ങിയ ഒരു അച്ഛൻ. വിശദീകരിക്കാൻ കഴിയാത്ത കാര്യങ്ങളിൽ ഞെട്ടിയ ഒരു ഉപദേഷ്ടാവ്.

പക്ഷേ വീണ്ടും - ഇവ അത്ഭുതപ്പെടുത്താൻ വേണ്ടി അവതരിപ്പിക്കപ്പെടുന്നതല്ല.

സത്യം പലപ്പോഴും
പരിഷ്കരിക്കപ്പെടുന്നതിന് മുമ്പ് അത്
തടസ്സപ്പെടുത്തുന്നുവെന്ന്
വെളിപ്പെടുത്തുന്നതിനാണ് അവ
അവതരിപ്പിക്കുന്നത്.

തീ തെളിവല്ല

തിരുവെഴുത്തുകളിൽ, തീ പലപ്പോഴും പ്രത്യക്ഷപ്പെടാറുണ്ട്.

അത് ഏലീയാവിന്റെ യാഗപീഠത്തിൽ വീണു. അത് നാദാബിനെയും അബീഹൂവിനെയും ദഹിപ്പിച്ചു. പെന്തക്കോസ്ത് ദിനത്തോടൊപ്പം അത് വന്നു.

പക്ഷേ തീ ഒരിക്കലും സന്ദേശമല്ല.

അത് സ്ഥിരീകരണമാണ്.

ഈ വിവരണത്തിൽ, തീ ഒരു ഉറപ്പായ വ്യവസ്ഥയെ തടസ്സപ്പെടുത്തുന്നു. അത് വിശ്വസ്തതയെ തുറന്നുകാട്ടുന്നു. അത് ഒരു വഴിത്തിരിവിനെ അടയാളപ്പെടുത്തുന്നു. പക്ഷേ അത് യാത്ര പൂർത്തിയാക്കുന്നില്ല.

വെളിപാട് മാത്രം അനുസരണം ഉളവാക്കുന്നില്ല.

അവൻ സ്വർഗ്ഗം കണ്ടു.

അവൻ നരകം കണ്ടു.

അവൻ തിരിച്ചുവന്നു.

എന്നിട്ടും ഉടനെ കീഴടങ്ങിയില്ല.

എന്തുകൊണ്ട്?

കാരണം വിശ്വസ്തത എന്നത് ഏറ്റുമുട്ടലിലൂടെ നിർബന്ധിക്കപ്പെടുന്നതല്ല,

മറിച്ച് തീരുമാനത്തിലൂടെയാണ് രൂപപ്പെടുന്നത്.

മഹത്തായ യുദ്ധം

വെടിയുണ്ടകൾ കഥ അവസാനിപ്പിച്ചില്ല.

അഗ്നി അതിനെ നിർവചിച്ചില്ല.

പ്രസിഡന്റിന്റെ ഒഴിപ്പിക്കൽ അത് സുരക്ഷിതമാക്കിയില്ല.

ഏറ്റവും വലിയ ഭീഷണി പിന്നീട് വന്നു - സഭയ്ക്കുള്ളിൽ നിന്ന്.

കാപട്യം.

ഇളം ചൂടുള്ള ഭക്തി.

അച്ചടക്കമില്ലാത്ത പ്രകടനം.

അപൂർണ്ണമായ സമൂഹത്തെ സഹിക്കുന്നതിനുപകരം ഘടനാപരമായ മതത്തിലേക്ക് മടങ്ങാനുള്ള പ്രലോഭനം.

അവിടെയാണ് ഈ പുസ്തകം ജീവചരിത്രത്തിൽ നിന്ന് കണ്ണാടിയിലേക്ക് മാറുന്നത്.

കാരണം, വെളിപ്പെടുത്തലിന്റെ അഭാവം കാരണം പലരും സത്യം ഉപേക്ഷിക്കുന്നില്ല.

നിരാശ മൂലമാണ് അവർ പോകുന്നത്.

ഈ പുസ്തകം എന്തുകൊണ്ട് നിലവിലുണ്ട്

ഈ പുസ്തകം രൂപീകരണത്തിനായി നിലവിലുണ്ട്.

ആകർഷണീയതയല്ല.

വായനക്കാരനെ പ്രശംസയ്ക്കപ്പുറം പരീക്ഷണത്തിലേക്ക് നയിക്കുന്നതിനാണ് അത് നിലനിൽക്കുന്നത്.

ഒന്നാം ഭാഗം ആഖ്യാനം വ്യക്തമായി, നേരിട്ട്, അലങ്കാരങ്ങളില്ലാതെ അവതരിപ്പിക്കുന്നു. പാരമ്പര്യം, ഏറ്റുമുട്ടൽ, ഏറ്റുമുട്ടൽ, പീഡനം, സംരക്ഷണം, നിയോഗം എന്നിവ ഇതിൽ കാണാം.

രണ്ടാം ഭാഗം 40 ദിവസത്തെ ഒരു ഘടനാപരമായ യാത്ര നൽകുന്നു - ഒരു വ്യക്തിത്വത്തെ അനുകരിക്കുക എന്നതല്ല, മറിച്ച് ക്രിസ്തുവിനോടുള്ള അച്ചടക്കമുള്ള വിശ്വസ്തത വളർത്തിയെടുക്കുക എന്നതാണ്.

ഇത് നിർണായകമാണ്:

ഞങ്ങൾ വായനക്കാരെ ഒരു പുരുഷനിലേക്ക് ചൂണ്ടിക്കാണിക്കുകയല്ല.

ഞങ്ങൾ വായനക്കാരെ ക്രിസ്തുവിലേക്ക് നയിക്കുന്നു.

ഇവിടെ രേഖപ്പെടുത്തിയിരിക്കുന്ന ജീവിതം ഒരു കേസ് സ്റ്റഡി ആയിട്ടാണ്, ഒരു മാതൃകയായിട്ടല്ല. ഒരു ചിത്രീകരണമായിട്ടല്ല, ഒരു വിഗ്രഹമായിട്ടല്ല. ദൈവശാസ്ത്രമല്ല, സാക്ഷ്യമായിട്ടാണത്.

ഈ ജീവിതം തിരുവെഴുത്തുകളുമായി യോജിക്കുന്നിടത്ത് നിന്ന് അത് പഠിക്കേണ്ടതാണ്.

ഏതൊരു ജീവിതവും തിരുവെഴുത്തിനെ പരാജയപ്പെടുത്തുന്നിടത്ത്, തിരുവെഴുത്ത് അന്തിമ ആധികാരികതയായി തുടരുന്നു.

വ്യക്തിത്വ വിധേയത്വമല്ല ലക്ഷ്യം.

അത് ഉടമ്പടി വിശ്വസ്തതയാണ്.

മറഞ്ഞിരിക്കുന്ന ശിഷ്യന്മാർ

തിരുവെഴുത്തുകളിലുടനീളം, കൂറ് എല്ലായ്പ്പോഴും പരസ്യമായി കാണപ്പെട്ടിരുന്നില്ല.

നിക്കോദേമോസ് രാത്രിയിൽ വന്നു. അരിമത്യയിലെ ജോസഫ് ശവസംസ്കാര ചടങ്ങിൽ പങ്കെടുത്തു. നയമാൻ

കർത്താവിനോട് ഉള്ളിൽ
വിശ്വസ്തനായിരിക്കെ ഒരു വിദേശ
ക്ഷേത്രത്തിൽ മുട്ടുകുത്തി. ഉടമ്പടിയുടെ സ്വത്വം
നിലനിർത്തിക്കൊണ്ട് ദാവീദ് ഫെലിസ്ത്യരുടെ
ഇടയിൽ ജീവിച്ചു. സമയത്തിന്
വെളിപ്പെടുത്തൽ ആവശ്യമായി
വരുന്നതുവരെ എസ്ഥേർ പൈതൃകം
മറച്ചുവച്ചു.

വിശ്വസ്തത ചിലപ്പോൾ ഉച്ചത്തിൽ പറയും.

ചിലപ്പോൾ അത് തന്ത്രപരമായിരിക്കും.

പക്ഷേ അത് യഥാർത്ഥമായിരിക്കണം.

ഈ വിവരണം ഒരു കേന്ദ്ര ചോദ്യം
ഉയർത്തുന്നു:

നിങ്ങളുടെ കൂറ് എന്തിലാണ്
അധിഷ്ഠിതമായിരിക്കുന്നത് - പാരമ്പര്യം,
കണ്ടുമുട്ടൽ, സംസ്കാരം, അല്ലെങ്കിൽ
ബോധ്യം?

വായനക്കാരന്

ഈ പുസ്തകം ഇതിനുള്ളതാണ്:

വിശ്വാസം പാരമ്പര്യമായി സ്വീകരിച്ച്
ഒരിക്കലും അത് പരിശോധിക്കാത്തവർ.
സത്യത്തെ അഭിമുഖീകരിച്ച് കീഴടങ്ങൽ

വൈകിയവർ. ആക്രമണത്തെ അതിജീവിച്ചെങ്കിലും നിരാശയിൽ മല്ലിടുന്നവർ. ഭിന്നിച്ച കുടുംബങ്ങളിലൂടെ സഞ്ചരിക്കുന്നവർ. മതവ്യവസ്ഥയ്ക്കുള്ളിലെ കാപട്യത്തെ നേരിടുന്നവർ. ദൈവം ആൾക്കൂട്ടത്തിൽ മാത്രമേ സഞ്ചരിക്കുന്നുള്ളൂ എന്ന് വിശ്വസിക്കുന്നവർ.

സ്വർഗ്ഗം ഒന്നിൽ സന്തോഷിക്കുന്നു.

അളവിനു മുമ്പ് ഗുണനിലവാരം.

തീ വീണു ഒരാൾ മാത്രം പ്രതികരിച്ചാലും - സ്വർഗ്ഗം ഇപ്പോഴും ചലിച്ചു.

യാത്രയുടെ ഘടന

ഭാഗം I - തീപിടുത്തത്തിൻ കീഴിലുള്ള വിശ്വസ്തതയുടെ കഥ
രൂപീകരണം, ഏറ്റുമുട്ടൽ, പീഡനം, സംരക്ഷണം, കമ്മീഷൻ എന്നിവയുടെ കാലക്രമവും ദൈവശാസ്ത്രപരവുമായ ഒരു കണ്ടെത്തൽ.

ഭാഗം II - 40 ദിവസത്തെ തന്ത്രപരമായ യാത്ര
ദൈനംദിന വിവരണ ആങ്കറുകൾ, തിരുവെഴുത്ത് (പഴയതും പുതിയതുമായ നിയമം), പ്രതിഫലനം, പ്രഖ്യാപനം, പ്രാർത്ഥന, പ്രവൃത്തി. മറഞ്ഞിരിക്കുന്ന ബോധ്യത്തിൽ നിന്ന് അച്ചടക്കമുള്ള

സഹിഷ്ണുതയിലേക്കുള്ള ഒരു
ബോധപൂർവമായ ചലനം.

ഇത് നിഷ്ക്രിയ വായനയല്ല.

അത് മനഃപൂർവ്വം രൂപപ്പെടുത്തിയതാണ്.

അന്തിമ ഓറിയന്റേഷൻ

മുന്നോട്ട് പോകുന്നതിനു മുമ്പ്, ഇത്
മനസ്സിലാക്കുക:

ഈ പുസ്തകം നിങ്ങളെ രസിപ്പിക്കില്ല.

അത് നിങ്ങളുടെ അനുമാനങ്ങളെ
പുകഴ്ത്തുകയില്ല.

അത് കഷ്ടപ്പാടുകളെ
വികാരഭരിതമാക്കുകയില്ല.

അത് വിശ്വസ്തതയെ നേരിടും.

കാരണം തീ, നരകം, സ്വർഗ്ഗം, വെടിയുണ്ടകൾ,
കാപട്യം, അതിജീവനം എന്നിവയുടെ
അവസാനം ഒരു ചോദ്യം അവശേഷിക്കുന്നു:

നീ ആരുടെ വകയാണ്?

തീ പടരുമ്പോൾ എന്താണ് അവശേഷിക്കുന്നത്?

അധ്യായം 1

ഘടന നിർമ്മിച്ച പിതാവ്

വീട്ടിൽ സംഘർഷമുണ്ടാകുന്നതിനുമുമ്പ്, ക്രമം ഉണ്ടായിരുന്നു.
മതപരിവർത്തനത്തിന് മുമ്പ്, അച്ചടക്കം ഉണ്ടായിരുന്നു.
സ്വർഗത്തിൽ നിന്ന് തീ ഉണ്ടാകുന്നതിനുമുമ്പ്, മതം ഒരു മുൻഗണനയല്ല - അത് ആജ്ഞയായിരുന്നു എന്ന് വിശ്വസിച്ചിരുന്ന ഒരു പിതാവിന്റെ കീഴിൽ രൂപീകരണം ഉണ്ടായിരുന്നു.
ഈസയുടെ പിതാവ് രണ്ടാം ലോകമഹായുദ്ധത്തിലെ ഒരു സൈനികനായിരുന്നു. പിതൃത്വം ഉണ്ടാകുന്നതിനു വളരെ മുമ്പുതന്നെ സൈനിക കൃത്യത അദ്ദേഹത്തെ രൂപപ്പെടുത്തി. ആ കൃത്യത വീട്ടിലേക്ക് കൊണ്ടുപോയി. മതം ദൈനംദിന ജീവിതത്തിൽ നിന്ന് വേർപെടുത്തിയിരുന്നില്ല; അത് അതിനെ ഭരിച്ചു.
പാറ്റേൺ സ്ഥിരത പുലർത്തി:
ഓഫീസ് മുതൽ പള്ളി വരെ.
പള്ളി മുതൽ വീട് വരെ. വീടുകളിൽ നിന്ന് പള്ളി വരെ.

ഒരു വ്യതിയാനവും ഉണ്ടായിരുന്നില്ല.
വിഭജിക്കപ്പെട്ട വിശ്വസ്തതയില്ല.
വിശ്രമമില്ലാത്ത ആചരണവുമില്ല.
ആ വീട്ടിലെ ഇസ്ലാം സാംസ്കാരിക
അലങ്കാരമായിരുന്നില്ല, മറിച്ച്
ഘടനയായിരുന്നു.
അനുസരണം പ്രതീക്ഷിക്കുകയും
നിരീക്ഷിക്കുകയും ചെയ്യുന്ന ഒരു
സംവിധാനത്തിലാണ് കുട്ടികളെ വളർത്തിയത്.
റമദാനിലെ നോമ്പ് കൗമാരത്തിൽ
ആരംഭിച്ചിരുന്നില്ല. ഈസ അഞ്ച്
വയസ്സുള്ളപ്പോൾ ഉപവാസം ആരംഭിച്ചു.
മുഴുവൻ ദിവസത്തെ ഉപവാസം. പ്രായം
കാരണം ഇതിൽ നിന്ന് ഒഴിവില്ല.
പ്രാർത്ഥന കടമകളിൽ മാത്രം ഒതുങ്ങി നിന്നില്ല.
ദിവസേന 172 പ്രാർത്ഥനാ ചക്രങ്ങൾ താൻ
നിർവഹിച്ചിട്ടുണ്ടെന്ന് അദ്ദേഹം
സാക്ഷ്യപ്പെടുത്തിയിട്ടുണ്ട്. നിർബന്ധിത
പ്രാർത്ഥനകളും അധിക സ്വമേധയാ ഉള്ള
പാരായണങ്ങളും ഇതിൽ ഉൾപ്പെടുന്നു.
ഖുർആൻ വാക്യങ്ങൾ ആയിരക്കണക്കിന്
തവണ ആവർത്തിച്ചു.
തിരുവെഴുത്തെക്കുറിച്ചുള്ള ധ്യാനം
അക്ഷരാർത്ഥത്തിൽ, ആവർത്തിച്ചുള്ളതും
തീവ്രവുമായിരുന്നു.
വാചകത്തിന് പുനർവ്യാഖ്യാനം
ഉണ്ടായിരുന്നില്ല.

"അവരെ എവിടെ കണ്ടാലും കൊന്നുകളയുക" എന്ന് ഖുർആൻ പറഞ്ഞാൽ അത് മുഖവിലയ്ക്ക് സ്വീകരിക്കപ്പെട്ടു. സന്ദർഭോചിതമായ ക്രമീകരണങ്ങളൊന്നും ഉണ്ടായില്ല. ദൈവശാസ്ത്രപരമായ മയപ്പെടുത്തലുകളുമുണ്ടായില്ല. ഈ വിശ്വാസം നടപ്പിലാക്കി.
ഏഴോ എട്ടോ വയസ്സുള്ളപ്പോൾ, "അൽ-ജിന്നുകളുമായുള്ള" കൂടിക്കാഴ്ചകൾ എന്നാണ് താൻ മനസ്സിലാക്കിയ ആത്മീയ പ്രകടനങ്ങൾ അനുഭവിക്കാൻ തുടങ്ങിയതെന്ന് ഈസ റിപ്പോർട്ട് ചെയ്യുന്നു. സങ്കര രൂപങ്ങളിൽ, ചിലപ്പോൾ മൃഗങ്ങളെപ്പോലെ, ചിലപ്പോൾ തിളക്കമുള്ളതായി പ്രത്യക്ഷപ്പെട്ട ജീവികളെ കാണുന്നതായി അദ്ദേഹം വിവരിച്ചു. ഈ കൂടിക്കാഴ്ചകൾ അദ്ദേഹത്തെ ഭയപ്പെടുത്തിയില്ല. അദ്ദേഹം പഠിപ്പിച്ചുകൊണ്ടിരുന്ന പ്രത്യയശാസ്ത്രത്തെ അവ ശക്തിപ്പെടുത്തി.
ഈ അനുഭവങ്ങൾ ഇസ്ലാമിന്റെ സത്യത്തെ സ്ഥിരീകരിച്ചുവെന്ന് അദ്ദേഹം വിശ്വസിച്ചു. പന്ത്രണ്ട് മണിയോടെ, രൂപീകരണം ശക്തമായി.
നഗരത്തിന് പുറത്തുള്ള സംഘടിത ഇസ്ലാമിക തീവ്രവാദ പരിശീലനത്തിൽ അദ്ദേഹം ചേർന്നു. ശാരീരിക പരിശീലനങ്ങൾ, ബോക്സിംഗ്, കരാട്ടെ, ആയുധങ്ങൾ പ്രയോഗിക്കൽ, അതിജീവന വ്യായാമങ്ങൾ, ഗറില്ലാ ശൈലിയിലുള്ള പരിശീലനം എന്നിവ

ഇതിൽ ഉൾപ്പെടുന്നു. മാതാപിതാക്കൾ ഈ പരിശീലനത്തെ പിന്തുണയ്ക്കുകയും ധനസഹായം നൽകുകയും ചെയ്തു. ഇത് മാന്യമായി കണക്കാക്കപ്പെട്ടു.
ഇസ്ലാമിക വികാസത്തിനായുള്ള തന്ത്രപരമായ ആസൂത്രണം ഉൾപ്പെടെയുള്ള ഘടനാപരമായ ഇസ്ലാമിക പ്രസ്ഥാനങ്ങളിലെ പങ്കാളിത്തത്തെക്കുറിച്ച് അദ്ദേഹം പിന്നീട് വിവരിച്ചു. ക്രിസ്ത്യാനികളെ അടിക്കുക, പള്ളികൾ കത്തിക്കുക, ബൈബിളുകൾ പരസ്യമായി നശിപ്പിക്കുക, മാനസികമായി ഭീഷണിപ്പെടുത്തുക തുടങ്ങിയ നേരിട്ടുള്ള ക്രിസ്ത്യൻ വിരുദ്ധ ആക്രമണങ്ങളിൽ പങ്കെടുത്തതായി അദ്ദേഹം സമ്മതിച്ചിട്ടുണ്ട്.
ഇത് യാദൃശ്ചികമായ ഒരു ശത്രുതയായിരുന്നില്ല.
അതൊരു ദൗത്യമായിരുന്നു.
വ്യവസ്ഥയെ നിർവചിച്ചത് അച്ചടക്കമാണ്.
ആചാരം വിശ്വസ്തതയെ ശക്തിപ്പെടുത്തി.
ആവർത്തനം ബോധ്യം വളർത്തി.
വെറുപ്പ് യാദൃശ്ചികമായിരുന്നില്ല; അത് പഠിപ്പിക്കപ്പെട്ടു.
ക്രിസ്തുമതത്തെ ശത്രുവായി ചിത്രീകരിച്ചു.
ആധിപത്യം വിധിയായി രൂപപ്പെടുത്തി.
ഈസാ അത് ആഗിരണം ചെയ്തു.
അവന് അച്ഛനെ സന്തോഷിപ്പിക്കാൻ ആഗ്രഹമുണ്ടായിരുന്നു.
അവൻ തന്റെ വിശ്വാസത്തെ സംരക്ഷിക്കാൻ ആഗ്രഹിച്ചു.

ദൈവിക നിയോഗമാണെന്ന് താൻ വിശ്വസിച്ച
ലക്ഷ്യത്തെ മുന്നോട്ട് കൊണ്ടുപോകാൻ
അദ്ദേഹം ആഗ്രഹിച്ചു.
കൗമാരം യൗവനത്തിലേക്ക് പക്വത
പ്രാപിക്കുമ്പോഴേക്കും അയാൾ
വിശ്വാസത്തെക്കുറിച്ച് അന്വേഷിച്ചിരുന്നില്ല.
അയാൾ അത് നടപ്പിലാക്കുകയായിരുന്നു.
ഘടന പൂർത്തിയായിരുന്നു.
കൂറ് വ്യക്തമായിരുന്നു.
ആ സിസ്റ്റം രൂപകൽപ്പന ചെയ്തതുപോലെ
തന്നെ പ്രവർത്തിച്ചിരുന്നു.
പിന്നെ ഒടിവ് ആരംഭിച്ചു.
പുറത്തു നിന്നല്ല.
അകത്തു നിന്ന്.
അവന്റെ അമ്മ മതം മാറി.

അദ്ധ്യായം 2

മതം മാറി ജീവിച്ച അമ്മ

ആ വീട്ടിലെ ആദ്യത്തെ മതപരിവർത്തനം ഒരു യുദ്ധക്കളത്തിലല്ല നടന്നത്.
അത് നിശബ്ദമായി സംഭവിച്ചു.
കർശനമായി നിയന്ത്രിക്കപ്പെടുന്ന ഒരു ഇസ്ലാമിക ഭവനത്തിൽ താമസിക്കുന്നതിനിടയിലാണ് ഈസയുടെ അമ്മ ക്രിസ്തുവിന് ജീവൻ നൽകിയത്.
മതം സംസ്കാരമായി പ്രവർത്തിക്കുന്ന ഒരു അന്തരീക്ഷമായിരുന്നില്ല ഇത്. അത് സ്വത്വമായിരുന്നു. അത് ആജ്ഞയായിരുന്നു. അത് ക്രമമായിരുന്നു. പിതാവിന്റെ അധികാരവും കുടുംബത്തിന്റെ ഇസ്ലാമിക ഭക്തിയും പരസ്പരം ബന്ധപ്പെട്ടിരുന്നു. പള്ളി ദിവസത്തെ ഘടനാപരമാക്കി. ഖുറാൻ ചിന്തയെ ഘടനാപരമാക്കി. അനുസരണം പെരുമാറ്റത്തെ ഘടനാപരമാക്കി.
ആ ഘടനയ്ക്കുള്ളിൽ, അമ്മ വിശ്വസ്തത മാറ്റി.
അവളുടെ മതപരിവർത്തനം ആദ്യം പരസ്യമായി പ്രഖ്യാപിച്ചിരുന്നില്ല. അത് ആന്തരികമായി ആരംഭിച്ചു. എന്നാൽ അച്ചടക്കമുള്ള മതപരമായ ഭവനങ്ങളിൽ,

പെരുമാറ്റത്തിൽ ആന്തരിക മാറ്റങ്ങൾ ഒടുവിൽ പ്രത്യക്ഷപ്പെടുന്നു.
അവളുടെ പ്രാർത്ഥനാ രീതി മാറി.
അവളുടെ സ്വരം മാറി.
ഭക്തിയുടെ നിമിഷങ്ങളിൽ അവളുടെ ഭാവം മാറി.
ഭാര്യയും അമ്മയും എന്ന നിലയിലുള്ള തന്റെ ഉത്തരവാദിത്തങ്ങൾ അവൾ ഇപ്പോഴും നിറവേറ്റി. ഭക്ഷണം വിളമ്പുന്നത് അവൾ തുടർന്നു. വീട് പരിപാലിക്കുന്നത് അവൾ തുടർന്നു. കുടുംബത്തിൽ നിന്ന് ശാരീരികമായി അകന്നുപോയില്ല. എന്നാൽ അവളുടെ ആത്മീയ വിന്യാസം ഇപ്പോൾ പഴയതുപോലെയായിരുന്നില്ല.
ആ വ്യത്യാസം പിരിമുറുക്കം സൃഷ്ടിച്ചു.
കർശനമായ ക്രമത്തിലുള്ള കുടുംബങ്ങളിൽ, ഏകീകൃതത സ്ഥിരത നിലനിർത്തുന്നു. ഒരു അംഗം വ്യതിചലിക്കുമ്പോൾ, മുഴുവൻ സിസ്റ്റവും സമ്മർദ്ദം അനുഭവിക്കുന്നു.
ഊണുമേശയിൽ അവൾ ദൈവശാസ്ത്രത്തെക്കുറിച്ച് വാദിച്ചില്ല. താൻ ജീവിച്ചിരുന്ന വ്യവസ്ഥിതിയെ അവൾ പരിഹസിച്ചില്ല. ഭർത്താവിന്റെ അധികാരത്തെ അവൾ പരസ്യമായി വെല്ലുവിളിച്ചില്ല. പകരം, അവൾ അവിടെത്തന്നെ തുടർന്നു.
അവശേഷിക്കുന്നത് ബലഹീനതയായിരുന്നില്ല.
അവശേഷിക്കുന്നു എന്നതിന്റെ അർത്ഥം അവൾ ദൂരെ നിന്ന് നേരിടുന്നതിനുപകരം

സിസ്റ്റത്തിനുള്ളിൽ തന്നെ അനന്തരഫലങ്ങൾ
നേരിടേണ്ടിവരും എന്നാണ്.
അവളുടെ പുതിയ വിശ്വസ്തത
എന്നെന്നേക്കുമായി മറഞ്ഞിരുന്നില്ല.
പുത്രന്മാർ സൂക്ഷ്മമായി നിരീക്ഷിച്ചു.
അച്ചടക്കം പാലിക്കാൻ അവരെ
പരിശീലിപ്പിച്ചിരുന്നു. ഗൗരവം
തിരിച്ചറിയാൻ അവരെ പരിശീലിപ്പിച്ചിരുന്നു.
കർശനമായ ഇസ്ലാമിക ഭക്തി
എങ്ങനെയിരിക്കുമെന്ന് അവർക്ക്
അറിയാമായിരുന്നു. പൂർണ്ണ പങ്കാളിത്തം
എന്താണ് വേണ്ടതെന്ന് അവർക്ക്
അറിയാമായിരുന്നു.
എന്തോ വ്യത്യസ്തമായിരുന്നു.
അവളുടെ സമാധാനം ഒരേ പാരായണങ്ങളിൽ
അധിഷ്ഠിതമായിരുന്നില്ല.
അവളുടെ ഭക്തി ഇനി അതേ ദിശയിലേക്ക്
പോയില്ല. അവളുടെ ആന്തരിക കേന്ദ്രം
മാറിയിരുന്നു.
അച്ഛൻ ക്രമം പാലിച്ചു . ഘടനയിൽ അയവ്
വന്നില്ല. അനുരൂപതയുടെ പ്രതീക്ഷ
ഇല്ലാതായില്ല.
എന്നാൽ ഇപ്പോൾ ആ വീട്ടിൽ രണ്ട്
വിശ്വസ്തതകൾ ഉണ്ടായിരുന്നു.
അന്തരീക്ഷം കൂടുതൽ സംഘർഷഭരിതമായി.
അത് ഇതുവരെ സ്ഫോടനാത്മകമായിരുന്നില്ല.
പക്ഷേ അത് വിഭജിക്കപ്പെട്ടു.
തീവ്രവാദ ഇസ്ലാമിക ബോധ്യത്തിൽ
ആഴത്തിൽ വേരൂന്നിയ ഈസയ്ക്ക് ഇത്

ആശയക്കുഴപ്പമുണ്ടാക്കുന്നതായിരുന്നു.
അദ്ദേഹം കേവലമെന്ന് വിശ്വസിച്ചിരുന്ന
വ്യവസ്ഥ ഇപ്പോൾ സ്വന്തം വീടിനുള്ളിൽ
വൈരുദ്ധ്യത്തെ അഭിമുഖീകരിച്ചു.
അദ്ദേഹത്തെ വളർത്തിയ വ്യക്തി ഇപ്പോൾ
വ്യത്യസ്തമായ ഒരു വിശ്വസ്തതയെയാണ്
രൂപപ്പെടുത്തിയത്.
അത്തരമൊരു സാഹചര്യത്തിനുള്ളിലെ
മതപരിവർത്തനം കേവലം ഒരു മതം
മാറ്റമായിരുന്നില്ല.
വംശപരമ്പര, വിശ്വസ്തത, വിധി
എന്നിവയോടുള്ള വഞ്ചനയായി അതിനെ
വ്യാഖ്യാനിച്ചു.
എന്നിട്ടും അവൾ നിന്നു.
അവൾ വിവാഹബന്ധം ഉപേക്ഷിച്ചില്ല.
കുടുംബത്തെ ഉപേക്ഷിച്ചില്ല. മറ്റൊരിടത്തും
അവൾ സംരക്ഷണം തേടിയില്ല.
അവൾ ടെൻഷനിൽ തന്നെ നിന്നു.
പൊതു ഏറ്റുമുട്ടലിലൂടെയല്ല അവളുടെ
വിശ്വാസം പ്രകടിപ്പിക്കപ്പെട്ടത്;
സഹിഷ്ണുതയിലൂടെയാണ് അത്
പ്രകടമായത്.
ആ സഹിഷ്ണുത ഉടൻ തന്നെ വിയോജിപ്പിന്
അതീതമായി പരീക്ഷിക്കപ്പെടും.
അടുത്ത പരിവർത്തനം അടങ്ങിയിരിക്കില്ല.
മൂത്ത മകൻ ക്രിസ്തുവിനെ കണ്ടുമുട്ടി.
അദ്ദേഹം അങ്ങനെ ചെയ്തപ്പോൾ,
കുടുംബത്തിലെ ഭിന്നത തുറന്ന സംഘട്ടനമായി
മാറി.

അധ്യായം 3

അമദു അൽമദു ബൂബയും വാളും

വീട്ടിലെ രണ്ടാമത്തെ മതപരിവർത്തനം
ക്രമേണയായിരുന്നില്ല.
അത് നിർണായകമായിരുന്നു.
ഈസയുടെ മൂത്ത സഹോദരൻ **അമദു
അൽമദു ബൂബ** , തന്റെ ജീവിതം
ക്രിസ്തുവിന് സമർപ്പിച്ചു.
ഇത് സ്വകാര്യ കൗതുകമായിരുന്നില്ല.
വിശ്വസ്തതയിലെ പ്രഖ്യാപിത
മാറ്റമായിരുന്നു അത്. തീവ്രവാദ ഇസ്ലാമിക
ബോധ്യത്തെ ചുറ്റിപ്പറ്റിയുള്ള ഒരു വീട്ടിൽ,
അത്തരമൊരു തീരുമാനത്തെ
വിയോജിപ്പായിട്ടല്ല, മറിച്ച്
കലാപമായിട്ടായിരുന്നു പരിഗണിച്ചിരുന്നത്.
മതം മാറിയ ഉടനെ അമദു വീട്ടിൽ നിന്ന്
പുറത്തിറങ്ങിയില്ല. അമ്മ താമസിച്ചിരുന്ന
അതേ അന്തരീക്ഷത്തിൽ തന്നെ അവൻ
തുടർന്നു.
എന്നാൽ അദ്ദേഹത്തിന്റെ
മതപരിവർത്തനത്തോടുള്ള പ്രതികരണം
വ്യത്യസ്തമായിരുന്നു.

അമ്മയുടെ മാറ്റം പിരിമുറുക്കം
സൃഷ്ടിച്ചിടത്ത്, അവന്റെ മതംമാറ്റം
ഏറ്റുമുട്ടൽ സൃഷ്ടിച്ചു.
പാസ്റ്റർ ഈസയുടെ സാക്ഷ്യപ്രകാരം,
സ്ഥിതിഗതികൾ അതിവേഗം വഷളായി.
സൈനിക അച്ചടക്കത്തോടെയും തികഞ്ഞ
മതപരമായ ഗൗരവത്തോടെയും കുടുംബം
ഭരിച്ച പിതാവ്, ശക്തമായി പ്രതികരിച്ചു.
വാക്കുകൾ കൊണ്ട് വിവരിക്കാനാവാത്ത
വിധം ആ ഏറ്റുമുട്ടൽ വളർന്നു.
തന്റെ പിതാവ് അമാഡുവിന്റെ പിന്നിൽ
നിന്ന് ഒരു വാളുമായി വന്നതായി ഈസ
വിവരിക്കുന്നു.
ഒരു പ്രതീകാത്മക ആംഗ്യമല്ല.
ഒരു യഥാർത്ഥ ആയുധം.
ആ കത്തി വളരെ മൂർച്ചയുള്ളതാണെന്ന്
അദ്ദേഹം വിശേഷിപ്പിച്ചിട്ടുണ്ട് - ചെറിയ
സ്പർശത്തിൽ പോലും തൊലി മുറിക്കാൻ
ഇതിന് കഴിയും. ഭീഷണിപ്പെടുത്തുക
എന്നതായിരുന്നില്ല ഉദ്ദേശ്യം.
വധശിക്ഷയായിരുന്നു അത്.
ക്രിസ്തുമതത്തിലേക്ക് മതം മാറിയതിന്
സ്വന്തം മകനെ വെട്ടാൻ അച്ഛൻ വാൾ
ഉയർത്തി.
ആ നിമിഷം ഒരു ചർച്ചയും ഉണ്ടായിരുന്നില്ല.
കത്തി ഉയർത്തി.
പണിമുടക്ക് വരികയായിരുന്നു.

പിന്നെ, ഈസയുടെ വിവരണമനുസരിച്ച്,
കുടുംബത്തിന്റെ ഗതിയെ മാറ്റിമറിച്ച എന്തോ
ഒന്ന് സംഭവിച്ചു.
പരിശുദ്ധാത്മാവ് ഇടപെട്ടുവെന്ന് അദ്ദേഹം
പ്രസ്താവിച്ചിട്ടുണ്ട്.
അമാദു നിന്നിരുന്ന സ്ഥാനത്ത് നിന്ന്
ശാരീരികമായി മാറ്റപ്പെട്ടതായി അദ്ദേഹം
വിവരിക്കുന്നു.
പോരാട്ടത്തിലൂടെയല്ല.
മനുഷ്യ ഇടപെടലിലൂടെയല്ല.
ഓടുന്നതിലൂടെയല്ല.
ആത്മാവ് തന്റെ സഹോദരനെ
"തിരഞ്ഞെടുത്ത്" കത്തിയുടെ പാതയിൽ നിന്ന്
മാറ്റിയെന്ന് അവൻ പറയുന്നു.
വാൾ താഴേക്ക് വീണു.
പക്ഷേ അത് മാംസത്തിൽ ഇറങ്ങിയില്ല.
പകരം, അത് അമാഡു നിന്നിരുന്നതിന്
പിന്നിലുള്ള ഒരു ട്രാംപോളിൻ മുറിച്ച്
നിലത്തേക്ക് ഇടിച്ചുകയറി.
ബ്ലേഡ് അടിച്ച സ്ഥലം അദ്ദേഹത്തിന്റെ ശരീരം
നിമിഷങ്ങൾക്ക് മുമ്പ് കിടന്നിരുന്ന
സ്ഥലമായിരുന്നു.
അമാദു ഇപ്പോൾ അവിടെ ഉണ്ടായിരുന്നില്ല.
അദ്ദേഹത്തെ അടുത്തുള്ള ഒരു സ്ഥലത്തേക്ക്
മാറ്റി.
സമരം നഷ്ടമായി.
വധശ്രമം വിജയിച്ചില്ല.
ആ നിമിഷം കുടുംബത്തിൽ ഒരു
വഴിത്തിരിവായി.

ഇത് ഇനി സിദ്ധാന്തത്തെക്കുറിച്ചുള്ള ഒരു
അഭിപ്രായവ്യത്യാസമായിരുന്നില്ല.
ഇത് ഒരു വധശിക്ഷാ ശ്രമമായിരുന്നു.
അച്ഛൻ അഭിനയിച്ചിരുന്നു.
വാൾ ഉയർത്തിയ നിലയിലായിരുന്നു.
കത്തി താഴെ വീണു.
എന്നിട്ടും മകൻ ജീവിച്ചിരിപ്പുണ്ടായിരുന്നു.
സംഭവത്തിനു ശേഷവും അമദു തന്റെ
തീരുമാനത്തിൽ നിന്ന് പിന്മാറിയില്ല.
അവൻ തന്റെ മതംമാറ്റം ഉപേക്ഷിച്ചില്ല.
അദ്ദേഹം പ്രതിജ്ഞാബദ്ധനായി തുടർന്നു.
ഈസയുടെ സാക്ഷ്യപ്രകാരം, അതേ
സഹോദരൻ പിന്നീട് ഡീപ്പർ ലൈഫ് ചർച്ചിൽ
ഒരു സീനിയർ പാസ്റ്ററായി, ദേശീയ
ഓവർസിയർ തലത്തിൽ സേവനമനുഷ്ഠിച്ചു.
വാൾ അവന്റെ ജീവിതം
അവസാനിപ്പിച്ചിരുന്നില്ല.
അത് അവന്റെ വിളിക്ക് മുമ്പായിരുന്നു.
വീടിനുള്ളിൽ, അന്തരീക്ഷം സ്ഥിരമായി മാറി.
അമ്മയുടെ നിശബ്ദമായ മതപരിവർത്തനം
ആന്തരിക വിഭജനം സൃഷ്ടിച്ചിരുന്നു.
അമാദുവിന്റെ മതപരിവർത്തനവും വാൾ
സംഭവവും തുറന്ന പിളർപ്പ് സൃഷ്ടിച്ചു.
ആ വ്യവസ്ഥ അകത്തുനിന്നുതന്നെ
വെല്ലുവിളിക്കപ്പെട്ടു.
ഒരുകാലത്ത് ഏകീകൃതമായ വിശ്വസ്തത,
ഇപ്പോൾ മത്സരിക്കുന്ന വിശ്വസ്തതയാൽ
തകർന്നു.

അക്കാലത്ത് തീവ്രവാദ ഇസ്ലാമിക
രൂപീകരണത്തിൽ ആഴത്തിൽ
വേരൂന്നിയിരുന്ന ഈസയ്ക്ക്, ആ സംഭവം
എളുപ്പത്തിൽ തള്ളിക്കളയാൻ
കഴിയുമായിരുന്നില്ല.
അച്ഛന്റെ ഉദ്ദേശ്യം അയാൾക്ക്
മനസ്സിലായിരുന്നു.
അയാൾ ബ്ലേഡ് വീഴുന്നത് കണ്ടിരുന്നു.
അവൻ തന്റെ സഹോദരൻ മറ്റെവിടെയോ
നിൽക്കുന്നത് കണ്ടിരുന്നു.
ആ സംഭവം അയാളെ പെട്ടെന്ന് മതം
മാറ്റിയില്ല.
പക്ഷേ അത് അവന്റെ ഉറപ്പിൽ ഒരു തടസ്സം
സൃഷ്ടിച്ചു.
അദ്ദേഹത്തിന്റെ വിശ്വാസവ്യവസ്ഥയുടെ
ഘടന കേടുകൂടാതെ തുടർന്നു.
പക്ഷേ വിള്ളലുകൾ രൂപപ്പെടാൻ
തുടങ്ങിയിരുന്നു.
അടുത്ത ഏറ്റുമുട്ടലിൽ ഒരു വാളിന്റെ
സഹായം ആവശ്യമില്ല.
അതിൽ തീ ഉൾപ്പെടും.

അധ്യായം 4

രൂപീകരണം തീവ്രമാക്കി

അവന്റെ അമ്മയും സഹോദരനും വിശ്വസ്തത മാറ്റിയെങ്കിലും ഈസ അങ്ങനെ ചെയ്തില്ല.
എന്തായാലും, വീടിനുള്ളിലെ പിരിമുറുക്കം അയാളുടെ ദൃഢനിശ്ചയത്തെ കൂടുതൽ കഠിനമാക്കി.
ഇസ്ലാം വെറുമൊരു മതമല്ല, മറിച്ച് ആധിപത്യം സ്ഥാപിക്കാനുള്ള ഒരു നിയോഗമാണെന്ന് വിശ്വസിക്കാൻ അവൻ വളർന്നുവന്നിരുന്നു. കുട്ടിക്കാലം മുതൽ തന്നെ അച്ചടക്കം അദ്ദേഹത്തിന്റെ സ്വത്വത്തെ രൂപപ്പെടുത്തി. സഹോദരൻ ഉൾപ്പെട്ട വാൾ സംഭവം ആ രൂപീകരണത്തെ തകർത്തില്ല. വ്യതിയാനത്തെ ചെറുക്കേണ്ടതുണ്ടെന്ന അദ്ദേഹത്തിന്റെ ബോധ്യം അത് ശക്തിപ്പെടുത്തി.
അച്ഛന്റെ സൈനിക പശ്ചാത്തലം ദൈനംദിന ദിനചര്യയെക്കാൾ കൂടുതൽ രൂപപ്പെടുത്തിയിരുന്നു. അത് വിശ്വസ്തതയുടെയും ശക്തിയുടെയും പ്രതീക്ഷകളെ രൂപപ്പെടുത്തി. വൈകാരിക മൃദുത്വം പ്രോത്സാഹിപ്പിക്കപ്പെട്ടില്ല. അനുസരണം പ്രോത്സാഹിപ്പിക്കപ്പെട്ടു.

ഈസയുടെ വികസനം തീവ്രവാദപരമായ വഴികളിലൂടെ തുടർന്നു.
കൗമാരത്തിന്റെ ആദ്യ വർഷങ്ങളിൽ തന്നെ അദ്ദേഹം ഇസ്ലാമിക പരിശീലന ഘടനകളിൽ പൂർണ്ണമായും മുഴുകിയിരുന്നു. നഗരത്തിന് പുറത്ത്, വിദൂര പ്രദേശങ്ങളിൽ, അദ്ദേഹവും മറ്റ് യുവാക്കളും ശാരീരിക പരിശീലനത്തിനും പ്രത്യയശാസ്ത്രപരമായ ശക്തിപ്പെടുത്തലിനും വിധേയരായി. പരിശീലനത്തിൽ ഇവ ഉൾപ്പെടുന്നു:

- കൈകൊണ്ട് പോരാട്ടം.
- കരാട്ടെ, ബോക്സിംഗ് പരിശീലനങ്ങൾ.
- ശാരീരിക സഹിഷ്ണുത കണ്ടീഷനിംഗ്.
- കഠിനമായ സാഹചര്യങ്ങളിൽ അതിജീവന പരിശീലനം.
- ആയുധം കൈകാര്യം ചെയ്യുന്നതിനുള്ള എക്സ്പോഷർ.
- ഗറില്ലാ യുദ്ധത്തിൽ തന്ത്രപരമായ നിർദ്ദേശം.

മാതാപിതാക്കൾ ഈ പരിശീലനത്തിന് സ്വമേധയാ ധനസഹായം നൽകി. പങ്കാളിത്തം മാന്യമായി കണക്കാക്കപ്പെട്ടു. ഇസ്ലാമിനെ പ്രതിരോധിക്കുന്നത് തീവ്രവാദമായി കണ്ടിരുന്നില്ല - അത് ധർമ്മമായിരുന്നു.
ശാരീരിക പരിശീലനത്തോടൊപ്പം പ്രത്യയശാസ്ത്രപരമായ ശക്തിപ്പെടുത്തലും ഉണ്ടായിരുന്നു. അവിശ്വാസികളുമായുള്ള ഏറ്റുമുട്ടലിന് പ്രാധാന്യം നൽകി ഖുർആനിലെ വാക്യങ്ങൾ മനഃപാഠമാക്കുകയും

പാരായണം ചെയ്യുകയും ചെയ്തു. ക്രിസ്ത്യാനികളോടും ജൂതന്മാരോടുമുള്ള വിദ്വേഷം വൈകാരികമായ ഒരു പൊട്ടിത്തെറിയായിരുന്നില്ല; അത് ആവർത്തനത്തിലൂടെയാണ് വളർത്തിയെടുത്തത്.

ശത്രുതാപരമായ പ്രവർത്തനങ്ങളിൽ നേരിട്ട് പങ്കെടുത്തതായി ഈസ സമ്മതിച്ചിട്ടുണ്ട്:

- ക്രിസ്ത്യാനികളെ തല്ലുന്നു.
- ഭീഷണിപ്പെടുത്തൽ നിർബന്ധിക്കുന്നു.
- പരസ്യമായി ബൈബിളുകൾ നശിപ്പിക്കുന്നു.
- പള്ളി കത്തിക്കലിൽ പങ്കെടുക്കുന്നു.
- സംഘടിത മതപരമായ ആക്രമണത്തിൽ ഏർപ്പെടുന്നു.

മനസ്സില്ലാമനസ്സോടെ അതിൽ ഉൾപ്പെട്ടതായി അദ്ദേഹം സ്വയം വിശേഷിപ്പിച്ചില്ല. സത്യത്തെ പ്രതിരോധിക്കുകയാണെന്ന് അദ്ദേഹം വിശ്വസിച്ചു.

തീവ്രവാദ പരിശീലനത്തിനു പുറമേ, അദ്ദേഹം തീവ്രമായ ഭക്തി പരിശീലനം തുടർന്നു. അഞ്ച് ദിവസത്തെ നിർബന്ധിത പ്രാർത്ഥനകൾക്ക് പുറമേ, അദ്ദേഹം അധിക ചക്രങ്ങളും നിർവഹിച്ചു. പ്രതിദിനം 172 പ്രാർത്ഥന ചക്രങ്ങൾ വരെ അദ്ദേഹം പ്രാർത്ഥിച്ചതായി സാക്ഷ്യപ്പെടുത്തിയിട്ടുണ്ട്.

പാരായണം പ്രതീകാത്മകമായിരുന്നില്ല. ധ്യാനത്തിൽ ആയിരക്കണക്കിന് തവണ

വാക്യങ്ങൾ ആവർത്തിച്ചു. അനുസരണം അക്ഷരാർത്ഥത്തിലായിരുന്നു.
ഏഴോ എട്ടോ വയസ്സുള്ളപ്പോൾ, അദ്ദേഹം ആത്മീയ പ്രകടനങ്ങൾ റിപ്പോർട്ട് ചെയ്തു, അവയെ ഇസ്ലാമിന്റെ സ്ഥിരീകരണങ്ങളായി അദ്ദേഹം വ്യാഖ്യാനിച്ചു. "അൽ-ജിന്നുകൾ" എന്ന് താൻ വിശ്വസിക്കുന്ന ജീവികളെ കാണുന്നതിനെക്കുറിച്ച് അദ്ദേഹം വിവരിച്ചു. ഈ അനുഭവങ്ങൾ അദ്ദേഹത്തെ ഭയപ്പെടുത്തിയില്ല; അവ അദ്ദേഹത്തിന്റെ ദൃഢനിശ്ചയത്തെ ശക്തിപ്പെടുത്തി. അദ്ദേഹത്തിന്റെ വിശ്വാസ വ്യവസ്ഥ ദുർബലമായിരുന്നില്ല.
അച്ചടക്കം, ആവർത്തനം, ആത്മീയാനുഭവം, സമൂഹത്തിന്റെ ശക്തിപ്പെടുത്തൽ എന്നിവയാൽ അത് ശക്തിപ്പെടുത്തപ്പെട്ടു.
യൗവനത്തിലെത്തിയപ്പോഴേക്കും അവൻ വെറുമൊരു പങ്കാളി മാത്രമായിരുന്നില്ല. ഘടനാപരമായ ഇസ്ലാമിക തന്ത്രപരമായ ആസൂത്രണത്തിൽ അദ്ദേഹം പങ്കാളിയായിരുന്നു. പ്രദേശങ്ങളിലുടനീളം ഇസ്ലാമിക സ്വാധീനത്തിന്റെ ദീർഘകാല വ്യാപനം വിഭാവനം ചെയ്ത പ്രസ്ഥാനങ്ങളിലെ പങ്കാളിത്തത്തെക്കുറിച്ച് അദ്ദേഹം പരാമർശിച്ചിട്ടുണ്ട്.
തലമുറതലമുറയായി ചിന്തിച്ചു. തന്ത്രം ക്ഷമയുള്ളതായിരുന്നു.
വീടിനുള്ളിലെ മതപരിവർത്തനം അദ്ദേഹത്തെ ബോധ്യപ്പെടുത്തിയില്ല.

അത് അവനെ വേദനിപ്പിച്ചു.
ക്രിസ്തുമതത്തെ അദ്ദേഹം ദുർബലമായി കണ്ടു.
ക്രിസ്ത്യാനികളെ അദ്ദേഹം വിട്ടുവീഴ്ച ചെയ്തവരായി കണ്ടു.
സഭയെ നേരിടേണ്ട ഒന്നായി അദ്ദേഹം കണ്ടു.
പിന്നെ അദ്ദേഹത്തിന്റെ ഇമാം ഉൾപ്പെട്ട സംഭവം നടന്നു.
പിന്നെ ഏറ്റുമുട്ടൽ പ്രത്യയശാസ്ത്രത്തിൽ നിന്ന് ഏറ്റുമുട്ടലിലേക്ക് നീങ്ങി.

അധ്യായം 5

മൈദുഗുരി, നരകത്തിന്റെ ദർശനം, നിരസിക്കൽ

ഈസയുടെ ജീവിതത്തിലെ മാറ്റം തീയിൽ നിന്നല്ല ആരംഭിച്ചത്.
അത് അസ്വസ്ഥതയോടെയാണ് ആരംഭിച്ചത്.
തന്റെ തീവ്രവാദ വളർച്ചയുടെ വർഷങ്ങളിൽ, ഈസ മൈദുഗുരിയിലേക്ക് യാത്ര ചെയ്തു.
ഈ സമയത്ത്, അദ്ദേഹം ഇസ്ലാമിനോട് പൂർണ്ണമായും പ്രതിജ്ഞാബദ്ധനായി തുടർന്നു.
അദ്ദേഹത്തിന്റെ പ്രത്യയശാസ്ത്ര ഘടനയ്ക്ക് കേടുപാടുകൾ സംഭവിച്ചിട്ടില്ല.

ക്രിസ്തുമതത്തോടുള്ള അദ്ദേഹത്തിന്റെ ശത്രുത സജീവമായി തുടർന്നു.
അദ്ദേഹത്തിന്റെ അച്ചടക്കം ദുർബലമായിരുന്നില്ല.
മൈദുഗുരിയിൽ ആയിരിക്കുമ്പോൾ, തന്റെ ആന്തരിക നിശ്ചയദാർഢ്യത്തെ മാറ്റിമറിച്ച ഒരു അമാനുഷിക അനുഭവം അദ്ദേഹം വിവരിക്കുന്നു.
അയാൾക്ക് നരകം കാണിച്ചുകൊടുത്തുവെന്ന് അയാൾ പറയുന്നു.
അദ്ദേഹം അതിനെ ഭാവനയോ സ്വപ്നമോ ആയിട്ടല്ല, മറിച്ച് ഒരു കണ്ടുമുട്ടൽ എന്നാണ് വിശേഷിപ്പിച്ചത്.
അവന്റെ സാക്ഷ്യമനുസരിച്ച്, അവൻ തീജ്വാലകളും കഠിനമായ കഷ്ടപ്പാടുകളും കണ്ടു. അവൻ ആളുകളെ പീഡനത്തിൽ കണ്ടിരുന്നു.
അദ്ദേഹം തിരിച്ചറിഞ്ഞവരിൽ **മുസ്ലീം അധ്യാപകരും ഉണ്ടായിരുന്നു - മല്ലങ്ങൾ - അദ്ദേഹത്തിന് ഇസ്ലാമിക സിദ്ധാന്തം പഠിപ്പിച്ച വ്യക്തികൾ.**
ഇവർ ഇസ്ലാമിന്റെ ശത്രുക്കളായിരുന്നില്ല.
അവർ അതിനുള്ളിലെ നേതാക്കളായിരുന്നു.
കഷ്ടപ്പാടുകളിൽ ആദരണീയരായ ഇസ്ലാമിക അധ്യാപകരെ അദ്ദേഹം കണ്ടു.
തീജ്വാലകൾക്കുള്ളിൽ വേദനയോടെ കരയുന്നതായി അവൻ വിവരിച്ചു.
ഇത് അദ്ദേഹത്തിന് പഠിപ്പിച്ച ചട്ടക്കൂടുമായി പൊരുത്തപ്പെടുന്നില്ല.

ഇസ്ലാം മാത്രമാണ് യഥാർത്ഥ പാത എന്ന്
വിശ്വസിക്കാൻ അവൻ വളർന്നുവന്നിരുന്നു.
മുസ്ലീം അധ്യാപകർ സത്യത്തിന്റെ
സംരക്ഷകരായിരുന്നു. അവരുടെ ശാശ്വത
ലക്ഷ്യസ്ഥാനം സുരക്ഷിതമാണെന്ന്
കരുതപ്പെട്ടു.
എന്നാൽ അവൻ വിവരിക്കുന്ന ദർശനത്തിൽ
അവർ സുരക്ഷിതരായിരുന്നില്ല.
അവരെ കുറ്റം വിധിച്ചു.
ക്രിസ്ത്യാനികളെ പീഡനത്തിൽ അവനെ
കാണിച്ചില്ല.
അദ്ദേഹത്തെ ഇസ്ലാമിക അധികാരികൾ
പീഡനത്തിനിരയാക്കുന്നത് കാണിച്ചു.
ആ വിശദാംശം അവനെ അസ്വസ്ഥനാക്കി.
ഇതിനെത്തുടർന്ന്, മുകളിലേക്ക്
കൊണ്ടുപോകപ്പെടുകയും സ്വർഗം
കാണിക്കപ്പെടുകയും ചെയ്തതായി അദ്ദേഹം
വിവരിക്കുന്നു.
സ്വർഗ്ഗത്തെ ഘടനാപരവും,
പ്രകാശപൂർണ്ണവും, ക്രമീകൃതവും,
സമാധാനപരവുമായ ഒന്നായി അദ്ദേഹം
വിശേഷിപ്പിച്ചു.
മരിച്ചുപോയ വ്യക്തികളെ താൻ കണ്ടതായി
അദ്ദേഹം പറയുന്നു.
അദ്ദേഹം ആ അനുഭവത്തെ മൂർത്തവും
ഉജ്ജ്വലവുമാണെന്ന് വിവരിക്കുന്നു.
അദ്ദേഹത്തിന് രണ്ട് ലക്ഷ്യസ്ഥാനങ്ങൾ
കാണിച്ചുകൊടുത്തു:
പീഡനം.

പിന്നെ ഓർഡർ.
വിധി.
സമാധാനവും.
അവൻ അനുഭവത്തിൽ നിന്ന് തിരിച്ചുവന്നു.
അവൻ മതം മാറിയില്ല.
ആ ദർശനം അയാളുടെ വിശ്വസ്തതയെ
പെട്ടെന്ന് തകർത്തില്ല.
അവന്റെ രൂപീകരണം വളരെ
ആഴമേറിയതായിരുന്നു.
വർഷങ്ങളുടെ അച്ചടക്കം, ആവർത്തനം,
തീവ്രവാദ പ്രത്യയശാസ്ത്രം, ഘടനാപരമായ
വിശ്വാസം എന്നിവ ഒരു അനുഭവത്തിൽ
തകർന്നുവീഴുന്നില്ല.
അവൻ തന്റെ മുൻ പാതയിലേക്ക് മടങ്ങി.
അദ്ദേഹം ഇസ്ലാം മതം പിന്തുടരുന്നത് തുടർന്നു.
അദ്ദേഹം തീവ്രവാദപരമായ പ്രതിബദ്ധത
തുടർന്നു.
അവൻ ക്രിസ്തുമതത്തോടുള്ള ശത്രുത
തുടർന്നു.
പക്ഷേ അസ്വസ്ഥത തുടർന്നു.
താൻ പഠിപ്പിച്ച കാര്യങ്ങളുമായി
പൊരുത്തപ്പെടാത്ത എന്തോ ഒന്ന് അയാൾ
കണ്ടിരുന്നു.
പ്രത്യയശാസ്ത്ര ഘടന അപ്പോഴും
നിലനിൽക്കുന്നുണ്ടായിരുന്നു.
പക്ഷേ ഇപ്പോൾ അതിൽ വിള്ളലുകൾ
അടങ്ങിയിരുന്നു.
നിർണായകമായ ഏറ്റുമുട്ടൽ മൈദുഗുരിയിൽ
നടക്കില്ല.

അത് പിന്നീട് സംഭവിക്കും.
അതിൽ അദ്ദേഹത്തിന്റെ ഇമാം ഉൾപ്പെടും.
അതിൽ തീയും ഉൾപ്പെടും.

അധ്യായം 6

മൂന്നാം ദർശനം: 1982 — കീഴടങ്ങൽ

ഒരു താഴ്ന്ന മനുഷ്യനെ അസ്ഥിരപ്പെടുത്താൻ തക്കവണ്ണം ഈസ ഇതിനകം തന്നെ കണ്ടിരുന്നു. മുസ്ലീം അധ്യാപകരെ പീഡനത്തിൽ കണ്ടിട്ടുണ്ട്.
സ്വർഗം കണ്ടിട്ടുണ്ട്. ആത്മീയ രഹസ്യങ്ങളിൽ തനിക്ക് മാർഗദർശിയായിരുന്ന ഇമാമിന്റെ മരണത്തിന് അദ്ദേഹം സാക്ഷ്യം വഹിച്ചിട്ടുണ്ട്.
എന്നിട്ടും ആ സംഭവങ്ങളൊന്നും അദ്ദേഹത്തിന്റെ വിശ്വസ്തതയെ തകർത്തില്ല. അവന്റെ ഉള്ളിലെ രൂപീകരണം വളരെ ആഴമേറിയതായിരുന്നു.
, കടമകൾക്കപ്പുറമുള്ള പ്രാർത്ഥനകളിലൂടെയും, ഉഗ്രമായ പരിശീലനങ്ങളിലൂടെയും, രഹസ്യ പ്രാർത്ഥനകളിലൂടെയും, ലോകത്തെ കേവല വിഭാഗങ്ങളായി രൂപപ്പെടുത്തിയ വാക്യങ്ങളുടെ ആവർത്തനത്തിലൂടെയും അവൻ രൂപപ്പെട്ടു .

ഇസ്ലാം അദ്ദേഹം പിന്തുടർന്ന ഒരു വിശ്വാസ വ്യവസ്ഥയായിരുന്നില്ല, മറിച്ച്

അത് അദ്ദേഹത്തിന്റെ വ്യക്തിത്വത്തിന്റെ
അസ്ഥികൂടമായിരുന്നു.
പിന്നെ 1982 വന്നു.
മൂന്നാമത്തെയും അവസാനത്തെയും
ഏറ്റുമുട്ടൽ എന്നാണ് അദ്ദേഹം ഇതിനെ
വിശേഷിപ്പിക്കുന്നത്.
അദ്ദേഹം ബോർണോ സ്റ്റേറ്റിലായിരുന്നു.
തീവ്രവാദ മനോഭാവം മയപ്പെട്ടിരുന്നില്ല.
അപ്പോഴും പദ്ധതികളും വ്യായാമങ്ങളും
തന്ത്രങ്ങളും ഉണ്ടായിരുന്നു. അദ്ദേഹം
ക്രിസ്തുമതത്തിലേക്ക് നീങ്ങിയിരുന്നില്ല.
അദ്ദേഹത്തിന് ജിജ്ഞാസയില്ലായിരുന്നു.
അദ്ദേഹം അന്വേഷിച്ചുകൊണ്ടിരുന്നില്ല.
അദ്ദേഹം വ്യക്തമായി പറഞ്ഞിട്ടുണ്ട്:
വാദത്തിന് അതീതമായ എന്തെങ്കിലും ഇല്ലാതെ
അയാൾക്ക് യേശുവിൽ വിശ്വസിക്കാൻ ഒരു
വഴിയുമില്ലായിരുന്നു - അദ്ദേഹത്തിന്റെ
വാക്കുകളിൽ പറഞ്ഞാൽ "സൂപ്പർ, സൂപ്പർ".
ആ കണ്ടുമുട്ടൽ പെട്ടെന്ന് സംഭവിച്ചു.
അദ്ദേഹം ഇരിക്കുന്നതായി വിവരിച്ചു -
തുടർന്ന് അദ്ദേഹം ഒരു ട്രാൻസ് എന്ന് വിളിച്ച
അവസ്ഥയിലേക്ക് പ്രവേശിച്ചു.
ചുറ്റുമുള്ള ഭൗതിക പരിസ്ഥിതി മങ്ങി.
പിന്നെ അവൻ അവനെ കണ്ടു.
യേശു.
യേശുവിനെ തീയോട് കൂടിയതായി അദ്ദേഹം
വിശേഷിപ്പിച്ചു - പ്രതീകാത്മകമായ
ഊഷ്മളതയല്ല, മറിച്ച് ജ്വലിക്കുന്ന സാന്നിധ്യം.
അവന്റെ മേലുള്ള തീ തീവ്രമായിരുന്നുവെന്ന്

അദ്ദേഹം പറഞ്ഞു. ആ ഏറ്റുമുട്ടൽ
സൗമ്യമായിരുന്നില്ല. അത്
അതിശക്തമായിരുന്നു.
പിന്നെ കാഴ്ച മാറി.
നരകം തുറന്നു.
അയാൾ അത് വ്യക്തമായി കണ്ടുവെന്ന്
പറഞ്ഞു.
തീജ്വാലകൾ.
കഷ്ടപ്പാട്.വേദന.
അയാൾ മുഖങ്ങൾ തിരിച്ചറിഞ്ഞു.
അയാൾക്ക് അറിയാവുന്ന ആളുകളെ കണ്ടു.
അദ്ദേഹം മുസ്ലീം അധ്യാപകരെ കണ്ടു.
അദ്ദേഹം ബഹുമാനിക്കുന്ന ആളുകളെ കണ്ടു.
അവൻ മുത്തച്ഛനെ കണ്ടു.
ഇത് ദൈവശാസ്ത്ര സിദ്ധാന്തമായിരുന്നില്ല.
ഇതൊരു അംഗീകാരമായിരുന്നു.
സുരക്ഷിതരാണെന്ന് അദ്ദേഹം
വിശ്വസിച്ചിരുന്ന ആളുകൾ
കത്തിയെരിയുകയായിരുന്നു.
ഇസ്ലാമിനോടുള്ള വിശ്വസ്തത സ്വർഗം
ഉറപ്പാക്കുമെന്ന് വിശ്വസിക്കാൻ അവനെ
പരിശീലിപ്പിച്ചിരുന്നു.
എന്നിട്ടും അവൻ വിവരിക്കുന്ന ദർശനത്തിൽ
അവർ യാതനയിലായിരുന്നു.
ആ ഏറ്റുമുട്ടൽ അവിടെ നിന്നില്ല.
പിന്നീട് തനിക്ക് സ്വർഗ്ഗം കാണിച്ചു തന്നുവെന്ന്
അദ്ദേഹം പറഞ്ഞു.
ഘടന, ക്രമം, പ്രകാശം, സമാധാനം എന്നിവ
അദ്ദേഹം വിവരിച്ചു.

താൻ വിശ്വസിച്ചതിന് വേണ്ടി മരിക്കാൻ
അദ്ദേഹത്തെ പരിശീലിപ്പിച്ചിരുന്നു.
രക്തസാക്ഷിത്വം ഉന്നതിയാണെന്ന്
അദ്ദേഹത്തോട് പറഞ്ഞിരുന്നു. ജിഹാദിലെ
മരണം സ്ഥാനക്കയറ്റമാണെന്നും
പറഞ്ഞിരുന്നു.
മരിക്കാൻ അയാൾക്ക് ഭയമില്ലായിരുന്നു.
അദ്ദേഹം അതിനെ സ്വാഗതം ചെയ്തിരുന്നു.
അപ്പോൾ ഈ ഏറ്റുമുട്ടൽ
മരണഭയത്തെക്കുറിച്ചായിരുന്നില്ല.
വഞ്ചനയുടെ
തുറന്നുകാട്ടലിനെക്കുറിച്ചായിരുന്നു അത്.
ആ നിമിഷം, തന്റെ ഉള്ളിലെ എല്ലാം
തകർന്നുവെന്ന് അദ്ദേഹം പറയുന്നു.
ക്രമേണയല്ല.
വൈകാരികമായി അല്ല.
ഘടനാപരമായി.
പ്രത്യയശാസ്ത്രപരമായ കെട്ടിടം തകർന്നു.
അയാൾ കീഴടങ്ങി.
1982-ൽ ഈസ തന്റെ ജീവിതം
യേശുക്രിസ്തുവിന് സമർപ്പിച്ചു.
ഇസ്ലാമിന്റെ തീവ്രവാദി സംരക്ഷകൻ
വിശ്വസ്തത സ്ഥാപിച്ചു.
എന്നാൽ കീഴടങ്ങൽ സമാധാനം
കൊണ്ടുവന്നില്ല.
അത് യുദ്ധത്തിന് കാരണമായി.

അധ്യായം 7

ഞാൻ സ്വർഗ്ഗത്തിൽ നിന്ന് തീ കണ്ടു - ഉപദേഷ്ടാവ്

ഏറ്റുമുട്ടലിന് മുമ്പ്, വിശ്വാസമുണ്ടായിരുന്നു. ഇമാമിന് ഈസയെ കുട്ടിക്കാലം മുതൽ തന്നെ അറിയാമായിരുന്നു. അദ്ദേഹം വളരുന്നത് നിരീക്ഷിച്ചിരുന്നു. അദ്ദേഹം ഉച്ചാരണം ശരിയാക്കി, ഓർമ്മ പരിശീലിപ്പിച്ചു, പ്രാർത്ഥനയിൽ തന്റെ ഭാവം രൂപപ്പെടുത്തി. അദ്ദേഹം ഇടയ്ക്കിടെ ഉപദേശകനായിരുന്നില്ല; അദ്ദേഹം രൂപീകരണത്തെ സ്വാധീനിച്ചു. അദ്ദേഹത്തിന്റെ കീഴിൽ, ഈസ അച്ചടക്കം പഠിച്ചു - ആകസ്മിക വിശ്വാസമല്ല, മറിച്ച് ഘടനാപരമായ ഭക്തി. എങ്ങനെ പാരായണം ചെയ്യണമെന്നും എങ്ങനെ വ്യാഖ്യാനിക്കണമെന്നും എങ്ങനെ ഉറച്ചുനിൽക്കണമെന്നും അദ്ദേഹം പഠിച്ചു. എന്നാൽ പൊതു പഠിപ്പിക്കലിനപ്പുറം, ആഴമേറിയ തലങ്ങളുണ്ടായിരുന്നു. തുറന്ന് ചർച്ച ചെയ്യപ്പെടാത്ത ആചാരങ്ങൾ. പ്രാർത്ഥനകൾ. ആത്മീയ വ്യായാമങ്ങൾ. ഈസ പിന്നീട് "ആഴമേറിയ രഹസ്യ ഭാഗം" എന്ന് മടികൂടാതെ വിശേഷിപ്പിച്ചത്.

ഗൗരവത്തിനായി ദാഹിക്കുന്ന ഒരു ചെറുപ്പക്കാരന്, ഇതൊരു ശക്തിയായിരുന്നു. ഇമാം വെറുമൊരു മതനേതാവ് മാത്രമായിരുന്നില്ല. അദ്ദേഹം അറിവിന്റെ കാവൽക്കാരനായിരുന്നു. മറ്റുള്ളവർക്ക് ലഭിക്കാത്തത് വിശ്വസിച്ച് നേടിയ വ്യക്തി. അതുകൊണ്ട് ഈസയുടെ ആത്മീയ യാത്രയിൽ പിരിമുറുക്കം വളരാൻ തുടങ്ങിയപ്പോൾ, അത് അപരിചിതരോടുള്ള പിരിമുറുക്കമായിരുന്നില്ല, മറിച്ച് തന്നെ രൂപപ്പെടുത്തിയ കൈകളാൽ രൂപപ്പെട്ട ഒരാളോടുള്ള പിരിമുറുക്കമായിരുന്നു.
പിന്നെ തടസ്സം വന്നു.
ഈസാ താൻ കണ്ടതിന്റെ ഭാഷ ഒരിക്കലും മയപ്പെടുത്തിയിട്ടില്ല. അദ്ദേഹം അത് ഒരു സ്വപ്നമായോ ഒരു രൂപകമായോ അവതരിപ്പിക്കുന്നില്ല. അദ്ദേഹം വ്യക്തമായി പറയുന്നു:
"ഞാൻ സ്വർഗ്ഗത്തിൽ നിന്ന് തീ കണ്ടു."
അദ്ദേഹം രഥങ്ങളെ വിവരിക്കുന്നു.
അഗ്നി രഥങ്ങൾ.
അവരോഹണം.
അവൻ അത് അടിക്കുന്നത് കണ്ടു.
ഇമാം കുഴഞ്ഞു വീണു.
മറ്റുള്ളവർ അദ്ദേഹം വിവരിച്ച കാര്യങ്ങൾ വിവരിച്ചില്ല. അടുത്തിരുന്നവർ പിന്നീട് ഇമാമിന്റെ ശരീരത്തിൽ പ്രത്യക്ഷപ്പെട്ട പരുക്കളെക്കുറിച്ച് പറഞ്ഞു. വീക്കം.

ശാരീരിക പ്രകടനം. അവർ തീയെക്കുറിച്ച്
പറഞ്ഞില്ല. രഥങ്ങളെക്കുറിച്ച് പറഞ്ഞില്ല.
ഈസ ഈ വ്യത്യാസം ഊന്നിപ്പറയുന്നു:
അവൻ തീ കണ്ടു.
അവർ പരു കണ്ടു.
ഇമാം മരിച്ചു.
ആ നിമിഷം അവന്റെ ഉള്ളിൽ എന്തോ ഒന്ന്
തകർന്നു.
ആ വ്യവസ്ഥിതിയിൽ അധികാരം
ഉൾക്കൊള്ളുന്ന, മറഞ്ഞിരിക്കുന്ന
ആചാരങ്ങൾക്ക് അവനെ
പരിചയപ്പെടുത്തിയത് ഇയാളായിരുന്നു. ആ
അധികാരത്തെ ആക്രമിക്കാൻ കഴിയുമെങ്കിൽ
- ആ ആത്മീയ ഘടനയിലേക്ക് തുളച്ചുകയറാൻ
കഴിയുമെങ്കിൽ - അതിലും വലിയ എന്തോ
ഒന്ന് പ്രവർത്തിച്ചിരുന്നു.
പക്ഷേ, കഥ സത്യസന്ധമാകുന്നത്
ഇവിടെയാണ്.
ആ ദിവസം അദ്ദേഹം മതം മാറിയില്ല.
ഉടനടി കീഴടങ്ങൽ ഉണ്ടായില്ല. കൂറ് തൽക്ഷണം
തിരിച്ചെടുക്കപ്പെട്ടില്ല. പുതിയൊരു
വിശ്വാസത്തിലേക്ക് വൈകാരികമായി
തകർന്നു പോയില്ല.
പകരം, കൂടുതൽ അപകടകരമായ എന്തോ
സംഭവിച്ചു.
അവൻ കഠിനപ്പെട്ടു.
ഏറ്റുമുട്ടൽ അദ്ദേഹത്തെ മയപ്പെടുത്തിയില്ല;
അത് അദ്ദേഹത്തെ കൂടുതൽ ശക്തനാക്കി. ഒരു
വ്യവസ്ഥ കുലുങ്ങുമ്പോൾ ചിലർ

ഓടിപ്പോകുന്നു. മറ്റുചിലർ ഇരട്ടിയായി.
ഈസ ഇരട്ടിയായി. അദ്ദേഹത്തിന്റെ
അച്ചടക്കം വർദ്ധിച്ചു. അദ്ദേഹത്തിന്റെ
ദൃഢനിശ്ചയം മുറുകി. അദ്ദേഹത്തിന്റെ
തീവ്രവാദ സ്വത്വം മൂർച്ചകൂട്ടി.
അഗ്നി എന്തോ ഒന്ന് വെളിപ്പെടുത്തി - എന്നാൽ
തുറന്നുകാട്ടൽ യാന്ത്രികമായി അനുസരണം
ഉളവാക്കുന്നില്ല.
അന്ന് മരിച്ചത് വെറുമൊരു ഉപദേഷ്ടാവ്
മാത്രമായിരുന്നില്ല.
അത് ഉറപ്പായിരുന്നു.
എന്നാൽ ഉറപ്പിന്റെ തകർച്ച
വിശ്വസ്തതയുടെ തകർച്ചയെ
അർത്ഥമാക്കുന്നില്ല - ഉടനടി അല്ല.
തീപിടുത്തം കൃത്യമായിരുന്നു. അത് ഒരു
ജനക്കൂട്ടത്തിന് വേണ്ടിയുള്ള നാടക
പ്രദർശനമായിരുന്നില്ല. ആ ഉപദേഷ്ടാവിന്റെ
അധികാരത്തിൽ അടിത്തറ പാകിയ ഒരു
മനുഷ്യനെ ലക്ഷ്യം വച്ചുള്ള
തടസ്സപ്പെടുത്തലായിരുന്നു അത്.
എന്നിട്ടും തീ കണ്ടതിനു ശേഷവും.
മരണം കണ്ടതിനു ശേഷവും.
തടസ്സം അനുഭവപ്പെട്ടതിനു ശേഷവും.
അവൻ തുടർന്നു.
അതുകൊണ്ടാണ് അടുത്ത ഏറ്റുമുട്ടൽ
കൂടുതൽ
ആഴത്തിലുള്ളതായിരിക്കേണ്ടിയിരുന്നത്.
ബാഹ്യമായ തീയല്ല. ദൃശ്യമായ പ്രകടനമല്ല.

പഴയ ഘടനയിലേക്ക് വിശ്വസ്തതയിലേക്ക്
തന്നെ തുളച്ചുകയറുന്ന ഒന്ന്.
തീ ആ ഉപദേഷ്ടാവിന് നേരെ പടർന്നു.
പക്ഷേ കീഴടങ്ങൽ അപ്പോഴും
വരുകയായിരുന്നു.

അധ്യായം 8

ഒമ്പത് തവണ അവർ അവനെ കൊല്ലാൻ ശ്രമിച്ചു

1982-ൽ ഈസ കീഴടങ്ങിയപ്പോൾ, ആത്മീയ പോരാട്ടം ശാന്തമായില്ല.
അത് തെളിഞ്ഞു വന്നു.
അയാൾ ഒരു ആന്തരികനിൽ നിന്ന് ഒരു എതിരാളിയിലേക്ക് മാറി.
അദ്ദേഹം ഇനി വെറുമൊരു മുസ്ലീം മാത്രമായിരുന്നില്ല.
അയാൾ വെറുമൊരു തീവ്രവാദി മാത്രമായിരുന്നില്ല.
മുമ്പ് തന്ത്രജ്ഞനായിരുന്ന അദ്ദേഹം ഇപ്പോൾ ക്രിസ്തുവിനെ പ്രസംഗിച്ചു.
അത് അവനെ അപകടകാരിയാക്കി.
അദ്ദേഹം വ്യക്തമായി പറഞ്ഞിട്ടുണ്ട്: തന്റെ നേരെ ഒമ്പത് വധശ്രമങ്ങൾ ഉണ്ടായി.
ഭീഷണികളല്ല.
ശ്രമങ്ങൾ.
ആദ്യത്തെ പ്രധാന ആക്രമണത്തിൽ വെടിവയ്പ്പുണ്ടായിരുന്നു.
ജിഹാദികൾ നേരിട്ട് നേരിടുന്നതായി അദ്ദേഹം വിവരിച്ചു. ഇവർ അജ്ഞാത ശത്രുക്കളല്ലായിരുന്നു. അവരിൽ ചിലർക്ക് അദ്ദേഹം ആരാണെന്ന് മനസ്സിലായി. അവർക്ക്

അദ്ദേഹത്തിന്റെ പരിശീലനം
അറിയാമായിരുന്നു. അവർക്ക്
അദ്ദേഹത്തിന്റെ പങ്ക് അറിയാമായിരുന്നു.
അവർക്ക് അദ്ദേഹത്തിന്റെ തന്ത്രപരമായ
മനസ്സ് അറിയാമായിരുന്നു.
വെടിയുതിർത്തു.
വെടിയുണ്ടകൾ തന്റെ ശരീരത്തിൽ തുളച്ചു
കയറിയതായി അദ്ദേഹം വിവരിക്കുന്നു .
ആക്രമണത്തിനിടെ, ലോഹം കൊണ്ട്
അയാളുടെ തലയിൽ ശക്തമായ ഒരു
അടിയേറ്റു. ആഘാതം
ഗുരുതരമായിരുന്നുവെന്ന് അദ്ദേഹം
വിവരിക്കുന്നു. രക്തം ഉടനടി ശക്തമായി
ഒഴുകി. തലയോട്ടി തകർന്നുവെന്ന്
നിരീക്ഷകർക്ക് ഉറപ്പ് നൽകുന്ന തരത്തിലുള്ള
രക്തസ്രാവം.
അവൻ തളർന്നു വീണു.
അവിടെയുണ്ടായിരുന്നവർ അദ്ദേഹം
മരിച്ചുവെന്ന് കരുതി.
പണി പൂർത്തിയായതുപോലെ അവനെ ഒരു
വാഹനത്തിൽ കയറ്റി.
കൊണ്ടുപോയി.
പ്രതീക്ഷിച്ചതുപോലെ ഉപേക്ഷിച്ചു.
പക്ഷേ അവൻ മരിച്ചില്ല.
തലയിൽ നിന്ന് രക്തം കാണാമായിരുന്നിട്ടും,
വെടിവയ്പ്പുണ്ടായിട്ടും, ആക്രമണം
ഉണ്ടായിട്ടും - അയാൾ രക്ഷപ്പെട്ടു.

പിന്നീട് തന്റെ ശരീരത്തിൽ നിന്ന്
വെടിയുണ്ടകൾ നീക്കം ചെയ്തതായി
അദ്ദേഹം വിവരിച്ചു.
അവൻ അതിജീവിച്ചു.
ആ അതിജീവനത്തെ അദ്ദേഹം ഒരു
അവസരമായിട്ടല്ല, മറിച്ച് ഇടപെടലായി
ചിത്രീകരിക്കുന്നു.
അടുത്ത പ്രധാന ശ്രമം
വിഷബാധയിലൂടെയായിരുന്നു.
അദ്ദേഹത്തിന് ഭക്ഷണം നൽകി.
അയാൾ സംശയിക്കാതെ അത് കഴിച്ചു.
മണിക്കൂറുകൾക്കുള്ളിൽ അവന്റെ ജീവിതം
അവസാനിക്കുമെന്ന് അത് തയ്യാറാക്കിയ
വ്യക്തികൾ പ്രതീക്ഷിച്ചു.
അവർ കാത്തിരുന്നു.
അവൻ തകർന്നു പോയില്ല.
അവർ കൂടുതൽ നേരം കാത്തിരുന്നു.
അവൻ ജീവനോടെ തുടർന്നു.
അദ്ദേഹത്തിന്റെ വിവരണമനുസരിച്ച്, വിഷം
നൽകിയവർ പിന്നീട് തിരിച്ചെത്തി തങ്ങൾ
ചെയ്തത് സമ്മതിച്ചു. ഒരു മൃതദേഹം
കാണുമെന്ന് അവർ പ്രതീക്ഷിച്ചു. പകരം,
അദ്ദേഹം പ്രവർത്തിക്കുന്നത് അവർ കണ്ടു.
നാശത്തിന്റെ വിപരീതമായാണ് അദ്ദേഹം
ഫലത്തെ വിവരിക്കുന്നത്.
ദുർബലമാകുന്നതിനു പകരം, തന്റെ ശരീരം
ശക്തിപ്പെട്ടുവെന്ന് അദ്ദേഹം പറയുന്നു.

ഇത് അദ്ദേഹത്തിന്റെ ആക്രമണകാരികൾ സാധാരണ രോഗശാന്തിയായി വ്യാഖ്യാനിച്ചില്ല.
അത് ശത്രുതയെ കൂടുതൽ ആഴത്തിലാക്കി.
ശ്രമങ്ങൾ തുടർന്നു.
വേട്ടയാടപ്പെടുന്നതിനെ കുറിച്ച് അദ്ദേഹം വിവരിക്കുന്നു.
ഒരു സ്ഥലത്ത് നിന്ന് മറ്റൊരിടത്തേക്കുള്ള ചലനത്തെ അദ്ദേഹം വിവരിക്കുന്നു.
പ്രതികാരം സംഘടിപ്പിക്കുന്നതിനുമുമ്പ് ഗ്രാമങ്ങളിൽ പ്രസംഗിക്കുകയും സ്ഥലം വിടുകയും ചെയ്യുന്നതിനെക്കുറിച്ച് അദ്ദേഹം വിവരിക്കുന്നു.
വിശ്വാസികളുമായുള്ള സാമീപ്യം അവരെ അപകടത്തിലാക്കുന്നതിനാൽ വിവേകപൂർവ്വം പ്രവർത്തിക്കണമെന്ന് അദ്ദേഹം വിവരിക്കുന്നു. അദ്ദേഹത്തിന്റെ മുൻകാല പശ്ചാത്തലം അക്രമാസക്തമായ പ്രതികരണത്തിന് അദ്ദേഹത്തെ ഒരു കാന്തമാക്കിയതിനാൽ ക്രിസ്ത്യാനികൾ അദ്ദേഹവുമായി സഹവസിക്കാൻ ഭയപ്പെട്ടു.
ഒരു മുസ്ലീമിനെ മതം മാറ്റുക എന്നത് ഒരു പോരാട്ടമാണെന്ന് അദ്ദേഹം പറഞ്ഞു.
പരിവർത്തനം ചെയ്തയാളെ നിലനിർത്തുന്നത് മറ്റൊന്നാണ്.
ആ ശത്രുത വൈകാരികമായിരുന്നില്ല.
അത് തന്ത്രപരമായിരുന്നു.
ചില തലങ്ങളിൽ സംവിധാനങ്ങളും സർക്കാർ ഘടനകളും ഇടപെട്ടിട്ടുണ്ടെന്ന് അദ്ദേഹം

പറയുന്നു. ഒറ്റപ്പെട്ട തീവ്രവാദികൾക്ക്
അപ്പുറത്തേക്ക് സമ്മർദ്ദം വർദ്ധിച്ചു.
ഒരു ഘട്ടത്തിൽ, ഭീഷണിയുടെ തീവ്രതയ്ക്ക്
ഇടപെടൽ ആവശ്യമായി വന്നു.
പ്രസിഡന്റ് തലത്തിലുള്ള ക്രമീകരണങ്ങൾ
അദ്ദേഹത്തെ അമേരിക്കയിലേക്ക് മാറ്റാൻ
സഹായിച്ചതായി അദ്ദേഹം ഓർമ്മിക്കുന്നു.
നീക്കം ചെയ്യേണ്ടതിന്റെ ആവശ്യകത
സൗകര്യത്തിനു വേണ്ടിയായിരുന്നില്ല.
അത് അതിജീവനത്തിനു വേണ്ടിയായിരുന്നു.
തുടർന്ന് വൈദ്യസഹായം ലഭിച്ചു.
അവൻ അതിജീവിച്ചു.
അദ്ദേഹം പാറ്റേൺ വ്യക്തമായി
രൂപപ്പെടുത്തുന്നു:
വെടിയുണ്ടകൾ അവനെ താഴെയിറക്കിയില്ല.
വിഷം അവനെ അവസാനിപ്പിച്ചില്ല.
പതിയിരുന്ന് അവനെ പൂർത്തിയാക്കിയില്ല.
ഒമ്പത് ശ്രമങ്ങൾ.
ഒമ്പത് പരാജയങ്ങൾ.
അവൻ ഓരോന്നിനെയും ദൈവിക
സംരക്ഷണമായി കണക്കാക്കുന്നു.
ഒരുകാലത്ത് ജിഹാദ് മുന്നോട്ടുവച്ച
തീവ്രവാദി ഇപ്പോൾ നിരന്തരമായ
ഭീഷണിയിൽ ഒരു ക്രിസ്ത്യൻ നേതാവായി
നിലകൊള്ളുന്നു.
എന്നിട്ടും അവൻ ജീവനോടെ തുടർന്നു.

അധ്യായം 9

മറഞ്ഞിരിക്കുന്ന ശിഷ്യന്മാരും കൂറും

കൊലപാതക ശ്രമങ്ങൾക്ക് ശേഷം, വെടിയുണ്ടകൾക്കും വിഷബാധയ്ക്കും ശേഷം, സ്ഥലംമാറ്റത്തിനും അതിജീവനത്തിനും ശേഷം, ഈസയുടെ ജീവിതം വ്യത്യസ്തമായ ഒരു തരം പിരിമുറുക്കത്തിലേക്ക് പ്രവേശിച്ചു. പൊതു മതപരിവർത്തനം ഒരു പോരാട്ടമാണ്. പ്രതികൂലമായ ചുറ്റുപാടുകളിൽ നിലനിൽക്കുന്ന സുസ്ഥിരമായ വിശ്വസ്തത മറ്റൊന്നാണ്.

തന്റെ സാക്ഷ്യപത്രത്തിൽ, എക്സ്പോഷർ ഉടനടി മരണത്തിലേക്ക് നയിച്ചേക്കാവുന്ന പരിതസ്ഥിതികളിൽ തുടരുന്നതിന്റെ സങ്കീർണ്ണതയെക്കുറിച്ച് അദ്ദേഹം വിവരിച്ചു - അദ്ദേഹത്തിന് മാത്രമല്ല, അദ്ദേഹവുമായി ബന്ധപ്പെട്ട മറ്റുള്ളവർക്കും.

വിവേകത്തോടെ പ്രവർത്തിക്കുന്നതിനെക്കുറിച്ചാണ് അദ്ദേഹം സംസാരിച്ചത്.

വിശ്വാസികൾ സാമീപ്യം അവരെ ലക്ഷ്യങ്ങളാക്കുമെന്ന് ഭയന്നതിനാൽ, പരിമിതമായ കൂട്ടായ്മയെക്കുറിച്ച് അദ്ദേഹം സംസാരിച്ചു.

"ഇടയിൽ" ജീവിക്കുന്നതിനെയാണ് അദ്ദേഹം വിശേഷിപ്പിച്ചത് - മുൻകാല തീവ്രവാദ പദവി കാരണം ക്രിസ്ത്യാനികൾ തുടക്കത്തിൽ അദ്ദേഹത്തെ പൂർണ്ണമായി വിശ്വസിച്ചിരുന്നില്ല, പുതിയ വിശ്വസ്തത കാരണം ജിഹാദിസ്റ്റുകൾ അദ്ദേഹത്തെ വേട്ടയാടി.

ഇത് പലപ്പോഴും തെറ്റിദ്ധരിക്കപ്പെട്ടിട്ടുള്ള ശിഷ്യത്വത്തിന്റെ ഒരു മാനത്തെ പരിചയപ്പെടുത്തുന്നു:

മറഞ്ഞിരിക്കുന്ന കൂറ് അനിവാര്യമായും വിട്ടുവീഴ്ചയല്ല.

തിരുവെഴുത്തുകൾ സമാനമായ മാതൃകകൾ രേഖപ്പെടുത്തുന്നു.

നിക്കോദേമോസ് രാത്രിയിൽ വന്നു.

അരിമാത്യയിലെ ജോസഫ് ശവസംസ്കാര നിമിഷം വരെ രഹസ്യമായി പിന്തുടർന്നു.

സമയം ഒത്തുവരുന്നതുവരെ എസ്തർ തന്റെ വ്യക്തിത്വം മറച്ചുവച്ചു.

ഒരു അന്യദേവാലയത്തിൽ ഒരു രാജാവിന്റെ അടുക്കൽ നിൽക്കുമ്പോൾ തന്നെ നയമാൻ ഇസ്രായേലിന്റെ ദൈവത്തോട് വിശ്വസ്തത പ്രതിജ്ഞ ചെയ്തു.

മറഞ്ഞിരിക്കുന്ന ശിഷ്യത്വം നിഷേധമല്ല.

വിശ്വസ്തത ആന്തരികമായി മാറുമ്പോൾ അത് അതിജീവനമാണ്.

ഇസ്ലാം സാമൂഹികവും രാഷ്ട്രീയവുമായ ഘടനയെ നിയന്ത്രിക്കുന്ന പ്രദേശങ്ങളിൽ, ചില

മതപരിവർത്തകർ പെട്ടെന്ന് അവരുടെ
ഭൗതിക പരിസ്ഥിതി വിട്ടുപോകുന്നില്ല.
ചിലർ ബാഹ്യമായി പള്ളികളിൽ പോകുന്നത്
തുടരുന്നു, അതേസമയം ക്രിസ്തുവിലൂടെ
ആന്തരികമായി പ്രാർത്ഥിക്കുന്നു.
ഇത് ദൈവശാസ്ത്രപരമായ
ആശയക്കുഴപ്പമല്ല.
അത് തന്ത്രപരമായ അതിജീവനമാണ്.
ഒരു മുസ്ലീമിനെ മതം മാറ്റുന്നത് ഒരു
ഏറ്റുമുട്ടലാണെന്ന യാഥാർത്ഥ്യത്തെ ഈസ
വിവരിച്ചു.
ആ മതപരിവർത്തനം ജീവനോടെയും
വിശ്വാസത്തിൽ സ്ഥിരതയോടെയും
നിലനിർത്തുന്നത് മറ്റൊന്നാണ്.
കുമ്പസാരത്തോടെ യുദ്ധം
അവസാനിക്കുന്നില്ല.
അത് തീവ്രമാകുന്നു.
വിശ്വസ്തത മാറിയിട്ടും
വ്യവസ്ഥകൾക്കുള്ളിൽ തന്നെ തുടരുന്ന
വിശ്വാസികളുണ്ട്.
അവർ വ്യത്യസ്തമായി പ്രാർത്ഥിക്കുന്നു.
വ്യത്യസ്തമായി വിശ്വസിക്കുന്നു. അവർ
ആന്തരികമായി ക്രിസ്തുവിനെ
ഏറ്റുപറയുന്നു. അവർ ശ്രദ്ധാപൂർവ്വം
പ്രവർത്തിക്കുന്നു.
ഇവ സാങ്കൽപ്പിക നിർമ്മിതികളല്ല.
അവർ ശത്രുതാപരമായ പ്രദേശങ്ങളിൽ
ജീവിക്കുന്ന സംഘർഷങ്ങളാണ്.

വിശ്വസ്തതയുടെ ഏക രൂപമായി പൊതു
നാടകങ്ങളെ ഈസയുടെ കഥ
സൂചിപ്പിക്കുന്നില്ല.
വിശ്വസ്തത ആദ്യം ആത്മീയവും പിന്നീട്
ദൃശ്യവുമാണെന്ന് ഇത് തെളിയിക്കുന്നു.
ചില ശിഷ്യന്മാർ നിശബ്ദമായി നീങ്ങണം.
ചിലർ പരസ്യമായി മാറിത്താമസിക്കണം.
എന്താണ് ആവശ്യമെന്ന് തിരിച്ചറിയാനുള്ള
ജ്ഞാനം ബലഹീനതയല്ല - അത് പക്വതയാണ്.
ക്രിസ്ത്യാനികളെ നശിപ്പിക്കാൻ ഒരിക്കൽ
പരിശീലനം ലഭിച്ച തീവ്രവാദി ഇപ്പോൾ
വ്യത്യസ്തമായ ഒരു കാര്യം മനസ്സിലാക്കി:
എല്ലാ പോരാട്ടവും എക്സ്പോഷർ
ഉപയോഗിച്ചല്ല നടത്തുന്നത്.
ചിലർ സഹിഷ്ണുതയോടെ പോരാടുന്നു.

അധ്യായം 10

അതിജീവനത്തിൽ നിന്ന് ഘടനയിലേക്ക്:

മന്ത്രാലയത്തിന്റെ ഉത്തരവ്

അതിജീവനം മാത്രം പാരമ്പര്യമല്ല.
നിരവധി പേർ ആക്രമണങ്ങളിൽ നിന്ന് രക്ഷപ്പെടുന്നു.
പിന്നീട് സ്ഥാപനങ്ങൾ നിർമ്മിക്കുന്നവർ ചുരുക്കം.
വധശ്രമങ്ങൾക്ക് ശേഷവും, പലായനം ചെയ്തതിനു ശേഷവും, വൈദ്യ ചികിത്സയിൽ നിന്ന് മുക്തി നേടിയതിനു ശേഷവും, ഭീഷണികൾക്കിടയിലും വർഷങ്ങളോളം പ്രസംഗിച്ചതിനു ശേഷവും, ഈസയുടെ കഥ ഒളിവിൽ അവസാനിച്ചില്ല.
അത് ഘടനയിലേക്ക് മാറി.
അദ്ദേഹം ഒരു വ്യക്തിത്വ വേദി നിർമ്മിച്ചില്ല.
അദ്ദേഹം ഒരു കമ്മീഷൻ നിർമ്മിച്ചു.
ഇവാഞ്ചലിക്കൽ ബൈബിൾ ഔട്ട്റീച്ച് മിനിസ്ട്രീസ് ഇന്റർനാഷണൽ (EBOMI) എന്നാണ് അറിയപ്പെടുന്നത് .
പരസ്യമായി പ്രസ്താവിച്ചതുപോലെ, അതിന്റെ ആജ്ഞ വ്യക്തമാണ്:
വിശ്വാസികളെയും, സഭാ നേതാക്കളെയും, സിവിൽ സർവീസുകാരെയും, രാഷ്ട്രീയ വ്യക്തികളെയും അവരുടെ പ്രവചനപരമായ വിധിയിലേക്ക് നടക്കാനും, ശുശ്രൂഷയിൽ ദുർബലമല്ലാത്ത സുവിശേഷം എന്ന് വിശേഷിപ്പിക്കുന്നത് പ്രസംഗിക്കാനും -

മധ്യസ്ഥതയിലൂടെയും
പുനരുജ്ജീവനത്തിലൂടെയും രാജ്യവളർച്ചയെ
ത്വരിതപ്പെടുത്താനും - പരിശീലിപ്പിക്കുക,
സജ്ജരാക്കുക, ശാക്തീകരിക്കുക.
ശുശ്രൂഷയുടെ ഭാഷ അദ്ദേഹത്തിന്റെ
ജീവിതത്തിലെ ഒരു സ്ഥിരമായ പ്രമേയത്തെ
പ്രതിഫലിപ്പിക്കുന്നു: കാവൽക്കാർ.
വെബ്സൈറ്റ് യെഹെസ്കേൽ 33:7,
യെഹെസ്കേൽ 22:26–30, യെശയ്യാവ് 62:6
എന്നിവ പരാമർശിക്കുന്നു - വ്യവസ്ഥകൾ
തകരുമ്പോൾ കാവൽക്കാർ വിടവിൽ
നിൽക്കാൻ ആഹ്വാനം ചെയ്യുന്ന ഭാഗങ്ങൾ.
സന്ദേശം നിഷ്ക്രിയ ക്രിസ്തുമതമല്ല.
അത് ഉത്തരവാദിത്തമാണ്.
അദ്ദേഹം പരസ്യമായി പ്രസ്താവിച്ചു:
"ഇസ്ലാമിക ജിഹാദിസത്തിൽ നിന്ന് ഞാൻ
രക്ഷപ്പെട്ടപ്പോൾ, കർത്താവ് എന്നോട്
പറഞ്ഞു, മകനേ, നീ പോയി കാവൽക്കാരെ
അവരുടെ സ്ഥാനത്ത് നിന്ന് മാറ്റാൻ
പ്രകോപിപ്പിക്കുക, അങ്ങനെ ഞാൻ
ആളുകളെ നശിപ്പിക്കില്ല."
ഭാഷ നേരിട്ടുള്ളതാണ്.
ആജ്ഞ ഏറ്റുമുട്ടൽ സ്വഭാവമുള്ളതാണ്.
"പുരാതന ലാൻഡ്മാർക്കുകളുടെ"
പുനഃസ്ഥാപനത്തിനാണ് ഊന്നൽ നൽകുന്നത്.
നൈജീരിയയിലെ പ്ലാറ്റോ സ്റ്റേറ്റിലെ
ജോസിലാണ് EBOMI യുടെ ആസ്ഥാനം.
ഇത് പ്രവർത്തിക്കുന്നത്:

- ഒരു സഭാ ശുശ്രൂഷ.

- ഒരു പരിശീലന കമ്മീഷൻ.
- ഒരു പുനരുജ്ജീവന വേദി.
- ഒരു പ്രവചനാത്മക സമാഹരണ ഘടന.

പക്ഷേ കഥ പ്രസംഗത്തിൽ
അവസാനിക്കുന്നില്ല.
രണ്ടാമത്തെ ഒരു മാനം കൂടിയുണ്ട്: മാനുഷിക
ഇടപെടൽ.
എൽ - **ബൂബ ഫൗണ്ടേഷനിലൂടെ** , പ്രവർത്തന
മേഖല പ്രായോഗിക സേവനത്തിലേക്ക്
വ്യാപിക്കുന്നു.
ഗുണഭോക്താക്കളിൽ 80% ത്തിലധികം പേരും
മുസ്ലീങ്ങളാണെന്ന് നിങ്ങൾ പ്രസ്താവിച്ചു -
ഇത് ശ്രദ്ധാപൂർവ്വം ഉൾപ്പെടുത്തണം.
ആ വിശദാംശം പ്രധാനമാണ്.
ഒരുകാലത്ത് താൻ അക്രമാസക്തമായി
പ്രതിരോധിച്ച മതവിഭാഗത്തെ
ഉൾക്കൊള്ളുന്ന സമൂഹങ്ങളെ ഇപ്പോൾ
പോറ്റുകയും പഠിപ്പിക്കുകയും
ശാക്തീകരിക്കുകയും ചെയ്യുന്നത് ആ മുൻ
തീവ്രവാദിയാണ്.
ഫൗണ്ടേഷൻ പ്രവർത്തിക്കുന്നത്:

- വിദ്യാഭ്യാസ സ്ഥാപനങ്ങൾ.
- കാർഷിക സംരംഭങ്ങൾ.
- കൃഷിക്കായി അനുവദിച്ച
  കൃഷിയിടങ്ങളും ഭൂമിയും.
- ദരിദ്രർക്കും അഗതികൾക്കും പിന്തുണ.

പിന്തുണയ്ക്കുന്നവരിൽ പലരും
മുസ്ലീങ്ങളാണ്.

ഇത് പ്രത്യയശാസ്ത്രപരമായ
വാചാടോപമല്ല.
അത് സാമൂഹികമായ ഒരു തിരിച്ചടിയാണ്.
ഒരിക്കൽ പള്ളികൾ തകർക്കാൻ പരിശീലനം
ലഭിച്ച ആ മനുഷ്യൻ ഇപ്പോൾ സ്കൂളുകൾ
നടത്തുന്നു.
മുൻ ജിഹാദി ഇപ്പോൾ ദരിദ്രർക്ക് കൃഷിഭൂമി
നൽകുന്നു.
സേവനം ആക്രമണാത്മകതയെ
മാറ്റിസ്ഥാപിക്കുന്നു.
ഘടന തീവ്രവാദത്തെ മാറ്റിസ്ഥാപിക്കുന്നു.
അക്രമത്തിന് പകരം വ്യവസ്ഥ വരുന്നു.
സ്വന്തം വീട്ടിലും വിഭജനത്തിന്റെയും
സഹവർത്തിത്വത്തിന്റെയും കഥ
നിലനിൽക്കുന്നു.
അദ്ദേഹത്തിന്റെ കുടുംബം
വിഭജിക്കപ്പെട്ടിരിക്കുന്നത് നിങ്ങൾ ശ്രദ്ധിച്ചു -
ചിലർ മുസ്ലീങ്ങളും ചിലർ ക്രിസ്ത്യാനികളും -
എന്നിട്ടും അവർ ഇപ്പോഴും ഒരുമിച്ച് ഭക്ഷണം
കഴിക്കുന്നു.
ആ വിശദാംശം ശക്തമാണ്.
പരിവർത്തനം ബന്ധ ബന്ധം
ഇല്ലാതാക്കിയില്ലെന്ന് ഇത് തെളിയിക്കുന്നു.
കൂറ് മാറി.
മാനുഷിക അന്തസ്സ് തുടർന്നു.
പീഡനത്തിൽ മാത്രം ആഖ്യാനം
അവസാനിക്കുന്നത് തടയുന്നതിനാൽ ഈ
അധ്യായം അത്യന്താപേക്ഷിതമാണ്.
അത് ഫലം കാണിക്കുന്നു.

ഇത് അടിസ്ഥാന സൗകര്യങ്ങളെ കാണിക്കുന്നു.
ഇത് സ്ഥാപനപരമായ തുടർച്ചയെ
കാണിക്കുന്നു.
അച്ചടക്കമുള്ള രൂപീകരണം
വഴിതിരിച്ചുവിടപ്പെടുമ്പോൾ,
ആക്രമിക്കുന്നതിനുപകരം സമൂഹത്തെ
കെട്ടിപ്പടുക്കാൻ കഴിയുമെന്ന് ഇത്
കാണിക്കുന്നു.

ഭാഗം I-ലേക്കുള്ള ഉപസംഹാരം

വിശ്വസ്തത എന്താണ് ഉത്പാദിപ്പിക്കുന്നത്

അഞ്ചു വയസ്സുള്ള ഒരു നിരാഹാര കുട്ടി.
ഒരു തീവ്രവാദിയായ കൗമാരക്കാരൻ.
തീപിടുത്തത്തിൽ പരിക്കേറ്റ ഒരു ഉപദേഷ്ടാവ്.
നരകം കണ്ട ഒരാൾ. 1982-ൽ ഒരു കീഴടങ്ങൽ.
ഒമ്പത് വധശ്രമങ്ങൾ. വെടിയുണ്ടകൾ. വിഷം.
ഒഴിപ്പിക്കൽ. അതിജീവനം.
തുടർന്ന്-
സ്കൂളുകൾ.
കൃഷിയിടങ്ങൾ. ഫൗണ്ടേഷൻ ജോലികൾ.
കാവൽക്കാർ സംഘടിച്ചു. മുസ്ലീം സമൂഹങ്ങൾ
സേവനമനുഷ്ഠിച്ചു. ഒരു വിഭജിത കുടുംബം
ഇപ്പോഴും ഒരു മേശയിലിരുന്ന് ഭക്ഷണം
കഴിക്കുന്നു.
കഥ അക്രമത്തെ മഹത്വപ്പെടുത്തുന്നില്ല.
ഇത് രൂപീകരണത്തെ തുറന്നുകാട്ടുന്നു.
അത് പീഡനത്തെ
കാൽപ്പനികവൽക്കരിക്കുന്നില്ല.
അത് സഹിഷ്ണുത പ്രകടമാക്കുന്നു.
മതപരിവർത്തനത്തെ ഒരു രക്ഷപ്പെടലായി
അത് അവതരിപ്പിക്കുന്നില്ല.

അത് അതിനെ അനന്തരഫലങ്ങളോടുകൂടിയ
വിശ്വസ്തതയുടെ കൈമാറ്റമായി
അവതരിപ്പിക്കുന്നു.
ഇനി ചോദ്യം വായനക്കാരിലേക്ക്
തിരിച്ചുവരുന്നു:
തീവ്രവാദപരമായ അച്ചടക്കത്തിന് നാശം
സൃഷ്ടിക്കാൻ കഴിയുമെങ്കിൽ,
ക്രിസ്തുവിനോടുള്ള അച്ചടക്കമുള്ള
വിശ്വസ്തതയ്ക്ക് എന്ത് സൃഷ്ടിക്കാൻ കഴിയും
?
രണ്ടാം ഭാഗം ഒരു നിർദ്ദേശമല്ല.
അത് പ്രതികരണമാണ്.

ലിവിംഗ് എപ്പിസ്റ്റൽസ് – 40 ദിവസത്തെ ഭക്തിഗാന പരമ്പര - 3 പഠനം ആരംഭിക്കുന്നു... >>>>>>>

ഈ ഭക്തിഗാനം എങ്ങനെ ഉപയോഗിക്കാം

വ്യക്തികൾ, കുടുംബങ്ങൾ, സമൂഹങ്ങൾ എന്നിവയ്ക്കായുള്ള ഒരു രൂപീകരണ ഗൈഡ്

ഈ 40 ദിവസത്തെ യാത്ര ഉപഭോഗം ചെയ്യാൻ വേണ്ടി രൂപകൽപ്പന ചെയ്തിട്ടുള്ളതല്ല. നിങ്ങളെ രൂപപ്പെടുത്തുന്നതിനായാണ് ഇത് രൂപകൽപ്പന ചെയ്തിരിക്കുന്നത്.
ഇത് ഒരു വായനാ ഷെഡ്യൂൾ അല്ല.
ഇത് ഒരു രൂപീകരണ പാതയാണ്.
പതുക്കെ നീങ്ങുക.
സത്യസന്ധമായി നീങ്ങുക. മനഃപൂർവ്വം നീങ്ങുക.

വ്യക്തികൾക്ക്

ഈ ഭക്തിഗാനത്തിന്റെ ഉദ്ദേശ്യം ഒരു ദിവസം മുഴുവൻ ജീവിക്കുക എന്നതാണ്.
ത്വരിതപ്പെടുത്തിയിട്ടില്ല.
അടുക്കി വച്ചിട്ടില്ല. തിരക്കുകൂട്ടിയിട്ടില്ല.
നിർദ്ദേശിക്കപ്പെടുന്ന ഒരു ദൈനംദിന താളം (20–30 മിനിറ്റ്)
ഓരോ ദിവസവും ഇവ ഉൾക്കൊള്ളുന്നു:
• ഒരു ആഖ്യാന ആങ്കർ
• രണ്ട് തിരുവെഴുത്തുകൾ (പഴയ നിയമവും പുതിയ നിയമവും)• പാഠങ്ങൾ• ധ്യാന ചോദ്യങ്ങൾ• ഒരു പ്രഖ്യാപനം• ഒരു പ്രാർത്ഥന• ഒരു പ്രവർത്തന ഘട്ടം

ഈ ക്രമത്തിൽ അവയിലൂടെ നീങ്ങുക:
1. പതുക്കെ വായിക്കുക
വായിക്കാൻ ശ്രമിക്കരുത്.
ഹൈലൈറ്റുകൾക്കായി തിരയരുത്.
നിങ്ങളുടെ ജീവിതം
പരിശോധിക്കപ്പെടുന്നതുപോലെ വായിക്കുക - കാരണം അത് അങ്ങനെയാണ്.
2. തിരുവെഴുത്തുകളോടൊപ്പം ഇരിക്കുക
സാധ്യമെങ്കിൽ രണ്ട് ഭാഗങ്ങളും ഉറക്കെ വായിക്കുക.
പിരിമുറുക്കം ശ്രദ്ധിക്കുക. പ്രതിരോധം ശ്രദ്ധിക്കുക. ബോധ്യം ശ്രദ്ധിക്കുക.
വചനത്തിൽ നിന്ന് സ്വയം പ്രതിരോധിക്കരുത്.
3. പ്രകടനമില്ലാതെ പ്രതിഫലിപ്പിക്കുക

ഈ ചോദ്യങ്ങൾ ബുദ്ധിപരമായ പ്രദർശനത്തിനുള്ളതല്ല.
അവ കണ്ണാടികളാണ്.
ചുരുക്കി ഉത്തരം പറയൂ.
സത്യസന്ധമായി ഉത്തരം പറയൂ. നിങ്ങളെ ഗ്രേഡ് ചെയ്തിട്ടില്ല - നിങ്ങളെ രൂപപ്പെടുത്തുകയാണ്.

4. ഉദ്ദേശ്യത്തോടെ പ്രഖ്യാപിക്കുക

ഈ പ്രഖ്യാപനങ്ങൾ പ്രചോദനാത്മക പ്രസ്താവനകളല്ല.
അവ വിന്യാസ പ്രസ്താവനകളാണ്.
പതുക്കെ സംസാരിക്കുക.
വികാരങ്ങൾ യോജിക്കുന്നതിനു മുമ്പ് നിങ്ങളുടെ മനസ്സ് യോജിക്കട്ടെ.

5. പ്രവർത്തന ഘട്ടം പാലിക്കുക

എല്ലാ ദിവസവും അനുസരണത്തിന്റെ ഒരു ചെറിയ പ്രവൃത്തി ഉൾപ്പെടുന്നു.
നിശബ്ദമായി ചെയ്യുക.
അത് പ്രഖ്യാപിക്കരുത്.
പോസ്റ്റ് ചെയ്യരുത്. നാടകീയമാക്കരുത്.
രൂപീകരണം സംഭവിക്കുന്നത് മറഞ്ഞിരിക്കുന്ന അനുസരണത്തിലാണ്.

വ്യക്തിപരമായ ഉപയോഗത്തിനുള്ള ഭാവം

ഈ ഭക്തിഗാനത്തിന് അതിന്റെ പ്രവൃത്തി ചെയ്യാൻ:

• ഒരു ദിവസം ഒരു ദിവസം മാത്രം വായിക്കുക
• മുന്നോട്ട് കുതിക്കാനുള്ള പ്രേരണയെ ചെറുക്കുക • വൈകാരിക അനുഭവങ്ങൾ

തേടരുത് — വിന്യാസം തേടുക • അനുസരണം വ്യക്തമാക്കുന്ന കാര്യങ്ങൾ മാത്രം ഡയറിയിൽ വയ്ക്കുക • ഒരു ദിവസം നിങ്ങളെ ആഴത്തിൽ ബോധ്യപ്പെടുത്തുന്നുവെങ്കിൽ, 24–48 മണിക്കൂർ അവിടെ തന്നെ തുടരുക.
പരിവർത്തനം വേഗത കൊണ്ടല്ല അളക്കുന്നത്.

കുടുംബങ്ങൾക്ക്

വിഭജിക്കപ്പെട്ട വിശ്വാസം, തലമുറകളുടെ പിരിമുറുക്കം, അല്ലെങ്കിൽ പാരമ്പര്യമായി ലഭിച്ച വിശ്വാസ ഘടനകൾ എന്നിവയിലൂടെ സഞ്ചരിക്കുന്ന കുടുംബങ്ങളിലും ഈ യാത്ര ഉപയോഗിക്കാം.

നിർദ്ദേശിക്കപ്പെട്ട ഒരു താളം:

• ഓരോ വ്യക്തിയും ദിവസേനയുള്ള വായന വ്യക്തിഗതമായി പൂർത്തിയാക്കുന്നു

• ആഴ്ചയിൽ ഒരിക്കൽ, വ്യക്തിപരമായി നേരിട്ട കാര്യങ്ങൾ മാത്രം പങ്കിടുക • തിരുത്തലില്ല. പഠിപ്പിക്കലില്ല. സംവാദമില്ല. പ്രക്രിയയെ ബഹുമാനിക്കുക.

രൂപീകരണത്തിന് വാദത്തെ അതിജീവിക്കാൻ കഴിയില്ല.

ചെറിയ ഗ്രൂപ്പുകൾക്കും ശിഷ്യത്വ സർക്കിളുകൾക്കും

ഈ ഭക്തിഗാനത്തിന് ശക്തമായ സ്വാധീനമുണ്ട്:
• നേതൃത്വ കൂട്ടായ്മകൾ
• പ്രാർത്ഥനാ സമൂഹങ്ങൾ • മധ്യസ്ഥ ഗ്രൂപ്പുകൾ • ശിഷ്യത്വ സംഘങ്ങൾ • ആത്മീയ രൂപീകരണ സർക്കിളുകൾ

ശുപാർശ ചെയ്യുന്ന ഘടന

ദിവസേന യോഗം ചേരുന്നതിനുപകരം, ഗ്രൂപ്പുകൾ ഇവ ചെയ്യണം:
• അഞ്ച് ഭക്തി ദിനങ്ങൾ സ്വകാര്യമായി പൂർത്തിയാക്കുക
• ആഴ്ചയിൽ ഒരിക്കൽ ഒത്തുകൂടുക • വിശ്രമത്തിനോ ഒത്തുചേരലിനോ വേണ്ടി ഒരു ദിവസം വിടുക.

ഇത് അനുസരണം വ്യക്തിപരമായി പരിശീലിക്കാനും കോർപ്പറേറ്റ് രീതിയിൽ പ്രോസസ്സ് ചെയ്യാനും അനുവദിക്കുന്നു.

60–90 മിനിറ്റ് ഗ്രൂപ്പ് ഫ്ലോ

1. അഞ്ച് മിനിറ്റ് നിശബ്ദത.

അപ്ഡേറ്റുകളില്ല. പ്രഖ്യാപനങ്ങളില്ല. കാര്യങ്ങൾ ശാന്തമാകട്ടെ.

2. പങ്കിട്ട ചിന്ത (വ്യാഖ്യാനമില്ല)

ഓരോ വ്യക്തിയും ഉത്തരം നൽകുന്നത്: • ഈ ആഴ്ച എന്നെ തുറന്നുകാട്ടിയതെന്താണ്? •

ഞാൻ എവിടെയാണ് എതിർത്തത്? • ദൈവം എന്താണ് വ്യക്തമാക്കിയത്?
പഠിപ്പിക്കലില്ല.
ഒത്തുതീർപ്പില്ല. പരസ്പരം സംസാരിക്കലില്ല.
3. തിരുവെഴുത്ത് പുനർവായന
ഒരു പഴയനിയമവും ഒരു പുതിയനിയമ ഭാഗവും വീണ്ടും ഉറക്കെ വായിക്കുക.
ചോദിക്കുക:
• എന്ത് വിന്യാസമാണ് വേണ്ടത്?• ഏത് ഫലം രൂപപ്പെടാൻ തുടങ്ങുന്നു?
4. പ്രാർത്ഥന
ആശ്വാസത്തിനു വേണ്ടിയല്ല -
അനുസരണത്തിനു വേണ്ടി പ്രാർത്ഥിക്കുക.
ഒരുമിച്ച് വിന്യാസം പ്രഖ്യാപിക്കുക.

ഗ്രൂപ്പ് ഉടമ്പടികൾ (വിലപേശാൻ കഴിയില്ല)
ഇത് ഒരു രൂപീകരണ അന്തരീക്ഷമായി തുടരുന്നതിന്:
• പരസ്പരം തിരുത്തൽ പാടില്ല
• അനാവശ്യമായ പഠിപ്പിക്കൽ പാടില്ല • ക്ഷണിക്കപ്പെടാതെ ഉപദേശമില്ല • ഗ്രൂപ്പിന് പുറത്ത് പങ്കിടൽ പാടില്ല • ആത്മീയ താരതമ്യം വേണ്ട
ഇത് പുണ്യഭൂമിയാണ്.
അതിനെ സംരക്ഷിക്കൂ.

നേതാക്കൾക്കും സഹായികൾക്കും വേണ്ടി

ഈ യാത്രയിലൂടെ നിങ്ങൾ മറ്റുള്ളവരെ നയിക്കുകയാണെങ്കിൽ:
നിങ്ങളുടെ പങ്ക് ആധിപത്യം സ്ഥാപിക്കുക എന്നതല്ല.
വേഗതയും അന്തരീക്ഷവും സംരക്ഷിക്കുക എന്നതാണ് നിങ്ങളുടെ പങ്ക്.
• മാതൃകാപരമായ സത്യസന്ധത
• നിശബ്ദത അനുവദിക്കുക • അസുഖകരമായ നിമിഷങ്ങളിൽ തിരക്കുകൂട്ടരുത് • ധ്യാനത്തെ പ്രഭാഷണങ്ങളാക്കി മാറ്റുന്നത് ചെറുക്കുക
ഈ പുസ്തകം കഴിവിനെക്കാൾ സ്വഭാവത്തെ രൂപപ്പെടുത്തുന്നു.
സ്വഭാവമില്ലാതെ ശേഷി വളർന്നാൽ, തകർച്ച പിന്തുടരും.

ഈ പുസ്തകം എന്താണ് - എന്താണ് അല്ല
ഈ പുസ്തകം ഇതാണ്:
• ഒരു ഘടനാപരമായ രൂപീകരണ പാത
• ഒരു ശിഷ്യത്വ ഉപകരണം • വിശ്വസ്തതയുടെ ഒരു ഏറ്റുമുട്ടൽ • സഹിഷ്ണുതയ്ക്കുള്ള ഒരു പരിശീലന സ്ഥലം
ഈ പുസ്തകം അല്ല:
• ഒരു ദൈവശാസ്ത്ര പാഠപുസ്തകം
• ഒരു പ്രചോദനാത്മക ഭക്തിഗാനഗ്രന്ഥം•

വ്യക്തിത്വ കേന്ദ്രീകൃത പഠനം•
സാക്ഷ്യത്തിന്റെ ഒരു കാഴ്ച
ഇത് അടയാളങ്ങൾ അവശേഷിപ്പിക്കാൻ
രൂപകൽപ്പന ചെയ്തിട്ടുള്ളതാണ് - മതിപ്പുകൾ
ഉണ്ടാക്കാൻ വേണ്ടിയല്ല.

ഒരു അവസാന വാക്ക്
ഈ യാത്രയിലൂടെ നിങ്ങൾ ഒറ്റയ്ക്കായാലും
സമൂഹത്തോടൊപ്പമായാലും
ഉത്തരവാദിത്തം ഒന്നുതന്നെയാണ്:
കഥയെ അഭിനന്ദിക്കാൻ നിങ്ങളോട്
ആവശ്യപ്പെട്ടിട്ടില്ല.
നിങ്ങളുടെ വിശ്വസ്തത പരിശോധിക്കാൻ
നിങ്ങളോട് ആവശ്യപ്പെടുന്നു.
പതുക്കെ വായിക്കുക.
നിശബ്ദമായി അനുസരിക്കുക. സ്ഥിരതയോടെ
സഹിക്കുക.
ലോകം നിങ്ങളുടെ ജീവിതം വായിക്കുന്നു.
വായിക്കാൻ കഴിയുന്ന തരത്തിൽ മാറുക.

ഭാഗം II

40 ദിവസത്തെ തന്ത്രപരമായ സഖ്യ യാത്ര

തീയെ ചെറുക്കാൻ വേണ്ടി നിർമ്മിച്ചത് - കാവൽക്കാരന്റെ ഉത്തരവാദിത്തം

വാച്ച്മാൻ പ്രമേയം കാവ്യാത്മകമായ ഭാഷയല്ല.
അത് ഉത്തരവാദിത്തമാണ്.
യെഹെസ്കേൽ 33:7 അപകടം കാണുകയും സംസാരിക്കുകയും ചെയ്യേണ്ട ഒരാളെക്കുറിച്ച് പറയുന്നു.
പുരോഹിതന്മാർ വിട്ടുവീഴ്ച ചെയ്ത, പ്രവാചകന്മാർ വഴിതെറ്റിയ, നേതാക്കൾ അടിച്ചമർത്തപ്പെട്ട, ആളുകൾ വിശുദ്ധി ഉപേക്ഷിച്ച ഒരു തലമുറയായി ഈസയുടെ ശുശ്രൂഷ ഈ തലമുറയെ ചിത്രീകരിക്കുന്നു.
പരാജയം നേതാക്കളുടെ ഇടയിൽ മാത്രമായിരുന്നില്ല.
കാവൽക്കാരുടെ ഇടയിൽ നിന്നാണ് അവർ തങ്ങളുടെ സ്ഥാനം ഉപേക്ഷിച്ചത്.
രണ്ടാം ഭാഗം പ്രശംസയല്ല.
അത് സ്ഥാനനിർണ്ണയം ചെയ്യുന്നു.
നാല്പത് ദിവസം കൊണ്ട്, നിങ്ങൾ അവഗണിച്ച കാര്യങ്ങൾ നിങ്ങൾ പണിയും.
നിങ്ങൾ വികാരങ്ങളെ പിന്തുടരില്ല.
ഘടനയെ പിന്തുടരും.

നിങ്ങൾ അനുഭവങ്ങൾ പിന്തുടരില്ല.
നിങ്ങൾ സഹിഷ്ണുത വളർത്തിയെടുക്കും.
നിങ്ങൾ തീവ്രവാദം അനുകരിക്കില്ല.
അച്ചടക്കമുള്ള കൂറ് വളർത്തിയെടുക്കും.
ഇത് ഉച്ചത്തിൽ
സംസാരിക്കുന്നതിനെക്കുറിച്ചല്ല.
ഇത് സ്ഥിരത
കൈവരിക്കുന്നതിനെക്കുറിച്ചാണ്.
അടുത്ത നാല്പത് ദിവസങ്ങൾ
പ്രതീകാത്മകമല്ല.
അവ വാസ്തുവിദ്യാപരമാണ്.
തീയ്ക്കു കീഴിൽ കെട്ടിച്ചമച്ച ഒരു ജീവിതം
ഞാൻ നിങ്ങൾക്ക് കാണിച്ചുതന്നു.
തീ വരുമ്പോൾ നിലനിൽക്കുന്ന ഒന്ന്
നിർമ്മിക്കാൻ രണ്ടാം ഭാഗം നിങ്ങളെ
സഹായിക്കും.
പേജ് മറിക്കൂ.

ദിവസം 1

തീയ്ക്ക് മുമ്പുള്ള രൂപീകരണം

കഥാ അവതാരകൻ

ഈസ സ്വർഗം കാണുന്നതിന് മുമ്പ്.

അവൻ നരകം കാണുന്നതിനു മുമ്പ്.
അവൻ ആകാശത്ത് നിന്ന് തീ കാണുന്നതിനു മുമ്പ്.
വെടിയുണ്ടകളെ അതിജീവിക്കുന്നതിന് മുമ്പ്.
അവൻ രൂപപ്പെട്ടു.
വീട്ടിൽ
അദ്ദേഹത്തിന്റെ അച്ഛൻ ഒരു കെട്ടിടം പണിതു. പ്രാർത്ഥന അച്ചടക്കമുള്ളതായിരുന്നു. പതിവ് വിട്ടുവീഴ്ച ചെയ്യാൻ പറ്റാത്തതായിരുന്നു.
മതപരമായ ഗൗരവം നിർബന്ധമായും പാലിക്കപ്പെട്ടു.
അഞ്ച് വയസ്സായപ്പോഴേക്കും ഉപവാസം ആരംഭിച്ചു.
കൗമാരത്തോടെ, ആവർത്തനം ഒരു ഐഡന്റിറ്റിയായി മാറി.
പ്രതിസന്ധി വന്നപ്പോൾ അദ്ദേഹം ക്രമരഹിതമായി പ്രതികരിച്ചില്ല, മറിച്ച് രൂപീകരണത്തിൽ നിന്ന് തന്നെയായിരുന്നു പ്രതികരിച്ചത്.
അഗ്നി ശക്തി സൃഷ്ടിച്ചില്ല.
രൂപീകരണം നടത്തി.

സ്ക്രിപ്ചർ ആങ്കർമാർ

പഴയ നിയമം

"അടിസ്ഥാനങ്ങൾ മറിഞ്ഞുപോയാൽ നീതിമാൻ എന്തുചെയ്യും?"
- സങ്കീർത്തനം 11:3

തീ അടിത്തറയെ തുറന്നുകാട്ടുന്നു.

പുതിയ നിയമം

"എന്റെ ഈ വചനങ്ങളെ കേട്ടു ചെയ്യുന്നവൻ ഒക്കെയും... പാറമേൽ വീടു പണിത ജ്ഞാനിയായ മനുഷ്യനെപ്പോലെയാകും."
- മത്തായി 7:24

കൊടുങ്കാറ്റുകൾ വരുന്നതിനു മുമ്പാണ് സഹിഷ്ണുത വളർത്തിയെടുക്കുന്നത്.

പാഠം

നിങ്ങളുടെ ആഗ്രഹത്തിന്റെ തലത്തിലേക്ക് നിങ്ങൾ ഉയരുകയില്ല.
നീ നിന്റെ രൂപീകരണത്തിന്റെ തലത്തിലേക്ക് വീഴും.
ഈസയുടെ ആദ്യകാല രൂപീകരണം തീവ്രവാദ തീവ്രത വളർത്തി.
പിന്നീട്, ക്രിസ്തീയ ശിക്ഷണത്തിന് ഘടന പുനർനിർമ്മിക്കേണ്ടിവന്നു.
നിങ്ങൾക്കുള്ള പാഠം:
സമ്മർദ്ദത്തിൽ ആകസ്മിക വിശ്വാസം തകരുന്നു.
അച്ചടക്കമുള്ള വിശ്വാസം അതിനെ അതിജീവിക്കുന്നു.
അടിത്തറ പണിയാൻ പ്രതിസന്ധിക്കായി കാത്തിരിക്കാനാവില്ല.

ചിന്താ ചോദ്യങ്ങൾ

1. എന്റെ ഇപ്പോഴത്തെ ആത്മീയ അടിത്തറ എന്തിലാണ് പടുത്തുയർത്തിയിരിക്കുന്നത്?

2. പീഡനമോ സമ്മർദ്ദമോ വന്നാൽ, ഏത് ശീലങ്ങളാണ് എന്നെ പിന്തുണയ്ക്കുക?
3. എന്റെ പ്രാർത്ഥന അച്ചടക്കമുള്ളതാണോ അതോ വൈകാരികമാണോ?
4. വ്യക്തിപരമായ ഭക്തിയേക്കാൾ ഞാൻ സഭാ കൂടിവരവുകളെ ആശ്രയിക്കുന്നുണ്ടോ?
5. എന്റെ വിശ്വസ്തതയെ രൂപപ്പെടുത്തുന്ന ദൈനംദിന ഘടന എന്താണ്?

നിങ്ങളുടെ ഉത്തരങ്ങൾ എഴുതുക.

പ്രഖ്യാപനം

എഴുന്നേറ്റു നിന്ന് പ്രഖ്യാപിക്കുക:
"എന്റെ അടിത്തറ ആകസ്മികമായിരിക്കില്ല. കൊടുങ്കാറ്റിന് മുമ്പ് ഞാൻ പണിയും. എന്റെ വിശ്വസ്തത ഘടനാപരമായിരിക്കും. സമ്മർദ്ദത്തിൽ എന്റെ വിശ്വാസം തകരുകയില്ല."
അത് സാവധാനം ആവർത്തിക്കുക.

ഘടനാപരമായ പ്രാർത്ഥന (30 മിനിറ്റ്)

1. ആരാധന (10 മിനിറ്റ്)

ക്രിസ്തുവിനെ നിങ്ങളുടെ അടിസ്ഥാനമായി അംഗീകരിക്കുക.

2. പശ്ചാത്താപം (10 മിനിറ്റ്)

ആത്മീയ പൊരുത്തക്കേടും അലസതയും ഏറ്റുപറയുക.

3. വിന്യാസം (10 മിനിറ്റ്)
നിങ്ങളുടെ ദൈനംദിന ജീവിതത്തിൽ അച്ചടക്കം വളർത്തിയെടുക്കാൻ ദൈവത്തോട് അപേക്ഷിക്കുക.

പ്രവർത്തന പോയിന്റുകൾ

ഇന്ന് നിങ്ങൾ:

1. ദിവസേന ഒരു പ്രാർത്ഥന സമയം നിശ്ചയിക്കുക (കുറഞ്ഞത് 20 മിനിറ്റ്).
2. 30 ദിവസം തുടർച്ചയായി വായിക്കാൻ ഒരു സുവിശേഷം തിരഞ്ഞെടുക്കുക.
3. ശ്രദ്ധ കേന്ദ്രീകരിക്കാൻ ബുദ്ധിമുട്ടുണ്ടാക്കുന്ന ഒരു കാര്യം ഒഴിവാക്കുക.
4. ഒരു വ്യക്തിപരമായ ആത്മീയ ഷെഡ്യൂൾ എഴുതി അത് എല്ലാവർക്കും ദൃശ്യമാകുന്ന രീതിയിൽ പോസ്റ്റ് ചെയ്യുക.
5. അച്ചടക്കമുള്ള വളർച്ചയ്ക്ക് നിങ്ങൾ പ്രതിജ്ഞാബദ്ധനാണെന്ന് ആരെയെങ്കിലും അറിയിക്കുക.

ദിവസം 2

അന്തരീക്ഷത്തെ മാറ്റുന്ന ശാന്തമായ ശക്തി

കഥാ അവതാരകൻ

വീട്ടിലെ ആദ്യത്തെ മതപരിവർത്തനം വലിയ ശബ്ദമൊന്നുമായിരുന്നില്ല.
അത് തീവ്രവാദപരമായിരുന്നില്ല.
ഏറ്റുമുട്ടൽ സ്വഭാവമുള്ളതായിരുന്നില്ല. ഉടനടി മാറ്റം ആവശ്യപ്പെട്ടിരുന്നില്ല.
അതൊരു അമ്മയായിരുന്നു.
അവർ വീട് വിട്ട് പുറത്തിറങ്ങിയില്ല.
പൊതുചർച്ചകൾക്ക് തുടക്കമിട്ടില്ല.
ഉത്തരവാദിത്തത്തിൽ നിന്ന്
ഒഴിഞ്ഞുമാറിയില്ല.
അവൾ തുടർന്നു.
കർശനമായി ക്രമീകരിച്ച ഒരു ഇസ്ലാമിക വീടിനുള്ളിൽ.
ഉള്ളിൽ പിരിമുറുക്കം. ഉള്ളിൽ അപകടസാധ്യത.
അവളുടെ മതം മാറ്റം ഒരു വാദത്തോടെ ആരംഭിച്ചില്ല.
അത് സ്ഥിരതയോടെയാണ് ആരംഭിച്ചത്.
ചിലപ്പോൾ ചരിത്രം മാറുന്നത്
ബലപ്രയോഗത്തിലൂടെയല്ല,

മറിച്ച് നിശബ്ദമായ
സഹിഷ്ണുതയിലൂടെയാണ്.

സ്ക്രിപ്ചർ ആങ്കർമാർ

പഴയ നിയമം

“ജ്ഞാനംകൊണ്ടു വീട് പണിയുന്നു;
വിവേകംകൊണ്ടു അത് സ്ഥിരമായിവരുന്നു.”
—സദൃശവാക്യങ്ങൾ 24:3.
എല്ലാ അടിത്തറയും ശക്തിയിലൂടെയല്ല
സ്ഥാപിക്കപ്പെടുന്നത്.
ചിലത് സ്ഥിരതയിലൂടെയാണ്
സ്ഥാപിക്കപ്പെടുന്നത്.

പുതിയ നിയമം

“അതുപോലെ ഭാര്യമാരേ, നിങ്ങളുടെ
ഭർത്താക്കന്മാർക്കു കീഴടങ്ങിയിരിപ്പിൻ;
അങ്ങനെ ചിലർ വചനം
അനുസരിക്കാത്തപക്ഷം ഭാര്യമാരുടെ
നടപ്പിനാൽ വചനം കൂടാതെ അവരെ
ചേർന്നുവരുവാൻ ഇടയാകും.”
—1 പത്രൊസ് 3:1.
പരിവർത്തനം എപ്പോഴും ഉച്ചത്തിൽ
സംഭവിക്കണമെന്നില്ല.
അത് പലപ്പോഴും നിരീക്ഷിക്കപ്പെടുന്നു.

പാഠം

ശക്തി എപ്പോഴും സ്വയം പ്രഖ്യാപിക്കുന്നില്ല.
ചിലപ്പോൾ അത് സഹിക്കും.

അമ്മ നിർബന്ധിച്ച് മതപരിവർത്തനം
നടത്തിയില്ല.
അവർ ബോധ്യം മാതൃകയാക്കി.
അവൾ ബുദ്ധിമുട്ടിൽ നിന്ന് സ്വയം ഒഴിഞ്ഞില്ല.
അവൾ അതിനുള്ളിൽ തന്നെ തുടർന്നു.
പല വിശ്വാസികളും രക്ഷപ്പെടൽ
വിശ്വാസമാണെന്ന് വിശ്വസിക്കുന്നു.
എന്നാൽ ചിലപ്പോൾ സഹിഷ്ണുത
വിശ്വാസമാണ്.
നിങ്ങളുടെ വീട്.
നിങ്ങളുടെ ജോലിസ്ഥലം. നിങ്ങളുടെ
പരിസ്ഥിതി.
നിങ്ങളുടെ ചുറ്റുമുള്ള ഘടന നിങ്ങൾക്ക്
നിയന്ത്രിക്കാൻ കഴിഞ്ഞേക്കില്ല.
പക്ഷേ അതിനുള്ളിലെ നിങ്ങളുടെ സ്ഥിരത
നിങ്ങൾ നിയന്ത്രിക്കുന്നു.

ചിന്താ ചോദ്യങ്ങൾ

1. ശത്രുതയോ ആത്മീയമായി വരണ്ടതോ ആയ എന്നെ ദൈവം എവിടെയാണ് നിർത്തിയിരിക്കുന്നത്?
2. സഹിക്കുന്നതിനു പകരം ഞാൻ രക്ഷപ്പെടാൻ ശ്രമിച്ചിട്ടുണ്ടോ?
3. എന്റെ പെരുമാറ്റം പരിവർത്തനത്തെ പ്രതിഫലിപ്പിക്കുന്നുണ്ടോ?
4. ഞാൻ പ്രസംഗിക്കാതെ എന്നോടൊപ്പം താമസിക്കുന്ന ഒരാൾക്ക് ക്രിസ്തുവിനെ കാണാൻ കഴിയുമോ?

5. കാണാത്തപ്പോൾ ഞാൻ സ്ഥിരത പുലർത്തുന്നുണ്ടോ?

നിങ്ങളുടെ ഉത്തരങ്ങൾ സാവധാനം എഴുതുക.

പ്രഖ്യാപനം

ഉറക്കെ പറയുക:

"ഞാൻ എന്റെ പോസ്റ്റ് ഉപേക്ഷിക്കില്ല.
എന്റെ സ്ഥിരത സംസാരിക്കും. എന്റെ
പെരുമാറ്റം ക്രിസ്തുവിനെ പ്രതിഫലിപ്പിക്കും.
ഞാൻ വിട്ടുവീഴ്ചയില്ലാതെ സഹിക്കും."

മനഃപൂർവ്വം ആവർത്തിക്കുക.

ഘടനാപരമായ പ്രാർത്ഥന (30 മിനിറ്റ്)

1. ആരാധന (10 മിനിറ്റ്)

ദൈവം നിങ്ങളെ ആക്കിവെച്ചിരിക്കുന്ന പരിതസ്ഥിതികൾക്ക് ദൈവത്തിന് നന്ദി പറയുക.

2. കീഴടങ്ങുക (10 മിനിറ്റ്)

പ്രയാസകരമായ ചുറ്റുപാടുകളെക്കുറിച്ചുള്ള നിങ്ങളുടെ നിരാശയിൽ നിന്ന് മോചനം നേടുക.

3. ശക്തി (10 മിനിറ്റ്)

ശാന്തമായ സഹിഷ്ണുതയും സ്ഥിരമായ ബോധ്യവും ആവശ്യപ്പെടുക.

പ്രവർത്തന പോയിന്റുകൾ

ഇന്ന് നിങ്ങൾ:

1. വാദപ്രതിവാദത്തിലൂടെയല്ല, പെരുമാറ്റത്തിലൂടെ ക്രിസ്തുവിനെ

മാതൃകയാക്കാൻ കഴിയുന്ന ഒരു ബന്ധം തിരഞ്ഞെടുക്കുക.

2. ഒരു പ്രതികരണ ശീലം (പരാതിപ്പെടൽ, പരുഷമായ സംസാരം, ഒഴിവാക്കൽ) നീക്കം ചെയ്യുക.
3. സ്ഥിരതയെക്കുറിച്ചുള്ള പ്രതിബദ്ധത ഒരു വാചകം എഴുതി ദൃശ്യമാകുന്ന എവിടെയെങ്കിലും പോസ്റ്റ് ചെയ്യുക.
4. നിങ്ങളുടെ ചുറ്റുപാടിൽ നിങ്ങളോട് വിയോജിക്കുന്ന ഒരാൾക്കുവേണ്ടി പ്രത്യേകം പ്രാർത്ഥിക്കുക.
5. അടുത്ത 7 ദിവസം പിന്മാറാതെ നിങ്ങൾ എവിടെയാണോ അവിടെ വിശ്വസ്തത പുലർത്താൻ പ്രതിജ്ഞാബദ്ധരായിരിക്കുക.

ദിവസം 3

വാളിനെ അതിജീവിക്കുന്ന ബോധ്യം

കഥാ അവതാരകൻ

ബോധ്യം നിശബ്ദമായ സഹിഷ്ണുതയിൽ
നിന്ന് ദൃശ്യമായ പ്രഖ്യാപനത്തിലേക്ക്
മാറിയപ്പോൾ, പ്രതികരണം ശക്തമായി.
ഒരു മകൻ വ്യത്യസ്തമായ ഒരു
തീരുമാനമെടുത്തു.
ആ തീരുമാനം സൈദ്ധാന്തികമായിരുന്നില്ല.
അത് പരസ്യമായിരുന്നു.
പ്രതികരണം സൗമ്യമായിരുന്നില്ല.
ഒരു വാൾ ഉയർത്തി.
വിശ്വസ്തതയുടെ വില ഉടനടി വന്നു.
സ്വകാര്യമായിരിക്കുമ്പോൾ തന്നെ കുറ്റം
സമ്മതിക്കുന്നു.
അത് ദൃശ്യമാകുമ്പോൾ അതിനെ ചെറുക്കുന്നു.
നിശബ്ദത പാലിക്കുന്ന വിശ്വാസം പലപ്പോഴും
ഏറ്റുമുട്ടൽ ഒഴിവാക്കുന്നു.
അറിയപ്പെടുന്ന വിശ്വാസം പ്രതിരോധത്തെ
ആകർഷിക്കുന്നു.
വിശ്വസ്തത എപ്പോഴും അനന്തരഫലങ്ങൾ
വഹിക്കുന്നു.

സ്ക്രിപ്ചർ ആങ്കർമാർ

പഴയ നിയമം

"ആരെ സേവിക്കുമെന്ന് ഇന്നുതന്നെ
തിരഞ്ഞെടുക്കുക... ഞാനും എന്റെ
കുടുംബവുമാണെങ്കിൽ, ഞങ്ങൾ യഹോവയെ
സേവിക്കും."
—യോശുവ 24:15.

പൊതുജന വിശ്വാസം തീരുമാനം
ആവശ്യപ്പെടുന്നു.

പുതിയ നിയമം

"തീർച്ചയായും, ക്രിസ്തുയേശുവിൽ
ഭക്തിയോടെ ജീവിക്കാൻ ആഗ്രഹിക്കുന്ന
എല്ലാവരും ഉപദ്രവിക്കപ്പെടും."
- 2 തിമോത്തി 3:12

ശിക്ഷണം നിഷ്പക്ഷമല്ല.
അത് പ്രതികരണത്തിന് കാരണമാകുന്നു.

പാഠം

എല്ലാ വിശ്വാസികളും ഒടുവിൽ ഈ
ചോദ്യത്തെ അഭിമുഖീകരിക്കുന്നു:
എന്റെ കൂറ് ആന്തരികമായി തുടരുമോ,
അതോ അത് ദൃശ്യമാകുമോ?
ബോധ്യം ചിന്തയിൽ നിന്ന്
പ്രഖ്യാപനത്തിലേക്ക് നീങ്ങുന്ന നിമിഷം,
സമ്മർദ്ദം വർദ്ധിക്കുന്നു.
ഇത് എല്ലായ്പ്പോഴും ശാരീരികമായ അക്രമം
എന്നല്ല അർത്ഥമാക്കുന്നത്.
ഇതിനർത്ഥം:

- സാമൂഹിക പ്രതിരോധം

- കുടുംബ സമ്മർദ്ദം
- കരിയർ പരിമിതി
- നിരസിക്കൽ
- തെറ്റിദ്ധാരണ

വാൾ ലോഹമായിരിക്കില്ല.
പക്ഷേ അത് യാഥാർത്ഥ്യമാകും.
ചെറുത്തുനിൽപ്പിനെ അതിജീവിക്കാൻ കഴിയില്ലെന്ന ബോധ്യം ഇതുവരെ വേരൂന്നിയിട്ടില്ല.

ചിന്താ ചോദ്യങ്ങൾ

1. അസ്വസ്ഥത ഒഴിവാക്കാൻ ഞാൻ എന്റെ വിശ്വാസത്തെ എവിടെയാണ് നിശബ്ദമാക്കിയത്?
2. എന്റെ കൂറ് സംബന്ധിച്ച് ഞാൻ പൂർണ്ണമായും സുതാര്യത പുലർത്തിയാൽ എന്ത് ബന്ധങ്ങളാണ് മാറുക?
3. തെറ്റിദ്ധാരണകൾക്ക് ഞാൻ തയ്യാറാണോ?
4. എന്റെ ബോധ്യം ഭാഗികമായി മറച്ചുവെക്കുന്ന ഭയം എന്താണ്?
5. മർദ്ദം വർദ്ധിച്ചാൽ ഞാൻ സ്ഥിരത പുലർത്തുമോ?

ആത്മീയ അതിശയോക്തി കൂടാതെ ഉത്തരം നൽകുക.

പ്രഖ്യാപനം

എഴുന്നേറ്റു നിന്ന് പ്രഖ്യാപിക്കുക:

"എന്റെ വിശ്വസ്തത വ്യവസ്ഥാപിതമല്ല. എന്റെ ബോധ്യത്തിൽ ഞാൻ വെള്ളം ചേർക്കില്ല. സമ്മർദ്ദത്തിൻ കീഴിൽ ഞാൻ സ്ഥിരത പുലർത്തും. ഞാൻ ക്രിസ്തുവിനെ പരസ്യമായും വിട്ടുവീഴ്ചയില്ലാതെയും തിരഞ്ഞെടുക്കുന്നു."
പതുക്കെ പറയൂ.

ഘടനാപരമായ പ്രാർത്ഥന (30 മിനിറ്റ്)

1. ആരാധന (10 മിനിറ്റ്)
നിങ്ങളുടെ പ്രശസ്തിക്ക് മുകളിൽ ക്രിസ്തുവിനെ കർത്താവായി അംഗീകരിക്കുക.

2. ധൈര്യം (10 മിനിറ്റ്)
ശത്രുതയില്ലാതെയും ഭയമില്ലാതെയും നിൽക്കാൻ ശക്തി ആവശ്യപ്പെടുക.

3. സംരക്ഷണം (10 മിനിറ്റ്)
ദൃശ്യമായ വിശ്വസ്തതയെക്കാൾ ജ്ഞാനത്തിനും ദൈവിക ആവരണത്തിനും വേണ്ടി പ്രാർത്ഥിക്കുക.

പ്രവർത്തന പോയിന്റുകൾ
ഇന്ന് നിങ്ങൾ:

1. ചെറുതെങ്കിലും മനഃപൂർവ്വമായ ഒരു വിധത്തിൽ ക്രിസ്തുവുമായി പരസ്യമായി താദാത്മ്യം പ്രാപിക്കുക.
2. സത്യസന്ധതയെ ദുർബലപ്പെടുത്തുന്ന ഒരു വിട്ടുവീഴ്ചയും നിരസിക്കുക.

3. നിങ്ങൾ ഒഴിവാക്കിയ ഒരു സത്യസന്ധമായ സംഭാഷണം നടത്തുക.
4. ജോഷ്വ 24 ഉറക്കെ വായിക്കുക.
5. ആശ്വാസത്തിനു വേണ്ടിയല്ല, ധൈര്യത്തിനു വേണ്ടി പ്രത്യേകം പ്രാർത്ഥിക്കുക.

ദിവസം 4

ദൈവം ബ്ലേഡ് തടസ്സപ്പെടുത്തുമ്പോൾ

കഥാ അവതാരകൻ

വാൾ യഥാർത്ഥമായിരുന്നു.
ഉദ്ദേശ്യം അന്തിമമായിരുന്നു.
ആ പണിമുടക്ക് പ്രതീകാത്മകമായിരുന്നില്ല.
എന്നിട്ടും ബ്ലേഡ് നിലംപതിച്ചില്ല.
ഒരു ജീവിതം അവസാനിപ്പിക്കേണ്ടിയിരുന്നത് വിജയിച്ചില്ല.
ജീവിതത്തിൽ ഇടപെടൽ നിഷേധിക്കാനാവാത്ത നിമിഷങ്ങളുണ്ട്.
സാഹചര്യങ്ങൾ മനുഷ്യന്റെ വിശദീകരണത്തിനപ്പുറത്തേക്ക് നീങ്ങുന്നിടത്ത്.
അതിജീവനം തന്ത്രമല്ലാത്തിടത്ത്.
അത് തടസ്സമാണ്.
കീഴടങ്ങുന്നതിന് മുമ്പ്.
ശുശ്രൂഷയ്ക്ക് മുമ്പ്. പൊതുജന സ്വാധീനത്തിന് മുമ്പ്.
സംരക്ഷണം ഉണ്ടായിരുന്നു.
ചിലപ്പോൾ നിങ്ങൾക്ക് പൂർണ്ണമായി മനസ്സിലാകുന്നതിനു മുമ്പുതന്നെ ദൈവം നിങ്ങളെ സംരക്ഷിക്കും.

സ്ക്രിപ്ചർ ആങ്കർമാർ

പഴയ നിയമം

"നിനക്കു വിരോധമായി ഉണ്ടാക്കുന്ന
യാതൊരു ആയുധവും ഫലിക്കയില്ല."
—യെശയ്യാവു 54:17.

ആയുധങ്ങൾ രൂപം കൊള്ളാം.
അവ എല്ലായ്പ്പോഴും ഉദ്ദേശ്യം
നിറവേറ്റണമെന്നില്ല.

പുതിയ നിയമം

"കർത്താവു എന്നെ സകല ദുഷ്ട
ആക്രമണത്തിൽനിന്നും വിടുവിച്ചു തന്റെ
സ്വർഗ്ഗരാജ്യത്തിലേക്കു സുരക്ഷിതമായി
കൊണ്ടുവരും."
—2 തിമൊഥെയൊസ് 4:18.

റെസ്ക്യൂ ആക്രമണം നീക്കം ചെയ്യുന്നില്ല.
അത് അതിനെ മറികടക്കുന്നു.

പാഠം

ഇടപെടൽ ഒരു അവകാശമല്ല.
അത് കാരുണ്യമാണ്.
സംരക്ഷണം പൂർണതയുടെ തെളിവല്ല.
അത് ഉദ്ദേശ്യശുദ്ധിയുടെ തെളിവാണ്.
ചിലർ അതിജീവനത്തെ ഭാഗ്യമായി
വ്യാഖ്യാനിക്കുന്നു.
മറ്റുചിലർ അതിനെ സമയമായി
വ്യാഖ്യാനിക്കുന്നു.

എന്നാൽ നിങ്ങളെ നശിപ്പിക്കാൻ ഉദ്ദേശിച്ച
എന്തെങ്കിലും പരാജയപ്പെടുമ്പോൾ,
അതിന് ആത്മപരിശോധന ആവശ്യമാണ്.
സ്വയം ചോദിക്കുക:
ഞാൻ ഇപ്പോഴും ഇവിടെ എന്തിനാണ്?
നീ അതിജീവിച്ചു:

- അപകടങ്ങൾ.
- അസുഖം.
- സാമ്പത്തിക തകർച്ച.
- വൈകാരിക തകർച്ച.
- വ്യത്യസ്തമായി
  അവസാനിക്കേണ്ടിയിരുന്ന
  സാഹചര്യങ്ങൾ.

സംരക്ഷണം നിഷ്ക്രിയമല്ല.
അത് ഉത്തരവാദിത്തം വഹിക്കുന്നു.
നിങ്ങൾ സംരക്ഷിക്കപ്പെട്ടിട്ടുണ്ടെങ്കിൽ,
നിങ്ങൾ എന്തിനോ വേണ്ടി സംരക്ഷിക്കപ്പെട്ടു.

ചിന്താ ചോദ്യങ്ങൾ

1. എന്റെ ജീവിതത്തിൽ എവിടെയാണ്
   ഞാൻ സംരക്ഷണം വ്യക്തമായി കണ്ടത് ?
2. ഞാൻ അതിജീവനത്തെ
   നിസ്സാരമായിട്ടാണോ പരിഗണിച്ചത്?
3. ദൈവം എന്നെ എന്തിനാണ്
   ഒഴിവാക്കിയതെന്ന് ഞാൻ
   ചോദിച്ചിട്ടുണ്ടോ?
4. എന്റെ ജീവിതത്തിന് ഒരു
   ലക്ഷ്യമുണ്ടെന്ന് ഞാൻ കരുതുന്നുണ്ടോ?
5. മുമ്പ് എന്നെ നശിപ്പിച്ചത് എന്താണ്?

പ്രത്യേക നിമിഷങ്ങൾ എഴുതുക.

പ്രഖ്യാപനം
ഉറക്കെ പറയുക:
"ഞാൻ ഒരു ഉദ്ദേശ്യത്തോടെയാണ് സംരക്ഷിക്കപ്പെട്ടിരിക്കുന്നത്.
എന്റെ അതിജീവനം യാദൃശ്ചികമല്ല.
ഞാൻ ദൈവിക കാരുണ്യം പാഴാക്കില്ല.
ഞാൻ മനഃപൂർവ്വം ജീവിക്കും."
അത് സാവധാനം ആവർത്തിക്കുക.

ഘടനാപരമായ പ്രാർത്ഥന (30–35 മിനിറ്റ്)
1. കൃതജ്ഞത (10 മിനിറ്റ്)
സംരക്ഷണത്തിന്റെ പ്രത്യേക നിമിഷങ്ങൾക്ക് ദൈവത്തിന് നന്ദി പറയുക.
2. കീഴടങ്ങുക (10 മിനിറ്റ്)
നിങ്ങളുടെ ഭാവി മനഃപൂർവ്വം അവനു സമർപ്പിക്കുക.
3. അലൈൻമെന്റ് (10–15 മിനിറ്റ്)
നിങ്ങളുടെ അസൈൻമെന്റിനെക്കുറിച്ച് വ്യക്തത ആവശ്യപ്പെടുക.

പ്രവർത്തന പോയിന്റുകൾ
ഇന്ന് നിങ്ങൾ:
1. നിങ്ങൾ സംരക്ഷിക്കപ്പെട്ട മൂന്ന് പ്രത്യേക നിമിഷങ്ങൾ എഴുതുക.
2. ആ സാക്ഷ്യങ്ങളിൽ ഒന്ന് മറ്റൊരാളുമായി പങ്കിടുക.

3. അതിജീവനത്തിന്റെ ദാനത്തെ അപമാനിക്കുന്ന ഒരു ശീലം നീക്കം ചെയ്യുക.
4. 23-ാം സങ്കീർത്തനം ഉച്ചത്തിൽ ചൊല്ലുക.
5. നിങ്ങളുടെ ജീവിതത്തിലെ ഒരു മേഖല പൂർണ്ണമായും ദൈവത്തിന്റെ ഉദ്ദേശ്യത്തിനായി സമർപ്പിക്കുക.

ദിവസം 5

സത്യം നിങ്ങളെ അസ്വസ്ഥമാക്കുമ്പോൾ

കഥാ അവതാരകൻ

അവൻ കണ്ടു.
അവന് നരകം കാണിച്ചു.
അയാൾ മുഖങ്ങൾ തിരിച്ചറിഞ്ഞു.
ബഹുമാന്യരായ മത അധ്യാപകരെ
പീഡനത്തിൽ കഴിയുന്നത് അദ്ദേഹം കണ്ടു.
അവൻ സ്വർഗ്ഗം കണ്ടു.
അവൻ ക്രമവും സമാധാനവും കണ്ടു.
അവൻ തിരിച്ചുവന്നു.
അവൻ കീഴടങ്ങിയില്ല.
സത്യം എല്ലായ്പ്പോഴും ഉടനടി അനുസരണം
ഉളവാക്കുന്നില്ല.
ചിലപ്പോൾ അത് അസ്വസ്ഥത ഉണ്ടാക്കുന്നു.
അസ്വസ്ഥത എന്നാൽ മതപരിവർത്തനമല്ല.
അത് എക്സ്പോഷർ ആണ്.
നിങ്ങൾക്ക് കാണാനും ഇപ്പോഴും
ചെറുക്കാനും കഴിയും.
നിങ്ങൾക്ക് അറിയാമെങ്കിലും
വൈകിപ്പിക്കാൻ കഴിയും.
നിങ്ങൾക്ക് നേരിടാനും ഇപ്പോഴും
കഠിനനാകാനും കഴിയും.

സത്യം വാതിൽക്കൽ നിൽക്കുന്ന ഒരു സീസണുണ്ട്,
അത് തുറക്കണോ വേണ്ടയോ എന്ന് നിങ്ങൾ തീരുമാനിക്കും.

സ്ക്രിപ് ചർ ആങ്കർമാർ

പഴയ നിയമം

"ഫറവോൻ തന്റെ ഹൃദയത്തെ കഠിനമാക്കി ശ്രദ്ധിച്ചില്ല."
- പുറപ്പാട് 8:15

അടയാളങ്ങൾ കാണുന്നത് കീഴടങ്ങൽ ഉറപ്പുനൽകുന്നില്ല.

പുതിയ നിയമം

"ഇന്നു നിങ്ങൾ അവന്റെ ശബ്ദം കേൾക്കുന്നുവെങ്കിൽ, നിങ്ങളുടെ ഹൃദയം കഠിനമാക്കരുത്."
- എബ്രായർ 3:15

കാലതാമസം ഒരു പ്രതിരോധമായി മാറിയേക്കാം.

പാഠം

പല വിശ്വാസികളും കരുതുന്നത് അജ്ഞതയാണ് തങ്ങളുടെ പ്രശ്നം എന്നാണ്.
പലപ്പോഴും അങ്ങനെയല്ല.
പലപ്പോഴും പ്രശ്നം കാലതാമസമാണ്.
നിങ്ങൾക്ക് ഇതിനകം തന്നെ അറിയാം:

- വിട്ടുവീഴ്ച നിലനിൽക്കുന്നിടത്ത്.
- അച്ചടക്കം ഇല്ലാത്തിടത്ത്.
- വിശ്വസ്തത വിഭജിക്കപ്പെടുന്നിടത്ത്.

- പശ്ചാത്താപം ആവശ്യമുള്ളിടത്ത്.

സത്യം നിങ്ങളെ ഇതിനുമുമ്പും അസ്വസ്ഥരാക്കിയിട്ടുണ്ട്.
ചോദ്യം ഇതാണ്:
നീ അഭിനയിച്ചോ?
ശല്യപ്പെടുത്തൽ കാരുണ്യമാണ്.
പക്ഷേ കരുണയ്ക്ക് മറുപടി നൽകണം.

ചിന്താ ചോദ്യങ്ങൾ

1. ദൈവം എനിക്ക് കാണിച്ചുതന്നതും എന്നാൽ ഞാൻ പ്രവർത്തിക്കാൻ വൈകിയതുമായ ഏത് സത്യമാണ്?
2. തിരുത്തലിനെ ഞാൻ ഇപ്പോൾ എവിടെയാണ് എതിർക്കുന്നത്?
3. മാറ്റേണ്ടതാണെന്ന് എനിക്കറിയാമെങ്കിലും മാറ്റാത്ത ഏത് ശീലമാണ് എനിക്കുള്ളത്?
4. ബോധ്യത്തോട് ഞാൻ വേഗത്തിൽ പ്രതികരിക്കാറുണ്ടോ?
5. ഞാൻ ആത്മീയമായി മരവിച്ചുപോകുകയാണോ?

സത്യസന്ധമായി ഉത്തരം പറയൂ.

പ്രഖ്യാപനം

ഉറക്കെ പറയുക:
"ഞാൻ സത്യത്തെ എതിർക്കില്ല. അനുസരണം വൈകിപ്പിക്കില്ല. ബോധ്യം വരുമ്പോൾ ഞാൻ പ്രതികരിക്കും. എന്റെ ഹൃദയം മൃദുവായി തുടരും."

അത് സാവധാനം ആവർത്തിക്കുക.

ഘടനാപരമായ പ്രാർത്ഥന (30–40 മിനിറ്റ്)
1. കുമ്പസാരം (10 മിനിറ്റ്)
നിങ്ങൾ ബോധ്യപ്പെടലിനെ എതിർത്ത
പ്രത്യേക മേഖലകൾ പറയുക.
2. മയപ്പെടുത്തൽ (10 മിനിറ്റ്)
ഹൃദയകാഠിന്യം മാറ്റാൻ ദൈവത്തോട്
അപേക്ഷിക്കുക.
3. അനുസരണം (10–15 മിനിറ്റ്)
നേരിടുമ്പോൾ ഉടനടി പ്രവർത്തിക്കാനുള്ള
ധൈര്യത്തിനായി പ്രാർത്ഥിക്കുക.
അവസാനിക്കുന്നത്:
"ഇന്ന് ഞാൻ കാലതാമസത്തിനു പകരം
അനുസരണ തിരഞ്ഞെടുക്കുന്നു."

പ്രവർത്തന പോയിന്റുകൾ
ഇന്ന് നിങ്ങൾ:

1. ആത്മീയമായി മാറ്റിവച്ച ഒരു പ്രവൃത്തി ചെയ്യുക.
2. പശ്ചാത്താപം വൈകിയിടത്ത് ക്ഷമ ചോദിക്കുക.
3. ആവർത്തിച്ചുള്ള ഒരു വിട്ടുവീഴ്ച നീക്കം ചെയ്യുക.
4. പ്രതികരണത്തിന്റെ അടയാളമായി ഒരു നേരത്തെ ഭക്ഷണം.
5. ഉടനടി അനുസരണത്തിന്റെ ഒരു മേഖല എഴുതി ഇന്ന് തന്നെ അത് പൂർത്തിയാക്കുക.

ദിവസം 6

വിശ്വസ്തത കൈമാറ്റം ചെയ്യുന്ന ദിവസം

കഥാ അവതാരകൻ

അസ്വസ്ഥതയ്ക്ക് ശേഷം.
പ്രതിരോധത്തിന് ശേഷം.
ഏറ്റുമുട്ടലിന് ശേഷം.
തീപിടുത്തത്തിന് ശേഷം.
അതിജീവനത്തിന് ശേഷം.
ബാഹ്യമായി അവനെ കുലുക്കാത്ത ഒരു നിമിഷം വന്നു.
അത് അവനെ ആന്തരികമായി തകർത്തു.
അദ്ദേഹം അതിനെ ഒരു ട്രാൻസ് എന്നാണ് വിശേഷിപ്പിച്ചത്.
അവൻ യേശുവിനെ കണ്ടു.
അവൻ വീണ്ടും നരകം കണ്ടു.
അവൻ വീണ്ടും സ്വർഗ്ഗം കണ്ടു.
എന്നാൽ ഇത്തവണ വ്യത്യസ്തമായ എന്തോ സംഭവിച്ചു.
അവൻ മാറ്റമില്ലാതെ തിരിച്ചെത്തിയില്ല.
അവൻ കീഴടങ്ങി.
1982-ൽ, വിശ്വസ്തത കൈമാറ്റം ചെയ്യപ്പെട്ടു.
അവൻ യേശുവിനെ തന്റെ വിശ്വാസവ്യവസ്ഥയിൽ ചേർത്തില്ല.

അദ്ദേഹം വ്യക്തിത്വം ചർച്ച ചെയ്തില്ല.
അദ്ദേഹം ഇസ്ലാമിൽ മാറ്റം വരുത്തിയിട്ടില്ല.
അദ്ദേഹം വിശ്വസ്തത കൈമാറി.
അതാണ് യഥാർത്ഥത്തിൽ പരിവർത്തനം:
കൈമാറ്റം.

സ്ക്രിപ്ചർ ആങ്കർമാർ
പഴയ നിയമം
"നിങ്ങൾ എത്രത്തോളം രണ്ട്
അഭിപ്രായങ്ങൾക്കിടയിൽ ചാഞ്ചാടും?
യഹോവ ദൈവമാണെങ്കിൽ അവനെ
അനുഗമിക്കുക; ബാൽ എങ്കിലോ അവനെ
അനുഗമിക്കുക."
- 1 രാജാക്കന്മാർ 18:21
വിശ്വസ്തതയെ അനന്തമായി വിഭജിക്കാൻ
കഴിയില്ല.

പുതിയ നിയമം
“എന്തെന്നാൽ, അവൻ നമ്മെ
അന്ധകാരത്തിന്റെ ആധിപത്യത്തിൽ നിന്ന്
വിടുവിച്ച്, താൻ സ്നേഹിക്കുന്ന പുത്രന്റെ
രാജ്യത്തിലേക്ക് നമ്മെ
കൊണ്ടുവന്നിരിക്കുന്നു.”
- കൊലോസ്യർ 1:13
രക്ഷ എന്നാൽ സ്ഥലംമാറ്റം.
അത് ആധിപത്യ കൈമാറ്റമാണ്.

പാഠം
പല വിശ്വാസികളും യേശുവിനെ
ആരാധിക്കുന്നു.

കുറച്ച് ട്രാൻസ്ഫർ അലീജിയൻസ്.
അഡ്മിറേഷൻ പറയുന്നു:
"ഞാൻ അംഗീകരിക്കുന്നു."
ട്രാൻസ്ഫർ പറയുന്നു:
"ഞാൻ ഉൾപ്പെടുന്നു."
കൈമാറ്റം എന്നാൽ:

- ക്രിസ്തു ഭയത്തെ മറികടക്കുന്നു.
- ക്രിസ്തു ഗോത്രത്തെ മറികടക്കുന്നു.
- ക്രിസ്തു ഭൂതകാല സ്വത്വത്തെ മറികടക്കുന്നു.
- ക്രിസ്തു പ്രത്യയശാസ്ത്രത്തെ മറികടക്കുന്നു.
- ക്രിസ്തു അതിജീവനത്തെ മറികടക്കുന്നു.

സഖ്യം കൈമാറ്റം ചെയ്യപ്പെടുന്നതുവരെ,
രൂപീകരണം വിഭജിക്കപ്പെട്ടിരിക്കും.
നിങ്ങൾക്ക് രണ്ട് യജമാനന്മാരെ സേവിക്കാൻ കഴിയില്ല.
നിങ്ങൾക്ക് രണ്ട് രാജ്യങ്ങളിൽ തുടരാൻ കഴിയില്ല.
തീരുമാനം അന്തിമമാകുന്ന ഒരു ദിവസമുണ്ട്.

ചിന്താ ചോദ്യങ്ങൾ

1. ഞാൻ യഥാർത്ഥത്തിൽ വിശ്വസ്തത കൈമാറ്റം ചെയ്തിട്ടുണ്ടോ, അതോ ഞാൻ ആത്മീയമായി വിഭജിക്കപ്പെട്ടിട്ടുണ്ടോ?
2. എന്ത് മത്സര വിശ്വസ്തതയാണ് ഇപ്പോഴും എന്നെ നിയന്ത്രിക്കുന്നത്?

3. പൂർണ്ണമായും അകത്തു കടന്നാൽ എന്തെങ്കിലും നഷ്ടപ്പെടുമെന്ന് ഞാൻ ഭയപ്പെടുന്നുണ്ടോ?
4. പൂർണ്ണ കീഴടങ്ങലിന് എനിക്ക് എന്ത് വിലവരും?
5. ഇന്ന് എന്റെ ട്രാൻസ്ഫർ ദിവസമാണെങ്കിൽ, ഉടനടി എന്ത് മാറും?

ആത്മീയ പ്രകടനമില്ലാതെ എഴുതുക.

പ്രഖ്യാപനം
ശാരീരികമായി നിൽക്കുക.
ഉറക്കെ പറയുക:
"ഞാൻ എന്റെ വിശ്വസ്തത പൂർണ്ണമായും യേശുക്രിസ്തുവിലേക്ക് മാറ്റുന്നു.
എന്റെ വ്യക്തിത്വത്തിന്റെയും, എന്റെ ഭൂതകാലത്തിന്റെയും, എന്റെ ഭാവിയുടെയും കർത്താവാണ് അവൻ.
ഭിന്നിച്ച വിശ്വസ്തത ഞാൻ ഉപേക്ഷിക്കുന്നു.
ഞാൻ ക്രിസ്തുവിന്റേതാണ്."
അത് സാവധാനത്തിലും ബോധപൂർവ്വമായും ആവർത്തിക്കുക.

ഘടനാപരമായ പ്രാർത്ഥന (40 മിനിറ്റ്)
1. ആരാധന (10 മിനിറ്റ്)
നിങ്ങളുടെ ജീവിതത്തിന്റെ എല്ലാ മേഖലകളിലും ക്രിസ്തുവിന്റെ കർത്തൃത്വം പ്രഖ്യാപിക്കുക.

2. പരിത്യാഗം (10 മിനിറ്റ്)
മത്സരപരമായ വിശ്വസ്തതകളെ
വാമൊഴിയായി ഉപേക്ഷിക്കുക.
3. കീഴടങ്ങുക (10 മിനിറ്റ്)
നിങ്ങളുടെ ഐഡന്റിറ്റി, പ്രശസ്തി, ഭാവി
എന്നിവ വാഗ്ദാനം ചെയ്യുക.
4. ഉടമ്പടി (10 മിനിറ്റ്)
നിങ്ങളുടെ കൂറ് വാക്കാലുള്ള
പ്രതിബദ്ധതയിൽ ഉറപ്പിക്കുക.
അവസാനിക്കുന്നത്:
"എന്റെ കൂറ് ഉറപ്പിച്ചു."

പ്രവർത്തന പോയിന്റുകൾ
ഇന്ന് നിങ്ങൾ:

1. ഒരു പേജുള്ള ഒരു വിശ്വസ്ത ഉടമ്പടി എഴുതി ഒപ്പിടുക.
2. വിഭജിക്കപ്പെട്ട വിശ്വസ്തതയുമായി ബന്ധപ്പെട്ട ഒരു വസ്തുവിനെയോ ശീലത്തെയോ നശിപ്പിക്കുക അല്ലെങ്കിൽ നീക്കം ചെയ്യുക.
3. ക്രിസ്തുവിന്റെ ഒരു അനുയായിയാണെന്ന് വ്യക്തമായ ഒരു വിധത്തിൽ പരസ്യമായി തിരിച്ചറിയുക.
4. ഒരു നേരത്തെ ഭക്ഷണം കഴിക്കുന്നത് ശാരീരികമായ സമർപ്പണത്തിന്റെ ഭാഗമാണ്.
5. കൊലോസ്യർ 1:13 മനഃപാഠമാക്കുക.

ദിവസം 7

കൂറ് എതിർപ്പിനെ ആകർഷിക്കുമ്പോൾ

കഥാ അവതാരകൻ

കീഴടങ്ങൽ ആശ്വാസം നൽകിയില്ല.
അത് ഏറ്റുമുട്ടലിന് കാരണമായി.
കൂറ് കൈമാറ്റം ചെയ്യപ്പെട്ടതിനുശേഷം,
ചെറുത്തുനിൽപ്പ് ശക്തമായി.
അവൻ ഒരു ലക്ഷ്യമായി മാറി.
ഒരിക്കൽ അദ്ദേഹം പ്രതിരോധിച്ച അതേ
വ്യവസ്ഥിതി ഇപ്പോൾ അദ്ദേഹത്തെ
ഇല്ലാതാക്കാൻ വിധിച്ചു.
വെടിയുണ്ടകൾ പൊട്ടിച്ചു.
വിഷം കൊടുത്തു.
കുറ്റസമ്മതത്തെ തുടർന്നാണ് പിന്തുടരൽ.
മതപരിവർത്തനം സംഘർഷത്തിൽ നിന്നുള്ള
രക്ഷപ്പെടലല്ല.
അത് വ്യത്യസ്തമായ ഒന്നിലേക്കുള്ള
പ്രവേശനമാണ്.
വിശ്വസ്തത നിങ്ങളെ തുറന്നുകാട്ടുന്നു.

സ്ക്രിപ്ചർ ആങ്കർമാർ
പഴയ നിയമം

"അപ്പോൾ ശൗൽ ഏറ്റവും കോപിച്ചു...
അന്നുമുതൽ ശൗൽ ദാവീദിനെ
ശ്രദ്ധിച്ചുതുടങ്ങി."
- 1 **ശമുവേൽ** 18:8-9
അനുകൂല നിലപാട് മാറുമ്പോൾ, പ്രതിപക്ഷം
നിരീക്ഷിക്കുന്നു.

പുതിയ നിയമം

"ലോകം നിങ്ങളെ വെറുക്കുന്നുവെങ്കിൽ, അത്
ആദ്യം എന്നെ വെറുത്തുവെന്ന് ഓർമ്മിക്കുക."
- **യോഹന്നാൻ** 15:18
എതിർപ്പ് പരാജയത്തിന്റെ തെളിവല്ല,
മറിച്ച് യോജിപ്പിന്റെ തെളിവാണ്.

പാഠം

പല വിശ്വാസികളും കീഴടങ്ങലിനുശേഷം
ഉടൻ തന്നെ സമാധാനം പ്രതീക്ഷിക്കുന്നു.
എന്നാൽ വിശ്വസ്തത വിശ്വസ്തതകളെ
പുനഃക്രമീകരിക്കുന്നു.
പുനഃക്രമീകരിച്ച വിശ്വസ്തതകൾ
പ്രതികരണത്തിന് കാരണമാകുന്നു.
എതിർപ്പ് വെടിവെപ്പ് പോലെ
തോന്നണമെന്നില്ല.
ഇത് ഇതുപോലെ കാണപ്പെടാം:

- ഐസൊലേഷൻ.
- സൂക്ഷ്മമായ നിരസിക്കൽ.
- അവസരം നഷ്ടപ്പെടൽ.
- സംശയം.
- പ്രശസ്തിക്ക് കേടുപാടുകൾ.

ആശ്വാസം കൊണ്ടാണ് വിശ്വസ്തത
അളക്കുന്നതെങ്കിൽ,
നിങ്ങൾ പിൻവാങ്ങും.
അനുസരണത്തിലൂടെ വിശ്വസ്തത
അളക്കുകയാണെങ്കിൽ,
നിങ്ങൾ നിലനിൽക്കും.
പ്രതിപക്ഷം ഐഡന്റിറ്റി വ്യക്തമാക്കുന്നു.

ചിന്താ ചോദ്യങ്ങൾ

1. ക്രിസ്തുവിനെ ഗൗരവമായി എടുത്തതിനുശേഷം എന്റെ ജീവിതത്തിൽ എന്ത് മാറ്റമാണ് ഉണ്ടായത്?
2. എതിർപ്പിനെ പരാജയമായി ഞാൻ എവിടെയാണ് തെറ്റിദ്ധരിച്ചത്?
3. പ്രതിരോധം അനുഭവപ്പെടുമ്പോൾ ഞാൻ പിൻവാങ്ങാറുണ്ടോ?
4. ഏത് തരത്തിലുള്ള എതിർപ്പാണ് എന്നെ ഏറ്റവും ഭയപ്പെടുത്തുന്നത്?
5. അനുസരണത്തിന് എന്തെങ്കിലും വില നൽകേണ്ടി വരുമ്പോൾ ഞാൻ അത്ഭുതപ്പെടാറുണ്ടോ?

കൃത്യതയോടെ എഴുതുക.

പ്രഖ്യാപനം

ഉറക്കെ പറയുക:
"എതിർപ്പുകൾക്ക് മുന്നിൽ ഞാൻ
പിന്മാറുകയില്ല.
പ്രതിരോധം എന്നെ പരിഷ്കരിക്കും, നീക്കം

ചെയ്തില്ല. എന്റെ വിശ്വസ്തത ആശ്വാസത്തെ ആശ്രയിച്ചല്ല. ഞാൻ ഉറച്ചുനിൽക്കുന്നു."
ശക്തിയോടെ അത് ആവർത്തിക്കുക.

ഘടനാപരമായ പ്രാർത്ഥന (35 മിനിറ്റ്)

1. ആരാധന (10 മിനിറ്റ്)
നിങ്ങളുടെ യുദ്ധങ്ങളിൽ ക്രിസ്തുവിനെ കർത്താവായി അംഗീകരിക്കുക.

2. ശക്തി (10 മിനിറ്റ്)
എതിർപ്പിൻ കീഴിൽ സഹിഷ്ണുതയ്ക്കായി പ്രാർത്ഥിക്കുക.

3. സംരക്ഷണം (10 മിനിറ്റ്)
നിങ്ങളുടെ ജീവിതത്തിനും കുടുംബത്തിനും മേൽ ദൈവിക ആവരണം ചോദിക്കുക.

4. സ്ഥിരത (5 മിനിറ്റ്)
ഫലം എന്തുതന്നെയായാലും സഹിഷ്ണുത പുലർത്താൻ പ്രതിജ്ഞാബദ്ധരാകുക.
ഇതുപയോഗിച്ച് അടയ്ക്കുക:
"ഞാൻ ഉറച്ചുനിൽക്കുന്നു."

പ്രവർത്തന പോയിന്റുകൾ

ഇന്ന് നിങ്ങൾ:

1. എതിർപ്പ് നിങ്ങളെ മടിച്ചുനിൽക്കാൻ പ്രേരിപ്പിച്ച ഒരു മേഖല തിരിച്ചറിയുക.
2. ആ മേഖലയിൽ ധൈര്യപൂർവ്വം വീണ്ടും ഇടപെടുക.

3. പ്രതിരോധം നേരിടുന്ന മറ്റൊരാളെ പ്രോത്സാഹിപ്പിക്കുക.
4. 1 ശമൂവേൽ 18 സാവധാനം വായിക്കുക.
5. ഭയം അടിസ്ഥാനമാക്കിയുള്ള ഒരു തീരുമാനം നിരസിക്കുക.

ദിവസം 8

തീയിൽ സംരക്ഷിക്കപ്പെടുന്നു

കഥാ അവതാരകൻ

കീഴടങ്ങലിനുശേഷം ആക്രമണങ്ങൾ
വർദ്ധിച്ചു.
വെടിയുണ്ടകൾ അയാളുടെ ശരീരത്തിൽ
തുളച്ചു കയറി.
ലോഹം അവന്റെ തലയിൽ അടിച്ചു.
രക്തം ഒഴുകി.
അദ്ദേഹം മരിച്ചതായി കണക്കാക്കപ്പെട്ടു.
വിഷം കൊടുത്തു.
പിന്തുടരൽ ശക്തമാക്കി.
ഒമ്പത് ശ്രമങ്ങൾ നടത്തി.
എന്നിട്ടും അവൻ ജീവനോടെ തുടർന്നു.
സംരക്ഷണം എന്നാൽ അപകടത്തെ
നിഷേധിക്കുക എന്നല്ല.
അത് നാശത്തിന്റെ തടസ്സമാണ്.
അതിജീവനം തന്നെ സാക്ഷ്യമായി മാറുന്ന
സീസണുകളുണ്ട്.
ചോദ്യം ഇതുമാത്രമല്ല:
"എന്തുകൊണ്ടാണ് ഞാൻ ആക്രമിക്കപ്പെട്ടത്?"
അതുമാത്രമല്ല ഇതും:
"ഞാൻ ഇപ്പോഴും ഇവിടെ എന്തിനാണ്?"

സ്ക്രിപ്ചർ ആങ്കർമാർ

പഴയ നിയമം

"നീതിമാന്റെ അനർത്ഥങ്ങൾ
അസംഖ്യമാകുന്നു; അവയിൽ നിന്നെല്ലാം
യഹോവ അവനെ വിടുവിക്കുന്നു."
—സങ്കീർത്തനം 34:19.

കഷ്ടത നീതിയെ നിഷേധിക്കുന്നില്ല.
മോചനം ലക്ഷ്യത്തെ സ്ഥിരീകരിക്കുന്നു.

പുതിയ നിയമം

"ഞങ്ങൾ എല്ലാവിധത്തിലും കഷ്ടപ്പെടുന്നു;
എങ്കിലും തകർന്നിട്ടില്ല;
ആശയക്കുഴപ്പത്തിലായിരിക്കുന്നു; എങ്കിലും
നിരാശരായിട്ടില്ല; പീഡിപ്പിക്കപ്പെടുന്നു;
എങ്കിലും ഉപേക്ഷിക്കപ്പെടുന്നില്ല;
അടിക്കപ്പെടുന്നു; എങ്കിലും
നശിപ്പിക്കപ്പെടുന്നില്ല."
—2 കൊരിന്ത്യർ 4:8-9.

അടിച്ചു വീഴ്ത്തുന്നത് നശിപ്പിക്കുന്നതിന്
തുല്യമല്ല.

പാഠം

അവസാനിപ്പിക്കേണ്ടിയിരുന്ന കാര്യങ്ങളിൽ
നിന്ന് ചിലർ അതിജീവിച്ചു.
അപകടങ്ങൾ.
ആക്രമണങ്ങൾ. രോഗം. സാമ്പത്തിക തകർച്ച.
മാനസിക തകർച്ച.
നീ ഇപ്പോഴും ഇവിടെയുണ്ട്.
സംരക്ഷിക്കൽ ഉത്തരവാദിത്തമാണ്.

ദൈവം നിങ്ങളെ സംരക്ഷിച്ചുവെങ്കിൽ,
അവൻ നിങ്ങളെ എന്തിനോ വേണ്ടി
സംരക്ഷിച്ചു.
ലക്ഷ്യമില്ലാതെയുള്ള അതിജീവനം പാഴായി
മാറുന്നു.
ലക്ഷ്യത്തോടെയുള്ള അതിജീവനം ഒരു
ദൗത്യമായി മാറുന്നു.
നിങ്ങളുടെ ജീവിതം ഏതായി മാറണമെന്ന്
നിങ്ങൾ തീരുമാനിക്കണം.

ചിന്താ ചോദ്യങ്ങൾ

1. എനിക്ക് അപൂർവ്വമായി മാത്രം അംഗീകരിക്കാൻ കഴിയുന്ന എന്താണ് ഞാൻ അതിജീവിച്ചത്?
2. ഞാൻ സംരക്ഷണത്തെ അശ്രദ്ധമായിട്ടാണോ കാണുന്നത്?
3. എന്ത് ഉദ്ദേശ്യത്തോടെയായിരിക്കാം ദൈവം എന്നെ സംരക്ഷിക്കുന്നത്?
4. എന്റെ സംരക്ഷണം മുതൽ ഞാൻ മനഃപൂർവ്വം ജീവിക്കുകയാണോ?
5. എന്റെ അതിജീവനം ഒരു നിയോഗമാണെന്ന് ഞാൻ വിശ്വസിച്ചാൽ എന്ത് മാറ്റമുണ്ടാകും?

പ്രത്യേക ഇവന്റുകൾ എഴുതുക.

പ്രഖ്യാപനം

എഴുന്നേറ്റു നിന്ന് പ്രഖ്യാപിക്കുക:
"എന്നെ സംരക്ഷിക്കുന്നത്
ഉദ്ദേശ്യത്തോടെയാണ്.

എന്നെ നശിപ്പിക്കേണ്ടിയിരുന്നതൊന്നും എന്നെ നശിപ്പിച്ചില്ല. ഞാൻ എന്റെ അതിജീവനം പാഴാക്കില്ല. എന്റെ ജീവിതം ഒരു ദൗത്യം വഹിക്കുന്നു."
മനഃപൂർവ്വം ആവർത്തിക്കുക.

ഘടനാപരമായ പ്രാർത്ഥന (35–40 മിനിറ്റ്)
1. കൃതജ്ഞത (10 മിനിറ്റ്)
പ്രത്യേകമായി സംരക്ഷിക്കപ്പെട്ട നിമിഷങ്ങൾക്ക് ദൈവത്തിന് നന്ദി പറയുക.
2. പശ്ചാത്താപം (10 മിനിറ്റ്)
നിങ്ങളുടെ അതിജീവനം എവിടെയാണ് പാഴാക്കിയതെന്ന് ഏറ്റുപറയുക.
3. വിന്യാസം (10–15 മിനിറ്റ്)
ലക്ഷ്യബോധത്തോടെ നടക്കാൻ വ്യക്തതയും ധൈര്യവും ആവശ്യപ്പെടുക.
4. പ്രതിബദ്ധത (5 മിനിറ്റ്)
നിങ്ങളുടെ സംരക്ഷിത ജീവൻ ദൈവത്തിന് തിരികെ സമർപ്പിക്കുക.
ഇതുപയോഗിച്ച് അടയ്ക്കുക:
"ഞാൻ മനഃപൂർവ്വം ജീവിക്കുന്നു."

പ്രവർത്തന പോയിന്റുകൾ
ഇന്ന് നിങ്ങൾ:

1. നിങ്ങളുടെ ജീവിതത്തിലെ മൂന്ന് സംരക്ഷണ നിമിഷങ്ങൾ എഴുതുക.
2. ഒരാളുമായി ഒരു സാക്ഷ്യം പങ്കിടുക.

3. അതിജീവനത്തിന്റെ ദാനത്തെ അപമാനിക്കുന്ന ഒരു ശീലം നീക്കം ചെയ്യുക.
4. 34-ാം സങ്കീർത്തനം ഉച്ചത്തിൽ ചൊല്ലുക.
5. ഉദ്ദേശ്യപൂർണ്ണമായ അനുസരണത്തിലേക്ക് ഒരു ചുവട് വയ്ക്കുക.

ദിവസം 9

പ്രഖ്യാപനം കൂടാതെയുള്ള കൂറ്

കഥാ അവതാരകൻ

കീഴടങ്ങലിനുശേഷം, ദൃശ്യത
അപകടകരമായി.
അയാൾക്ക് മാത്രമല്ല -
ചുറ്റുമുള്ളവർക്കും.
"ഇടയിൽ" ജീവിക്കുന്നതിനെ അദ്ദേഹം
വിവരിച്ചു.
മുൻ സഖ്യകക്ഷികൾ അവനെ ഒരു
വഞ്ചകനായി മുദ്രകുത്തി.
പുതിയ വിശ്വാസികൾ അവനെ ജാഗ്രതയോടെ
നിരീക്ഷിച്ചു.
അയാളുമായുള്ള ബന്ധം ആക്രമണത്തിന്
കാരണമായേക്കാം.
അയാൾക്ക് ഉച്ചത്തിൽ ചലിക്കാൻ കഴിഞ്ഞില്ല.
അയാൾ ബുദ്ധിപൂർവ്വം നീങ്ങണമായിരുന്നു.
പ്രതികൂലമായ പല ചുറ്റുപാടുകളിലും, ചില
മതപരിവർത്തനം ചെയ്തവർ ഉടനടി സ്ഥലം
മാറ്റപ്പെടുന്നില്ല.
അവർ അവരുടെ കുടുംബങ്ങൾക്കുള്ളിലും,
അവരുടെ സമൂഹങ്ങൾക്കുള്ളിലും,

ചിലപ്പോൾ പുറമേക്ക് പള്ളി
ഘടനകൾക്കുള്ളിലും തുടരുന്നു.
എന്നാൽ ആന്തരികമായി, വിശ്വസ്തത മാറി.
മറഞ്ഞിരിക്കുന്ന ശിഷ്യത്വം നിഷേധമല്ല.
അത് തന്ത്രമാണ്.
എല്ലാ സീസണിലും അനന്തരഫലങ്ങളില്ലാതെ
പരസ്യ പ്രഖ്യാപനം അനുവദിക്കണമെന്നില്ല.
ജ്ഞാനം ഭീരുത്വമല്ല.
അത് കാര്യസ്ഥതയാണ്.

സ്ക്രിപ്ചർ ആങ്കർമാർ
പഴയ നിയമം
നമസ്കരിപ്പാൻ
റിമ്മോന്റെ ക്ഷേത്രത്തിൽ പോകുമ്പോൾ... ഈ
കാര്യത്തിൽ യഹോവ അടിയനോടു
ക്ഷമിക്കട്ടെ എന്നു നയമാൻ പറഞ്ഞു ." - 2
രാജാക്കന്മാർ 5:18
പരിസ്ഥിതി മാറുന്നതിനു മുൻപ് കൂറ് മാറി.
പുതിയ നിയമം
"പരീശന്മാരുടെ കൂട്ടത്തിൽ നിക്കോദേമോസ്
എന്നു പേരുള്ളൊരു മനുഷ്യൻ രാത്രിയിൽ
യേശുവിന്റെ അടുക്കൽ വന്നു."
- യോഹന്നാൻ 3:1-2

ചില ശിഷ്യന്മാർ പരസ്യമായി
നിൽക്കുന്നതിനുമുമ്പ് രഹസ്യമായി
തുടങ്ങുന്നു.

പാഠം
വിശ്വസ്തത എപ്പോഴും നാടകീയമായി
തോന്നണമെന്നില്ല.
ജ്ഞാനം വിവേചനാധികാരം ആവശ്യപ്പെടുന്ന
സീസണുകളുണ്ട്.
ലക്ഷ്യം ദൃശ്യതയല്ല.
ലക്ഷ്യം വിശ്വസ്തതയാണ്.
ചില വിശ്വാസികൾ ശബ്ദത്തെയും
ധൈര്യത്തെയും ആശയക്കുഴപ്പത്തിലാക്കുന്നു.
മറ്റു ചിലർ നിശബ്ദതയെ വിട്ടുവീഴ്ചയുമായി
ആശയക്കുഴപ്പത്തിലാക്കുന്നു.
വ്യത്യാസം ഉദ്ദേശ്യമാണ്.
ഭയം കൊണ്ടാണോ നിങ്ങൾ നിശബ്ദത
പാലിക്കുന്നത് -
അതോ തന്ത്രപരമായ അനുസരണം
കൊണ്ടാണോ?
കഷ്ടപ്പാട് ഒഴിവാക്കാനാണോ
അതോ നിയോഗം നിലനിർത്താനാണോ
നിങ്ങൾ ഒളിച്ചിരിക്കുന്നത്?
നിങ്ങളെ ഭൂമിയിലേക്ക് ഉയർത്തുന്നതിന് മുമ്പ്
ദൈവം ചിലപ്പോൾ മണ്ണിനടിയിൽ
പ്രവർത്തിക്കും.

ചിന്താ ചോദ്യങ്ങൾ

1. ഭയം കൊണ്ടാണോ ഞാൻ എന്റെ വിശ്വാസം മറച്ചുവെക്കുന്നത് - അതോ ജ്ഞാനം പ്രയോഗിക്കുകയാണോ?
2. എനിക്ക് എവിടെയാണ് കൂടുതൽ ധൈര്യമുണ്ടാകേണ്ടത്?
3. എവിടെയാണ് ഞാൻ കൂടുതൽ തന്ത്രപരമായിരിക്കേണ്ടത്?
4. മൗനത്തെ വിട്ടുവീഴ്ചയായി ഞാൻ തെറ്റിദ്ധരിച്ചോ?
5. കാണപ്പെടാത്തപ്പോഴും എന്റെ ആന്തരിക കൂറ് ഉറച്ചതാണോ?

ശ്രദ്ധാപൂർവ്വം ഉത്തരം നൽകുക.

പ്രഖ്യാപനം

ഉറക്കെ പറയുക:

"എന്റെ വിശ്വസ്തത, ദൃശ്യമായാലും അദൃശ്യമായാലും സുരക്ഷിതമാണ്. ഞാൻ ജ്ഞാനത്തോടെ നീങ്ങും. ഞാൻ ക്രിസ്തുവിനെ തള്ളിപ്പറയുകയില്ല. ഞാൻ മണ്ടത്തരമായി പ്രവർത്തിക്കുകയില്ല. എന്റെ വിശ്വസ്തത സ്ഥിരപ്പെട്ടിരിക്കുന്നു."

മനഃപൂർവ്വം ആവർത്തിക്കുക.

ഘടനാപരമായ പ്രാർത്ഥന (35 മിനിറ്റ്)

1. ആരാധന (10 മിനിറ്റ്)

നിങ്ങളുടെ പൊതു, സ്വകാര്യ ജീവിതത്തിന്മേൽ ക്രിസ്തുവിനെ കർത്താവായി ബഹുമാനിക്കുക.

2. **വിവേചനബുദ്ധി (10 മിനിറ്റ്)**
എപ്പോൾ സംസാരിക്കണമെന്നും എപ്പോൾ കാത്തിരിക്കണമെന്നും അറിയാൻ ജ്ഞാനത്തിനായി അപേക്ഷിക്കുക.
3. **ധൈര്യം (10 മിനിറ്റ്)**
ദൃശ്യതയ്ക്കുള്ള സമയം വരുമ്പോൾ ധൈര്യത്തിനായി പ്രാർത്ഥിക്കുക.
4. **സംരക്ഷണം (5 മിനിറ്റ്)**
നിങ്ങളെയും മറ്റുള്ളവരെയും ദൈവിക ആവരണത്തിന് സമർപ്പിക്കുക.
ഇതുപയോഗിച്ച് അടയ്ക്കുക:
"എന്നെ ജ്ഞാനിയും
വിശ്വസ്തനുമാക്കേണമേ."

പ്രവർത്തന പോയിന്റുകൾ
ഇന്ന് നിങ്ങൾ:

1. നിങ്ങൾക്ക് ധൈര്യം ആവശ്യമുള്ള ഒരു മേഖല തിരിച്ചറിയുക.
2. നിങ്ങൾക്ക് സംയമനം ആവശ്യമുള്ള ഒരു മേഖല തിരിച്ചറിയുക.
3. ശത്രുതാപരമായ പ്രദേശങ്ങളിലെ വിശ്വാസികൾക്കായി മനഃപൂർവ്വം പ്രാർത്ഥിക്കുക.
4. 2 രാജാക്കന്മാർ 5 ഉം യോഹന്നാൻ 3 ഉം സാവധാനം വായിക്കുക.
5. ആവേശത്തിനു പകരം അനുസരണം തിരഞ്ഞെടുക്കുക.

ദിവസം 10

കാപട്യം നിങ്ങളെ പിന്നോട്ട് തിരിയാൻ പ്രേരിപ്പിക്കുമ്പോൾ

കഥാ അവതാരകൻ

പീഡനം അവനെ പൂർണ്ണമായും
തളർത്തിയില്ല.
വെടിയുണ്ടകൾ കൊണ്ടല്ല.
വിഷം കൊണ്ടല്ല.
കാപട്യം ഏതാണ്ട് ഫലിച്ചു.
കീഴടങ്ങലിനുശേഷം.
അതിജീവനത്തിനുശേഷം. ശുശ്രൂഷ
ആരംഭിച്ചതിനുശേഷം.
അദ്ദേഹം ക്രിസ്ത്യൻ ഇടങ്ങളിൽ പ്രവേശിച്ചു.
അദ്ദേഹം അച്ചടക്കം പ്രതീക്ഷിച്ചു.
സത്യസന്ധത പ്രതീക്ഷിച്ചു.
പ്രസംഗത്തോടൊപ്പമുള്ള പരിശീലനവും
പ്രതീക്ഷിച്ചു.
പകരം, അവൻ പൊരുത്തക്കേട് കണ്ടു.
നേതാക്കൾ തങ്ങൾ ജീവിക്കാത്ത കാര്യങ്ങൾ
പ്രസംഗിക്കുന്നത് അദ്ദേഹം കണ്ടു.
അർത്ഥമില്ലാത്ത ആത്മീയ പ്രകടനം അദ്ദേഹം
കണ്ടു. ഇരട്ടത്താപ്പ് അദ്ദേഹം കണ്ടു.

അദ്ദേഹം വ്യക്തമായി പറഞ്ഞിട്ടുണ്ട്:
അദ്ദേഹം ഇസ്ലാമിലേക്ക് മടങ്ങാൻ തുടങ്ങിയ ഒരു കാലഘട്ടമുണ്ടായിരുന്നു - ഇസ്ലാം അദ്ദേഹത്തെ വീണ്ടും ബോധ്യപ്പെടുത്തിയതുകൊണ്ടല്ല, മറിച്ച് ക്രിസ്തുമതത്തിനുള്ളിലെ കാപട്യം അദ്ദേഹത്തെ വെറുപ്പിച്ചതുകൊണ്ടാണ്.
പുറത്തുനിന്നുള്ള സമ്മർദ്ദമല്ല ഉണ്ടായത്.
അത് ഉള്ളിൽ നിന്നാണ് വന്നത്.
അത് കൂടുതൽ അപകടകരമാണ്.

സ്ക്രിപ് ചർ ആങ്കർമാർ

പഴയ നിയമം

"എന്റെ മേച്ചിൽപ്പുറത്തെ ആടുകളെ നശിപ്പിക്കുകയും ചിതറിക്കുകയും ചെയ്യുന്ന ഇടയന്മാർക്ക് അയ്യോ കഷ്ടം!"
- യിരെമ്യാവ് 23:1
നേതൃത്വപരമായ പരാജയം വിശ്വാസത്തെ തകർക്കും.

പുതിയ നിയമം

"കപടനാട്യക്കാരായ നിയമജ്ഞരേ, പരീശരേ, നിങ്ങൾക്കു ദുരിതം!"
—മത്തായി 23:27.
കപടനാട്യം ആത്മീയമായി ദ്രവിപ്പിക്കുന്നതാണ്.

പാഠം
പല വിശ്വാസികൾക്കും പീഡനങ്ങളെ അതിജീവിക്കാൻ കഴിയും.

നിരാശയെ അതിജീവിക്കുന്നവർ ചുരുക്കം.
ബാഹ്യ എതിർപ്പ് ദൃഢനിശ്ചയത്തെ ശക്തിപ്പെടുത്തുന്നു.
ആന്തരിക കാപട്യം വിശ്വാസത്തെ ദുർബലപ്പെടുത്തുന്നു.
നിങ്ങൾ ആളുകളിൽ വിശ്വാസം കെട്ടിപ്പടുത്താൽ,
ആളുകൾ നിങ്ങളെ അസ്ഥിരപ്പെടുത്തും.
നിങ്ങൾ ക്രിസ്തുവിൽ വിശ്വാസം കെട്ടിപ്പടുക്കുകയാണെങ്കിൽ,
ആളുകൾക്ക് നിങ്ങളെ പിഴുതെറിയാൻ കഴിയില്ല.
മറ്റുള്ളവരുടെ പരാജയം സത്യത്തെ റദ്ദാക്കുന്നില്ല.
നേതാക്കളുടെ പൊരുത്തക്കേട് ക്രിസ്തുവിനെ അസാധുവാക്കുന്നില്ല.
നിങ്ങൾ തീരുമാനിക്കണം:
കാപട്യം നിങ്ങളുടെ ഒഴികഴിവായി മാറുമോ -
അതോ നിങ്ങളുടെ പരിഷ്കരണമോ?

ചിന്താ ചോദ്യങ്ങൾ

1. ആരുടെയെങ്കിലും പൊരുത്തക്കേട് എന്റെ വിശ്വാസത്തെ ദുർബലപ്പെടുത്തിയോ?
2. മറ്റുള്ളവർ കാരണം ഞാൻ എന്റെ സ്വന്തം വിട്ടുവീഴ്ചയെ രഹസ്യമായി ന്യായീകരിച്ചിട്ടുണ്ടോ?
3. എന്റെ കൂറ് ക്രിസ്തുവിനോടാണോ - അതോ മനുഷ്യരോടാണോ?

4. നിരാശ കാരണം ഞാൻ എവിടെയാണ് പിന്മാറാൻ പ്രലോഭിപ്പിക്കപ്പെടുന്നത്?
5. ഞാൻ വിമർശിക്കുന്ന കാപട്യത്തിന് ഞാൻ സംഭാവന നൽകുന്നുണ്ടോ?

പ്രതിരോധമില്ലാതെ ഉത്തരം നൽകുക.

പ്രഖ്യാപനം

ഉറക്കെ പറയുക:

"എന്റെ വിശ്വാസം മനുഷ്യരിലല്ല,
ക്രിസ്തുവിലാണു നങ്കൂരമിട്ടിരിക്കുന്നത്.
മറ്റുള്ളവരുടെ പരാജയം എന്റെ
അനുസരണത്തെ നിർവചിക്കില്ല.
എന്റെ സ്വന്തം ജീവിതത്തിൽ ഞാൻ കാപട്യം
നിരസിക്കുന്നു.
ഞാൻ വിശ്വസ്തനായി തുടരുന്നു."

അത് സാവധാനം ആവർത്തിക്കുക.

ഘടനാപരമായ പ്രാർത്ഥന (40 മിനിറ്റ്)

1. **ആരാധന (10 മിനിറ്റ്)**

നിങ്ങളുടെ വിശ്വാസം ക്രിസ്തുവിൽ മാത്രം കേന്ദ്രീകരിക്കുക.

2. **വിടുക (10 മിനിറ്റ്)**

പൊരുത്തക്കേട് നിങ്ങളെ വേദനിപ്പിച്ചവരോട് ക്ഷമിക്കുക.

3. **ശുദ്ധീകരണം (10–15 മിനിറ്റ്)**

നിങ്ങളുടെ സ്വന്തം ജീവിതത്തിലെ കാപട്യം നീക്കം ചെയ്യാൻ ദൈവത്തോട് അപേക്ഷിക്കുക.

4. ദൃഢനിശ്ചയം ചെയ്യുക (5 മിനിറ്റ്)
വ്യക്തിപരമായ സത്യസന്ധതയ്ക്ക് പ്രതിജ്ഞാബദ്ധത പുലർത്തുക.
ഇതുപയോഗിച്ച് അടയ്ക്കുക:
"ഞാൻ പ്രഖ്യാപിക്കുന്നത് ഞാൻ ജീവിക്കും."

പ്രവർത്തന പോയിന്റുകൾ

ഇന്ന് നിങ്ങൾ:

1. പൊരുത്തക്കേട് കാരണം നിങ്ങളെ മുറിവേൽപ്പിച്ച ഒരാളോട് ക്ഷമിക്കുക.
2. നിങ്ങളുടെ പ്രസംഗവുമായി നിങ്ങളുടെ പരിശീലനം പൊരുത്തപ്പെടേണ്ട ഒരു മേഖല തിരിച്ചറിയുക.
3. മത്തായി 23 ശ്രദ്ധാപൂർവ്വം വായിക്കുക.
4. നിങ്ങളുടെ ജീവിതത്തിൽ നിന്ന് ഒരു ഇരട്ടത്താപ്പ് ഒഴിവാക്കുക.
5. മറ്റുള്ളവർ കാണാത്ത വിധത്തിൽ നിങ്ങളുടെ സ്വകാര്യ ഭക്തി ശക്തിപ്പെടുത്തുക.

ദിവസം 11

“നമ്മൾ വളരെയധികം ദൂരം പോയിരിക്കുന്നു”

കഥാ അവതാരകൻ

അവന്റെ പരിവർത്തനത്തിനുശേഷം ഒരു
നിമിഷം ഉണ്ടായിരുന്നു.
ശുശ്രൂഷ ആരംഭിച്ചതിനുശേഷം.
പ്രസംഗിച്ചതിനുശേഷം. ദൃശ്യമായ
ഫലത്തിനുശേഷം.
നിരാശ മനസ്സിലേക്ക് കയറി.
അവൻ കാപട്യം കണ്ടു.
അവൻ പൊരുത്തക്കേട് കണ്ടു. അവൻ
ആത്മീയ ഇരട്ടത്താപ്പ് കണ്ടു.
ആന്തരികമായി, അവൻ ഒരു
തീരുമാനമെടുത്തു.
അവൻ തിരിച്ചുവരും.
താൻ പ്രസംഗിക്കാൻ പോകുന്ന സന്ദേശം
അവസാനത്തേതായിരിക്കുമെന്ന് അവൻ
ഹൃദയത്തിൽ നിശ്ചയിച്ചിരുന്നു.
അതിനുശേഷം അദ്ദേഹം ഇസ്ലാമിലേക്ക്
മടങ്ങും.
താൻ ഉപേക്ഷിച്ചത് കുറഞ്ഞത്
അച്ചടക്കമുള്ളതാണെന്ന് അദ്ദേഹം നിഗമനം
ചെയ്തിരുന്നു.

അയാൾ അകത്തുകടന്നത് ഒരുതരം കുഴപ്പമായി തോന്നി.
പിന്നെ, അവൻ തന്റെ ഹോട്ടൽ മുറിയുടെ വാതിൽ തുറന്നു.
യേശു അവിടെ നിന്നിരുന്നു എന്ന് അവൻ പറയുന്നു.
അധികാരത്തിൽ വീഴുന്നതിനെക്കുറിച്ചാണ് അദ്ദേഹം വിവരിക്കുന്നത്.
അവൻ വാക്കുകൾ വ്യക്തമായി വിവരിക്കുന്നു:
"നമ്മൾ വളരെ ദൂരം പോയി. തിരിച്ചു പോകാൻ വളരെ വൈകി."
ആ നിമിഷം രക്ഷയെക്കുറിച്ചായിരുന്നില്ല.
അത് സ്ഥിരോത്സാഹത്തെക്കുറിച്ചായിരുന്നു.
മതപരിവർത്തനത്തെക്കുറിച്ചല്ല.
പ്രതിബദ്ധതയെക്കുറിച്ച്.
പിൻവാങ്ങൽ യുക്തിസഹമായി തോന്നുന്ന നിമിഷങ്ങളുണ്ട്.
സ്വർഗ്ഗം തടസ്സപ്പെടുത്തുന്നു.

സ്ക്രിപ്ചർ ആങ്കർമാർ
പഴയ നിയമം
"ലോത്തിന്റെ ഭാര്യയെ ഓർക്കുവിൻ."
- ലൂക്കോസ് 17:32 (ഉല്പത്തി 19 പരാമർശിക്കുന്നു)
തിരിഞ്ഞു നോക്കുന്നത് വിധിയെ നശിപ്പിക്കും.
പുതിയ നിയമം

“കലപ്പയിൽ കൈ വെച്ചിട്ടു പിന്തിരിഞ്ഞു നോക്കുന്ന ഒരുത്തനും ദൈവരാജ്യത്തിൽ സേവനത്തിന്നു യോഗ്യനല്ല.”
—ലൂക്കോസ് 9:62.
പുരോഗതിക്ക് പിന്നോട്ട് പോകാനുള്ള വിസമ്മതം ആവശ്യമാണ്.

പാഠം
ആത്മീയ ധ്യാനം പരസ്യമായി
ആരംഭിക്കുന്നത് വളരെ അപൂർവമാണ്.
അത് സ്വകാര്യമായി ആരംഭിക്കുന്നു.
പുറത്ത് പ്രഖ്യാപിക്കുന്നതിന് മുമ്പ് നിങ്ങൾ
ആന്തരികമായി തീരുമാനിക്കുക.
മോഹഭംഗം ശക്തമാണ്.
അതുപോലെയാണ് നിരാശയും.
പക്ഷേ പിന്മാറ്റം അപകടകരമാണ്.
നിങ്ങൾക്ക് ശാരീരികമായി വിശ്വാസം
ഉപേക്ഷിക്കാൻ കഴിയില്ല.
പക്ഷേ നിങ്ങൾക്ക് തീവ്രതയിൽ പിൻവാങ്ങാം.
അച്ചടക്കത്തിൽ. ഭക്തിയിൽ. ഗൗരവത്തിൽ.
നിങ്ങളുടെ തീരുമാനത്തെ ദൈവം
നേരിടേണ്ടിവരുന്ന നിമിഷങ്ങളുണ്ട്.
അവൻ അങ്ങനെ ചെയ്യുമ്പോൾ, നിങ്ങൾ
പ്രതികരിക്കണം.
എന്നത് ഇനി ഒരു ഓപ്ഷനല്ലാത്ത ഒരു
ഘട്ടമുണ്ട് .
കാരണം സത്യം വെളിപ്പെടുത്തിയിരിക്കുന്നു.
കാരണം കീഴടങ്ങൽ പ്രഖ്യാപിച്ചു.
കാരണം വിശ്വസ്തത കൈമാറ്റം ചെയ്യപ്പെട്ടു.

നിങ്ങൾക്ക് അറിയാവുന്നത് നിങ്ങൾക്ക് അറിയാതിരിക്കാൻ കഴിയില്ല.
നിങ്ങൾ കണ്ടത് നിങ്ങൾക്ക് കാണാതിരിക്കാൻ കഴിയില്ല.

ചിന്താ ചോദ്യങ്ങൾ

1. ആത്മീയമായി പിൻവാങ്ങാൻ ഞാൻ എവിടെയാണ് ചിന്തിച്ചത്?
2. എന്ത് നിരാശയാണ് ആ ചിന്തയ്ക്ക് കാരണമായത്?
3. ഞാൻ എന്റെ അച്ചടക്കം നിശബ്ദമായി കുറച്ചോ?
4. അനുസരണത്തിന്റെ ഏത് മേഖലയാണ് ഞാൻ പിന്നോട്ട് മാറ്റാൻ പ്രലോഭിപ്പിക്കപ്പെടുന്നത്?
5. ഇന്ന് യേശു എന്റെ മുന്നിൽ നിന്നാൽ, അവൻ എന്ത് നേരിടും?

സത്യസന്ധമായി ഉത്തരം പറയൂ.

പ്രഖ്യാപനം

എഴുന്നേറ്റു നിന്ന് പ്രഖ്യാപിക്കുക:
"എനിക്ക് തിരിച്ചു പോകാൻ വളരെ വൈകി. എന്റെ വിശ്വസ്തത തീർന്നു. നിരാശ എന്റെ ഉടമ്പടിയെ റദ്ദാക്കില്ല. ഞാൻ തുടങ്ങിയത് ഞാൻ പൂർത്തിയാക്കും."
ശക്തമായി ആവർത്തിക്കുക.

ഘടനാപരമായ പ്രാർത്ഥന (40 മിനിറ്റ്)

1. ആരാധന (10 മിനിറ്റ്)
നിങ്ങളുടെ ഭൂതകാലത്തിനും ഭാവിക്കും മേലുള്ള കർത്താവായി ക്രിസ്തുവിനെ അംഗീകരിക്കുക.
2. പശ്ചാത്താപം (10 മിനിറ്റ്)
വഴിതെറ്റാനുള്ള ഏതൊരു ആന്തരിക തീരുമാനവും ഏറ്റുപറയുക.
3. പുനഃസമർപ്പണം (10–15 മിനിറ്റ്)
നിങ്ങളുടെ ഉടമ്പടി വാക്കാൽ പുതുക്കുക.
4. ശക്തി (5–10 മിനിറ്റ്)
നിരാശയിലും സ്ഥിരോത്സാഹത്തിനായി പ്രാർത്ഥിക്കുക.
ഇതുപയോഗിച്ച് അടയ്ക്കുക:
"ഞാൻ നന്നായി പൂർത്തിയാക്കുന്നു."

പ്രവർത്തന പോയിന്റുകൾ

ഇന്ന് നിങ്ങൾ:

1. നിങ്ങൾ നിശബ്ദമായി സഞ്ചരിച്ച ഒരു പ്രദേശം തിരിച്ചറിയുക.
2. ആ അച്ചടക്കം ഉടനടി പുനഃസ്ഥാപിക്കുക.
3. നിരുത്സാഹത്തിന് ഇന്ധനമാകുന്ന ഒരു സ്വാധീനം നീക്കം ചെയ്യുക.
4. ലൂക്കോസ് 9:57–62 സാവധാനം വായിക്കുക.
5. ഉറങ്ങുന്നതിനുമുമ്പ് നിങ്ങളുടെ കൂറ് വീണ്ടും ഉച്ചത്തിൽ പറയുക.

ദിവസം 12

നിങ്ങളുടെ പോസ്റ്റ് എടുക്കുക

കഥാ അവതാരകൻ

ഒരു അച്ഛൻ ഉണ്ടായിരുന്നു.
ഘടനാപരം.
അച്ചടക്കമുള്ളത്. ഗൗരവമുള്ളത്.
വിട്ടുവീഴ്ചയില്ലാത്തത്.
ഒരു അമ്മ ഉണ്ടായിരുന്നു.
പരിവർത്തനം ചെയ്യപ്പെട്ടു.
നിശബ്ദം. സഹിച്ചുനിൽക്കുന്നു. ഉള്ളിൽ സ്ഥിരതയുള്ള പിരിമുറുക്കം.
ഒരു സഹോദരൻ ഉണ്ടായിരുന്നു.
ശിക്ഷിക്കപ്പെട്ടു.
പൊതുജനങ്ങൾക്ക്.ലക്ഷ്യം വയ്ക്കപ്പെട്ട.സംരക്ഷിക്കപ്പെട്ട.
ഈസ ഉണ്ടായിരുന്നു.
തീവ്രവാദി.
അസ്വസ്ഥനായി. നേരിടപ്പെട്ടു. കൈമാറ്റം ചെയ്യപ്പെട്ടു.
കഥ ഒരാളെക്കുറിച്ചല്ല.
അത് സ്ഥാനങ്ങളെക്കുറിച്ചാണ്.
ഓരോരുത്തരും എവിടെയോ നിന്നു.

ആ ഉത്തരവ് തെറ്റായിരുന്നപ്പോഴും അച്ഛൻ ക്രമത്തിനുവേണ്ടി നിലകൊണ്ടു.
ഉത്തരവാദിത്തം ഉപേക്ഷിക്കാതെ അമ്മ ബോധ്യത്തിനുവേണ്ടി നിലകൊണ്ടു.
സഹോദരൻ പരസ്യമായി നിന്നു - കത്തിയെരിഞ്ഞു.
ഈസ തീവ്രവാദത്തിൽ ഉറച്ചുനിന്നു - പിന്നീട് കീഴടങ്ങലിൽ.
കുടുംബം വിഭജിക്കപ്പെട്ടു - പക്ഷേ ഇപ്പോഴും ബന്ധപ്പെട്ടിരിക്കുന്നു.
എല്ലാവർക്കും ഒരു പോസ്റ്റ് ഉണ്ടായിരുന്നു.
ആരും നിഷ്പക്ഷരായിരുന്നില്ല.
നിങ്ങൾക്ക് സ്വാധീനമുണ്ടോ എന്നതല്ല പ്രശ്നം.
നിങ്ങളുടെ നിയമിത സ്ഥാനത്ത് നിങ്ങൾ നിൽക്കുന്നുണ്ടോ എന്നതാണ് ചോദ്യം.

സ്ക്രിപ്ചർ ആങ്കർമാർ

പഴയ നിയമം

"ദേശത്തിനുവേണ്ടി മതിൽ പണിയാനും
എന്റെ മുമ്പാകെ വിടവിൽ നിൽക്കാനും
ഞാൻ അവരുടെ ഇടയിൽ ഒരാളെ
അന്വേഷിച്ചു..."
- യെഹെസ്കേൽ 22:30

ദൈവം അന്വേഷിക്കുന്നത് നിൽക്കാൻ മനസ്സുള്ള ആളുകളെയാണ്.

പുതിയ നിയമം

" അതുകൊണ്ടു നിങ്ങൾ ദുർദ്ദിവസത്തിൽ
എതിർപ്പാനും സകലവും സമാപിച്ചിട്ടു
നില്പാനും കഴിയേണ്ടതിന്നു ദൈവത്തിന്റെ

സർവ്വായുധവർഗ്ഗം എടുത്തുകൊൾവിൻ.”
—എഫെസ്യർ 6:13.
നിർദ്ദേശം ലളിതമാണ്:
നിൽക്കുക.

പാഠം
കുടുംബം, ജോലിസ്ഥലം, പള്ളി, രാഷ്ട്രം
എന്നിങ്ങനെ എല്ലാ പരിതസ്ഥിതികളിലും
സ്ഥാനങ്ങളുണ്ട്.
ചിലർ പണിയുന്നു.
ചിലർ സഹിക്കുന്നു. ചിലർ നേരിടുന്നു. ചിലർ
സംരക്ഷിക്കുന്നു.
അച്ഛൻ സത്യത്തെ സംരക്ഷിക്കുകയാണെന്ന്
വിശ്വസിച്ചു.
അമ്മ സത്യം സംരക്ഷിക്കുകയാണെന്ന്
വിശ്വസിച്ചു. സഹോദരൻ സത്യം
പ്രഖ്യാപിക്കാൻ തീരുമാനിച്ചു. ഏത് സ്ഥാനം
വഹിക്കണമെന്ന് ഈസയ്ക്ക്
തീരുമാനിക്കേണ്ടി വന്നു.
നിൽക്കുന്നത് ചെലവേറിയതാണ്.
എന്നാൽ ഒഴുകിപ്പോകുന്നത് വിനാശകരമാണ്.
കാവൽക്കാർ അവരുടെ സ്ഥാനം
ഉപേക്ഷിച്ചാൽ,
വ്യവസ്ഥകൾ തകരും.
മാതാപിതാക്കൾ തങ്ങളുടെ ജോലി
ഉപേക്ഷിച്ചാൽ,
വീടുകൾ ദുർബലമാകും.

വിശ്വാസികൾ അവരുടെ നിലപാട്
ഉപേക്ഷിച്ചാൽ,
വിട്ടുവീഴ്ച വ്യാപിക്കും.
വാച്ച്മാൻ നിയമനം പ്രസംഗകർക്ക്
മാത്രമുള്ളതല്ല.
അത് ഓരോ വിശ്വാസിക്കും
വേണ്ടിയുള്ളതാണ്.
നിങ്ങൾക്ക് ഒരു പോസ്റ്റ് ഉണ്ട്.
നിങ്ങൾ അത് തിരിച്ചറിഞ്ഞോ?

ചിന്താ ചോദ്യങ്ങൾ

1. എന്റെ ഇപ്പോഴത്തെ തസ്തിക എന്താണ് - എന്റെ കുടുംബം, പള്ളി, ജോലിസ്ഥലം?
2. ഞാൻ ആ സ്ഥാനത്ത് വിശ്വസ്തതയോടെ നിൽക്കുന്നുണ്ടോ?
3. വൈകാരികമായോ ആത്മീയമായോ എന്റെ പോസ്റ്റ് ഞാൻ എവിടെയാണ് ഉപേക്ഷിച്ചത്?
4. എന്റെ പോസ്റ്റിൽ നിന്ന് ഞാൻ അപ്രത്യക്ഷനായാൽ, എന്താണ് ദുർബലമാകുന്നത്?
5. ദൈവം എന്നെ ആക്കിയ സ്ഥാനത്ത് തുടരാൻ ഞാൻ എന്ത് സമ്മർദ്ദം സഹിക്കണം?

ശ്രദ്ധാപൂർവ്വം ഉത്തരം നൽകുക.

പ്രഖ്യാപനം

എഴുന്നേറ്റു നിന്ന് പ്രഖ്യാപിക്കുക:

"എന്റെ സ്ഥാനം ഞാൻ ഉപേക്ഷിക്കില്ല. ദൈവം എന്നെ ആക്കിയ സ്ഥാനത്ത് ഞാൻ നിൽക്കും. സമ്മർദ്ദത്തിൽ ഞാൻ ഒഴുകിപ്പോകില്ല. എന്റെ നിയോഗം ഞാൻ വിശ്വസ്തതയോടെ നിറവേറ്റും."
മനഃപൂർവ്വം ആവർത്തിക്കുക.

ഘടനാപരമായ പ്രാർത്ഥന (40 മിനിറ്റ്)
1. ആരാധന (10 മിനിറ്റ്)
സ്ഥാനങ്ങൾ നൽകുന്നവനായി ദൈവത്തെ ബഹുമാനിക്കുക.
2. അലൈൻമെന്റ് (10 മിനിറ്റ്)
നിങ്ങളുടെ പോസ്റ്റിനെക്കുറിച്ച് വ്യക്തത ആവശ്യപ്പെടുക.
3. ശക്തി (10–15 മിനിറ്റ്)
നിങ്ങൾ വിളിക്കപ്പെട്ടിരിക്കുന്നിടത്ത് തുടരാൻ സഹിഷ്ണുതയ്ക്കായി പ്രാർത്ഥിക്കുക.
4. മധ്യസ്ഥത (5 മിനിറ്റ്)
നിങ്ങളുടെ കുടുംബാംഗങ്ങൾക്കുവേണ്ടി പ്രാർത്ഥിക്കുക - വിശ്വാസികൾക്കും അവിശ്വാസികൾക്കും വേണ്ടി.
ഇതുപയോഗിച്ച് അടയ്ക്കുക:
"എന്നെ ഒരു വിശ്വസ്ത കാവൽക്കാരനാക്കൂ."

പ്രവർത്തന പോയിന്റുകൾ
ഇന്ന് നിങ്ങൾ:

1. നിങ്ങളുടെ പ്രാഥമിക ഉത്തരവാദിത്ത മേഖല എഴുതുക.

2. അച്ചടക്കം ശക്തിപ്പെടുത്തേണ്ട ഒരു മേഖല തിരിച്ചറിയുക.
3. ആത്മീയ മാർഗനിർദേശത്തെക്കുറിച്ച് നിങ്ങളുടെ കുടുംബത്തിൽ ഒരു മനഃപൂർവമായ സംഭാഷണം നടത്തുക.
4. ഭിന്നിച്ച കുടുംബാംഗങ്ങൾക്കുവേണ്ടി പ്രത്യേകം പ്രാർത്ഥിക്കുക.
5. നിങ്ങളുടെ സ്വാധീനത്തെ ദുർബലപ്പെടുത്തുന്ന ഒരു പ്രവൃത്തി നിരസിക്കുക.

ദിവസം 13

ഒരേ മേശയിൽ ഇരുന്ന് ഭക്ഷണം കഴിക്കൽ

കഥാ അവതാരകൻ

ആ കുടുംബം എല്ലാവരും മതം മാറിയില്ല.
ചിലർ മുസ്ലീങ്ങളായി തുടർന്നു.
ചിലർ ക്രിസ്ത്യാനികളായി.
ഒരുകാലത്ത് ഒരേ മതപരമായ താളം
പങ്കിട്ടിരുന്ന വീട്ടിൽ ഇപ്പോൾ രണ്ടെണ്ണം ഉണ്ട്.
എന്നിട്ടും—
അവർ ഇപ്പോഴും ഒരുമിച്ച് ഭക്ഷണം കഴിച്ചു.
ഈ വിശദാംശം ശക്തമാണ്.
ബോധ്യം മാറി.
കൂറ് മാറി. വിശ്വാസം വിഭജിക്കപ്പെട്ടു.
പക്ഷേ ബന്ധം പൂർണ്ണമായും തകർന്നില്ല.
പല പരിതസ്ഥിതികളിലും, പരിവർത്തനം
സ്ഥിരമായ ഒടിവുകൾക്ക് കാരണമാകുന്നു.
ഈ സാഹചര്യത്തിൽ, പിരിമുറുക്കം
നിലനിന്നിരുന്നു - പക്ഷേ ബന്ധം അതിജീവിച്ചു.
ഇതാണ് പക്വത.
കൂറ് മാറി.
പക്ഷേ വെറുപ്പ് മാറി.
വിശ്വാസം ക്രൂരതയായി മാറിയില്ല.
സത്യം ശത്രുതയായി മാറിയില്ല.

അവർ ഭക്ഷണം പങ്കിട്ടു കഴിച്ചു.
പിന്നെ ഭക്ഷണവും പ്രധാനമാണ്.
പട്ടികകൾ ബന്ധങ്ങളെ പ്രതിനിധീകരിക്കുന്നു.
പ്രവേശനം. സംഭാഷണം. മാനുഷിക അന്തസ്സ്.
നിങ്ങൾക്ക് ആഴത്തിൽ വിയോജിക്കാം -
എന്നിട്ടും ഒരാളോട് ബഹുമാനത്തോടെ
പെരുമാറാം.

സ്ക്രിപ്ചർ ആങ്കർമാർ
പഴയ നിയമം
"സാധ്യമെങ്കിൽ, നിങ്ങളെ
ആശ്രയിച്ചിരിക്കുന്നിടത്തോളം, എല്ലാ
മനുഷ്യരോടും സമാധാനത്തോടെ ജീവിക്കുക."
- (സദൃശവാക്യങ്ങളിലുടനീളം പ്രതിഫലിക്കുന്ന
തത്വം; പഴയനിയമ ജ്ഞാന പാരമ്പര്യത്തിൽ
ഉറപ്പിച്ചിരിക്കുന്നു)
സമാധാനം കീഴടങ്ങലല്ല.
അത് അച്ചടക്കമാണ്.
പുതിയ നിയമം
“കഴിയുമെങ്കിൽ, നിങ്ങളാൽ ആവോളം
എല്ലാവരോടും സമാധാനത്തിൽ
വർത്തിക്കുവിൻ.”
—**റോമർ** 12:18.
വിട്ടുവീഴ്ചയല്ല.
സമാധാനം.

പാഠം

ചില വിശ്വാസികൾ വേർപിരിയലിനെ
വിശുദ്ധിയുമായി
ആശയക്കുഴപ്പത്തിലാക്കുന്നു.
മറ്റു ചിലർ വിട്ടുവീഴ്ചയെ
സമാധാനവുമായി
ആശയക്കുഴപ്പത്തിലാക്കുന്നു.
എന്നാൽ മൂന്നാമത്തെ വഴിയുണ്ട്:
ശത്രുതയില്ലാത്ത ബോധ്യം.
നിങ്ങൾക്ക് കഴിയും:

- സത്യം ശക്തമായി മുറുകെ പിടിക്കുക.
- വിട്ടുവീഴ്ച നിരസിക്കുക.
- ബന്ധത്തിൽ തുടരുക.
- മാന്യത കാണിക്കുക.
- അതിരുകൾ നിലനിർത്തുക.

പട്ടിക ഒരു അംഗീകാരമല്ല.
അത് മനുഷ്യത്വമാണ്.
പാപത്തെ അംഗീകരിക്കാതെ ക്രിസ്തു
പാപികളോടൊപ്പം ഭക്ഷണം കഴിച്ചെങ്കിൽ,
നിങ്ങൾക്ക് ബോധ്യം ഉപേക്ഷിക്കാതെ ഒരു
മേശയിലിരിക്കാൻ കഴിയും.
വിഭജിക്കപ്പെട്ട വീടുകൾക്ക് ആത്മീയ പക്വത
ആവശ്യമാണ്.
നിങ്ങൾക്ക് എല്ലാവരെയും മാറ്റാൻ
കഴിയില്ലായിരിക്കാം.
പക്ഷേ നിങ്ങൾ എങ്ങനെ പെരുമാറണമെന്ന്
നിങ്ങൾക്ക് തീരുമാനിക്കാം.

ചിന്താ ചോദ്യങ്ങൾ

1. ബോധ്യത്തെയും ആക്രമണത്തെയും ഞാൻ ആശയക്കുഴപ്പത്തിലാക്കിയിട്ടുണ്ടോ?
2. ഞാൻ അനാവശ്യമായി ബന്ധങ്ങളിൽ നിന്ന് പിന്മാറിയോ?
3. എനിക്ക് എവിടെയാണ് ആരോഗ്യകരമായ അതിരുകൾ വേണ്ടത്?
4. ശത്രുതയില്ലാതെ എനിക്ക് സത്യം മുറുകെ പിടിക്കാൻ കഴിയുമോ?
5. എനിക്ക് ബന്ധപരമായി വീണ്ടും സമീപിക്കേണ്ട ആരെങ്കിലും ഉണ്ടോ?

സത്യസന്ധമായി ഉത്തരം പറയൂ.

പ്രഖ്യാപനം

ഉറക്കെ പറയുക:
"എന്റെ ഉറച്ച വിശ്വാസം ഒരിക്കലും വെറുപ്പ് ഉണ്ടാക്കില്ല.
ശത്രുത പുലർത്താതെ ഞാൻ ഉറച്ചുനിൽക്കും.
മറ്റുള്ളവരോട് ഞാൻ മാന്യമായി പെരുമാറും.
സത്യവും സ്നേഹവും എന്റെ ജീവിതത്തിൽ ഒരുമിച്ച് നിലനിൽക്കും."
അത് സാവധാനം ആവർത്തിക്കുക.

ഘടനാപരമായ പ്രാർത്ഥന (35 മിനിറ്റ്)

1. ആരാധന (10 മിനിറ്റ്)

സമാധാന രാജകുമാരനായി ക്രിസ്തുവിനെ ബഹുമാനിക്കുക.

2. മധ്യസ്ഥത (10 മിനിറ്റ്)
ഭിന്നിച്ച കുടുംബാംഗങ്ങൾക്കുവേണ്ടി പ്രാർത്ഥിക്കുക.
3. ജ്ഞാനം (10 മിനിറ്റ്)
പിരിമുറുക്കം കൈകാര്യം ചെയ്യുന്നതിൽ പക്വത ആവശ്യപ്പെടുക.
4. സംരക്ഷണം (5 മിനിറ്റ്)
വിട്ടുവീഴ്ചയില്ലാതെ ഐക്യത്തിനായി പ്രാർത്ഥിക്കുക.
ഇതുപയോഗിച്ച് അടയ്ക്കുക:
"എന്നെ നിൽക്കാനും സ്നേഹിക്കാനും പഠിപ്പിക്കൂ."

പ്രവർത്തന പോയിന്റുകൾ
ഇന്ന് നിങ്ങൾ:

1. നിങ്ങൾക്ക് വിയോജിപ്പുള്ള ഒരാളോട് ആദരവോടെ സംസാരിക്കുക.
2. അനാവശ്യമായ ഒരു വാദം ഒഴിവാക്കുക.
3. മറുപടി പറയുന്നതിനുമുമ്പ് ശ്രദ്ധിച്ചു കേൾക്കാൻ പരിശീലിക്കുക.
4. റോമർ 12 ഉച്ചത്തിൽ പ്രാർത്ഥിക്കുക.
5. സാധ്യമാകുന്നിടത്തെല്ലാം സമാധാനം തിരഞ്ഞെടുക്കുക.

ദിവസം 14

അധികാരത്തിന് വെളിപ്പെടുത്തൽ ഇല്ലാത്തപ്പോൾ

കഥാ അവതാരകൻ

ഒരു അച്ഛൻ ഉണ്ടായിരുന്നു.
ഘടനാപരം.
അച്ചടക്കമുള്ളത്. വിശ്വാസത്തെക്കുറിച്ച്
ഗൗരവമുള്ളത്.
അദ്ദേഹം സാധാരണ കുട്ടികളെയല്ല
വളർത്തിയത്,
അച്ചടക്കമുള്ള കുട്ടികളെയാണ് വളർത്തിയത്.
പ്രാർത്ഥന നിർബന്ധമാക്കി.
മതപരമായ ദിനചര്യകൾ സ്ഥിരത പുലർത്തി.
ക്രമം മാനിക്കപ്പെട്ടു.
അവൻ വിശ്വസിച്ചത് സത്യത്തെ
സംരക്ഷിക്കുക എന്നായിരുന്നു.
അവൻ വിശ്വസിച്ചത് തന്റെ കുടുംബത്തെ
സംരക്ഷിക്കുക എന്നായിരുന്നു. അവൻ
വിശ്വസിച്ചത് പാരമ്പര്യം സംരക്ഷിക്കുക
എന്നായിരുന്നു.
മതപരിവർത്തനം വീട്ടിൽ പ്രവേശിച്ചപ്പോൾ,
അവൻ ശക്തമായി പ്രതികരിച്ചു.
അവന് അത് വിശ്വാസവഞ്ചനയായിരുന്നു.
അവന് അത് അപമാനവുമായിരുന്നു. അവന്
അത് മത്സരവുമായിരുന്നു.

ആ വീട്ടിൽ ഉയർന്നുപൊങ്ങിയ വാൾ വെറും കോപമായിരുന്നില്ല.
അത് വെളിപ്പെടുത്തലില്ലാത്ത ബോധ്യമായിരുന്നു.
അവന് ഘടന ഉണ്ടായിരുന്നു.
പക്ഷേ അവന് വെളിച്ചമില്ലായിരുന്നു.
അവന് അധികാരമുണ്ടായിരുന്നു.
പക്ഷേ അവന് പരിവർത്തനം ഇല്ലായിരുന്നു.
വെളിപ്പെടുത്തലില്ലാത്ത അധികാരം അപകടകരമാകും.

സ്ക്രിപ്ചർ ആങ്കർമാർ

പഴയ നിയമം

"ഒരു വഴി മനുഷ്യന്നു ചൊവ്വായി തോന്നുന്നു; അതിന്റെ അവസാനമോ മരണവഴികൾ അത്രേ."
—സദൃശവാക്യങ്ങൾ 14:12.
ആത്മാർത്ഥത എന്നത് കൃത്യതയ്ക്ക് തുല്യമല്ല.

പുതിയ നിയമം

"അവർക്ക് ദൈവത്തിനുവേണ്ടി എരിവുണ്ടെന്ന് ഞാൻ സാക്ഷ്യപ്പെടുത്തുന്നു, പക്ഷേ അത് പരിജ്ഞാനപ്രകാരമല്ല."
- റോമർ 10: 2
വെളിപ്പെടുത്തലില്ലാത്ത തീക്ഷ്ണത ശക്തിയെ തെറ്റായ ദിശയിലേക്ക് നയിക്കുന്നു.

പാഠം

ഈ ദിവസം പിതാക്കന്മാരെ കുറ്റപ്പെടുത്താനുള്ളതല്ല.

ഇത് സ്വാധീനത്തെ
മനസ്സിലാക്കുന്നതിനെക്കുറിച്ചാണ്.
കഥയിലെ അച്ഛൻ നിഷ്ക്രിയനായിരുന്നില്ല.
അവൻ ഗൗരവത്തിലായിരുന്നു.
എന്നാൽ വെളിപ്പെടുത്തലില്ലാത്ത ഗൗരവം
ദോഷം ചെയ്യും.
ഘടന ശക്തമാണ്.
അച്ചടക്കം സ്വഭാവത്തെ രൂപപ്പെടുത്തുന്നു .
അധികാരം മനസ്സുകളെ രൂപപ്പെടുത്തുന്നു.
എന്നാൽ അടിത്തറ തെറ്റാണെങ്കിൽ,
രൂപീകരണം വിനാശകരമാകും.
പിതാക്കന്മാർ പാത രൂപപ്പെടുത്തുന്നു.
നേതാക്കൾ ദിശ രൂപപ്പെടുത്തുന്നു.
അധികാരസ്ഥാനത്തുള്ളവർ
പരിശോധിക്കേണ്ടത്:
എന്റെ ബോധ്യം വെളിപാടിൽ
വേരൂന്നിയതാണോ -
അതോ പാരമ്പര്യമായി ലഭിച്ച
പാരമ്പര്യത്തിൽ വേരൂന്നിയതാണോ?
എന്റെ അധികാരം ജീവിതം
കെട്ടിപ്പടുക്കുകയാണോ -
അതോ അഹങ്കാരത്തെ
പ്രതിരോധിക്കുകയാണോ?
എന്റെ ശിക്ഷണം നീതിയെ
ഉളവാക്കുന്നുണ്ടോ -
അതോ ഭയത്തെ ഉളവാക്കുന്നുണ്ടോ?
അധികാരം നിഷ്പക്ഷമല്ല.
അത് വഹിക്കുന്നതിനെ അത്
വർദ്ധിപ്പിക്കുന്നു.

ചിന്താ ചോദ്യങ്ങൾ

1. ഒരാളുടെ ജീവിതത്തിൽ എനിക്ക് എവിടെയാണ് അധികാരം?
2. എന്റെ നേതൃത്വം സത്യത്തിലാണോ അതോ അഹങ്കാരത്തിലാണോ വേരൂന്നിയിരിക്കുന്നത്?
3. വെളിപാടിനെക്കാൾ പാരമ്പര്യത്തെ ഞാൻ പ്രതിരോധിച്ചിട്ടുണ്ടോ?
4. എന്റെ ശിക്ഷണം സ്നേഹമോ ഭയമോ വളർത്തുന്നുണ്ടോ?
5. ഏതൊക്കെ വിശ്വാസങ്ങളാണ് ഞാൻ ഒരിക്കലും ആഴത്തിൽ പരിശോധിച്ചിട്ടില്ലാത്തത്?

പ്രതിരോധമില്ലാതെ ഉത്തരം നൽകുക.

പ്രഖ്യാപനം

ഉറക്കെ പറയുക:

"ഞാൻ പാരമ്പര്യം മാത്രമല്ല, വെളിപാടും തേടും.
എന്റെ അധികാരം സത്യത്തെ പ്രതിഫലിപ്പിക്കും. എന്റെ ശിക്ഷണം ജീവൻ നൽകും. ഞാൻ അന്ധമായ തീക്ഷ്ണത നിരസിക്കുന്നു. ഞാൻ വെളിച്ചത്തെ പിന്തുടരുന്നു."

മനഃപൂർവ്വം ആവർത്തിക്കുക.

ഘടനാപരമായ പ്രാർത്ഥന (40 മിനിറ്റ്)

1. ആരാധന (10 മിനിറ്റ്)
ആത്യന്തിക അധികാരിയായി ദൈവത്തെ ബഹുമാനിക്കുക.
2. പശ്ചാത്താപം (10 മിനിറ്റ്)
അഭിമാനമോ പരിശോധിക്കപ്പെടാത്ത പാരമ്പര്യമോ ഏറ്റുപറയുക.
3. പ്രകാശം (10–15 മിനിറ്റ്)
വെളിപ്പെടുത്തലിനും മനസ്സിലാക്കലിനും വേണ്ടി ആവശ്യപ്പെടുക.
4. പുനഃക്രമീകരണം (5–10 മിനിറ്റ്)
നിങ്ങളുടെ സ്വാധീനം ദൈവത്തിന്റെ സത്യത്തിൽ സമർപ്പിക്കുക.
ഇതുപയോഗിച്ച് അടയ്ക്കുക:
"എന്റെ നേതൃത്വം വെളിച്ചത്തിൽ വേരൂന്നിയതായിരിക്കട്ടെ."

പ്രവർത്തന പോയിന്റുകൾ
ഇന്ന് നിങ്ങൾ:

1. ചോദ്യം ചെയ്യാതെ നിങ്ങൾക്ക് പാരമ്പര്യമായി ലഭിച്ച ഒരു വിശ്വാസം പരിശോധിക്കുക.
2. അനുമാനത്തിൽ ആശ്രയിക്കുന്നതിനുപകരം ഒരു തിരുവെഴുത്ത് ആഴത്തിൽ പഠിക്കുക.
3. നിങ്ങളുടെ അധികാരം ആരെയെങ്കിലും വേദനിപ്പിച്ചിട്ടുണ്ടെങ്കിൽ ക്ഷമ ചോദിക്കുക.
4. പിതാക്കന്മാർക്കും നേതാക്കൾക്കും വേണ്ടി പ്രാർത്ഥിക്കുക.

5. സത്യത്തോടും വിനയത്തോടും കൂടി നയിക്കാൻ പ്രതിജ്ഞാബദ്ധരാകുക.

ദിവസം 15

നിശബ്ദ ബോധ്യത്തിന്റെ ശക്തി

കഥാ അവതാരകൻ

അവളാണ് ആദ്യം മതം മാറിയത്.
അവളുടെ മക്കളല്ല.
പൊതു പ്രസംഗകനുമല്ല.
അവളുടെ.
ക്രമീകൃതമായ ഒരു ഇസ്ലാമിക
ഭവനത്തിനുള്ളിൽ.
അച്ചടക്കമുള്ള ഒരു ഭർത്താവിനു കീഴിൽ.
വ്യതിയാനം സഹിക്കാത്ത ഒരു മതപരമായ
അന്തരീക്ഷത്തിൽ.
അവൾ വിവാഹബന്ധം ഉപേക്ഷിച്ചില്ല.
വീട് ഉപേക്ഷിച്ചില്ല. പ്രതികാരം ചെയ്തില്ല.
അവൾ തുടർന്നു.
അവൾ പ്രാർത്ഥിച്ചു.
അവൾ സഹിച്ചു. അവൾ പിരിമുറുക്കം
ഉൾക്കൊണ്ടു.
അവളുടെ മതപരിവർത്തനം
ഉച്ചത്തിലായിരുന്നില്ല.
അത് ജീവിച്ചിരിപ്പായിരുന്നു.
അവളുടെ മക്കൾ നോക്കിനിന്നു.
ഭർത്താവ് പ്രതികരിച്ചു. വീട് മാറി.

പക്ഷേ അവൾ നിന്നു.
ചരിത്രം പലപ്പോഴും ദൃശ്യനായ പ്രസംഗകനെ എടുത്തുകാണിക്കുന്നു.
എന്നാൽ സ്വർഗ്ഗം പലപ്പോഴും മറഞ്ഞിരിക്കുന്ന മധ്യസ്ഥനെ അടയാളപ്പെടുത്തുന്നു.
പരസ്യമായി കീഴടങ്ങുന്നതിന് മുമ്പ്, സ്വകാര്യ പ്രാർത്ഥന ഉണ്ടായിരുന്നു.

സ്ക്രിപ്ചർ ആങ്കർമാർ

പഴയ നിയമം

"ഹന്നാ ഹൃദയംകൊണ്ടു സംസാരിച്ചു; അവളുടെ ചുണ്ടുകൾ മാത്രം അനങ്ങി, ശബ്ദം കേട്ടില്ല."

—1 ശമൂവേൽ 1:13.

നിശബ്ദ പ്രാർത്ഥനയ്ക്ക് തലമുറകളെ മാറ്റാൻ കഴിയും.

പുതിയ നിയമം

"നീതിമാന്റെ ഫലപ്രദവും തീക്ഷ്ണവുമായ പ്രാർത്ഥന വളരെ ഫലിക്കുന്നു."

- യാക്കോബ് 5:16

മദ്ധ്യസ്ഥത കാണാത്ത യാഥാർത്ഥ്യങ്ങളെ ചലിപ്പിക്കുന്നു.

പാഠം

എല്ലാ ശക്തിയും ഉച്ചത്തിലുള്ളതല്ല.

ഏറ്റവും ശക്തമായ ചില ആത്മീയ
പ്രസ്ഥാനങ്ങൾ ആരംഭിക്കുന്നത് ഒരു വ്യക്തി
പ്രാർത്ഥന ഉപേക്ഷിക്കാൻ
വിസമ്മതിക്കുന്നതിലൂടെയാണ്.
അമ്മ ദിവസവും ദൈവശാസ്ത്രത്തെക്കുറിച്ച്
വാദപ്രതിവാദങ്ങൾ നടത്തിയിരുന്നില്ല.
അവർ ഉറച്ച ബോധ്യം പ്രകടിപ്പിച്ചു.
അവൾ നിർബന്ധപൂർവ്വം പരിവർത്തനം
വരുത്തിയില്ല.
അവൾ അത് വഹിച്ചു.
സ്ഥിരതയായിരുന്നു അവളുടെ ശക്തി.
പല വിശ്വാസികളും ദൃശ്യമായ സ്വാധീനം
ആഗ്രഹിക്കുന്നു.
നിശബ്ദമായ സഹിഷ്ണുത വഹിക്കാൻ
തയ്യാറാകുന്നവർ ചുരുക്കം.
പ്രാർത്ഥന ബലഹീനതയല്ല,
അതൊരു യുദ്ധമാണ്.
സഹിഷ്ണുത എന്നത് നിഷ്ക്രിയത്വമല്ല.
നിയന്ത്രണത്തിലുള്ള ശക്തിയാണ്.
അവൾ ആക്രമണാത്മകമായി
പ്രതികരിച്ചിരുന്നെങ്കിൽ,
വീട് എന്നെന്നേക്കുമായി തകർന്നു
പോകുമായിരുന്നു.
പകരം, അവൾ തന്ത്രപരമായി സഹിച്ചു.

ചിന്താ ചോദ്യങ്ങൾ

1. രക്ഷപ്പെടുന്നതിനു പകരം സഹിക്കാൻ ദൈവം എന്നെ എവിടെയാണ് വിളിച്ചിരിക്കുന്നത്?

2. എന്റെ പ്രാർത്ഥനാ ജീവിതം സ്ഥിരതയുള്ളതാണോ അതോ പ്രതികരണാത്മകമാണോ?
3. ദുഷ്കരമായ ചുറ്റുപാടുകൾ ഞാൻ വളരെ വേഗത്തിൽ ഉപേക്ഷിക്കുന്നുണ്ടോ?
4. ശാന്തമായ വിശ്വസ്തതയുടെ ശക്തിയെ ഞാൻ കുറച്ചുകാണുന്നുണ്ടോ?
5. എന്റെ സ്ഥിരത തലമുറതലമുറയായി എന്ത് സ്വാധീനം ചെലുത്തിയേക്കാം?

പതുക്കെ ഉത്തരം പറയൂ.

പ്രഖ്യാപനം

ഉറക്കെ പറയുക:

"എന്റെ സ്ഥിരത ശക്തി പകരുന്നു.
എന്റെ പ്രാർത്ഥനകൾ പാഴാകുന്നില്ല. ഞാൻ കൈപ്പില്ലാതെ സഹിക്കും.
ബലപ്രയോഗമില്ലാതെ ഞാൻ സ്വാധീനിക്കും.
എന്റെ വിശ്വാസം സ്ഥിരമായി നിലനിൽക്കും."

ശാന്തമായി ആവർത്തിക്കുക.

ഘടനാപരമായ പ്രാർത്ഥന (40 മിനിറ്റ്)

1. ആരാധന (10 മിനിറ്റ്)

രഹസ്യം കാണുന്നവനായ ദൈവത്തെ ബഹുമാനിക്കുക.

2. മധ്യസ്ഥത (15 മിനിറ്റ്)

നിങ്ങളുടെ കുടുംബത്തിനും ഭാവി തലമുറകൾക്കും വേണ്ടി പ്രാർത്ഥിക്കുക.

3. ശക്തി (10 മിനിറ്റ്)
ബുദ്ധിമുട്ടുള്ള സ്ഥലങ്ങളിൽ സഹിഷ്ണുത ആവശ്യപ്പെടുക.
4. കീഴടങ്ങുക (5 മിനിറ്റ്)
അക്ഷമയും നിരാശയും പുറത്തുവിടുക.
ഇതുപയോഗിച്ച് അടയ്ക്കുക:
"ശാന്തമായ വിശ്വസ്തതയാൽ എന്നെ ശക്തിപ്പെടുത്തേണമേ."

പ്രവർത്തന പോയിന്റുകൾ
ഇന്ന് നിങ്ങൾ:

1. നിങ്ങളുടെ കുടുംബത്തിനായി 20 മിനിറ്റ് തടസ്സമില്ലാത്ത പ്രാർത്ഥനയ്ക്കായി നീക്കിവയ്ക്കുക.
2. നിങ്ങളുടെ വീട്ടിലെ ഒരു പ്രതിലോമകരമായ ശീലം നീക്കം ചെയ്യുക.
3. നിങ്ങൾ ദിവസവും ശുപാർശ ചെയ്യുന്ന ആളുകളുടെ പേരുകൾ എഴുതുക.
4. പിരിമുറുക്കത്തിനുള്ളിൽ ഒരു ദയാപ്രവൃത്തി തിരഞ്ഞെടുക്കുക.
5. 7 ദിവസത്തെ സ്ഥിരമായ മധ്യസ്ഥതയ്ക്ക് പ്രതിജ്ഞാബദ്ധരാകുക.

ദിവസം 16

ശിക്ഷ ആദ്യം നിങ്ങൾക്ക് നഷ്ടമാകുമ്പോൾ

കഥാ അവതാരകൻ

ഈസ പരസ്യമായി കീഴടങ്ങുന്നതിന് മുമ്പ്,
അദ്ദേഹത്തിന്റെ മൂത്ത സഹോദരൻ
അതിർത്തി കടന്നിരുന്നു.
അദ്ദേഹത്തിന്റെ പേര് പരാമർശിക്കപ്പെട്ടു.
അദ്ദേഹത്തിന്റെ നിലപാട് ദൃശ്യമായിരുന്നു.
അദ്ദേഹത്തിന്റെ ബോധ്യം
മറച്ചുവെച്ചിരുന്നില്ല.
അദ്ദേഹം തന്റെ വിശ്വാസം
പ്രഖ്യാപിച്ചപ്പോൾ, പിരിമുറുക്കം
പൊട്ടിപ്പുറപ്പെട്ടു.
പ്രതികരണം വെറും വാക്കുകളിലൂടെ
മാത്രമായിരുന്നില്ല.
ഒരു വാൾ ഉയർത്തി.
ആ സമരം കൊല്ലാൻ വേണ്ടിയായിരുന്നു.
ഇത് പ്രതീകാത്മക കോപമായിരുന്നില്ല.
അത് നിർവ്വഹണ തലത്തിലുള്ള
ഗൗരവമായിരുന്നു.
പക്ഷേ സമരം ഒരിക്കലും ഫലം കണ്ടില്ല.
ബ്ലേഡ് അയാളുടെ അടുത്തെത്തുന്നതിനുമുമ്പ്
അയാളെ ആ സ്ഥലത്ത് നിന്ന് അടുത്തുള്ള
മറ്റൊരു സ്ഥലത്തേക്ക് മാറ്റി.
അമാനുഷികമായി സ്ഥലംമാറ്റപ്പെട്ടതായി
അദ്ദേഹം പിന്നീട് സാക്ഷ്യപ്പെടുത്തി.

ആ നിമിഷം എല്ലാം മാറ്റിമറിച്ചു.
ശിക്ഷിക്കപ്പെട്ടതാണ് അക്രമത്തിന്
കാരണമായത്.
സംരക്ഷണം ഉദ്ദേശ്യം വെളിപ്പെടുത്തി.
അവൻ മരിച്ചില്ല.
അദ്ദേഹം പിന്മാറിയില്ല.
അവൻ പിന്മാറിയില്ല.
വർഷങ്ങൾക്കുശേഷം, അദ്ദേഹം ശുശ്രൂഷാ
നേതൃത്വത്തിൽ സേവനമനുഷ്ഠിക്കും.
മതപരിവർത്തനത്തിനായി കൊല്ലപ്പെടാൻ
സാധ്യതയുള്ളയാൾ ഒരു ഇടയനായി മാറി.
ആദ്യം ബോധ്യം.
പിന്നെ ഭീഷണി. പിന്നെ സംരക്ഷണം. പിന്നെ
വിളി.

സ്ക്രിപ്ചർ ആങ്കർമാർ
പഴയ നിയമം
"അവർ അവനെ തീയിലേക്ക് എറിഞ്ഞപ്പോൾ
... തീ അവരുടെ ശരീരത്തിന് ദോഷം
ചെയ്തില്ല."
- ദാനിയേൽ 3:27
സംരക്ഷണം അസൈൻമെന്റ്
സ്ഥിരീകരിക്കുന്നു.
പുതിയ നിയമം
“അവർ അവരെ വിളിച്ച്, ഒന്നും
സംസാരിക്കരുതെന്ന് ആജ്ഞാപിച്ചു... എന്നാൽ
പത്രോസും യോഹന്നാനും, 'ഞങ്ങൾക്ക്
സംസാരിക്കാതിരിക്കാൻ കഴിയില്ല' എന്ന്

ഉത്തരം പറഞ്ഞു”
— പ്രവൃത്തികൾ 4:18–20
ഭീഷണി നേരിടുമ്പോഴും ശിക്ഷാവിധി
സംസാരിക്കുന്നു.

പാഠം
എല്ലാ കുടുംബത്തിലും ആരെങ്കിലും ഒരാൾ
ഒന്നാമനാകും.
ആദ്യം എഴുന്നേൽക്കണം.
ആദ്യം സംസാരിക്കണം. ആദ്യം പ്രതികരണം
ഉൾക്കൊള്ളണം.
ആദ്യത്തേതിനാണ് പലപ്പോഴും ഏറ്റവും
കൂടുതൽ പ്രതിരോധം അനുഭവപ്പെടുന്നത്.
എന്നാൽ അവർ മറ്റുള്ളവർക്കുള്ള തടസ്സവും
മറികടക്കുന്നു.
ഈസയുടെ കീഴടങ്ങലിന് മുമ്പായിരുന്നു
അദ്ദേഹത്തിന്റെ നിലപാട്.
അദ്ദേഹത്തിന്റെ സംരക്ഷണം
മൂകസാക്ഷിയായി.
നിങ്ങളുടെ ധൈര്യം മറ്റൊരാളുടെ
പരിവർത്തനത്തിന് വഴിയൊരുക്കിയേക്കാം.
അവൻ പിൻവാങ്ങിയിരുന്നെങ്കിൽ
ഭയം വർദ്ധിക്കുമായിരുന്നു.
അദ്ദേഹം പിൻവാങ്ങിയിരുന്നെങ്കിൽ,
സത്യത്തിനെതിരെ അധികാരം
ശക്തിപ്പെടുമായിരുന്നു.
പക്ഷേ അവൻ നിന്നു.
പൊതുജന ബോധ്യം ചെലവേറിയതാണ്.
പക്ഷേ അത് ഉത്തേജകമാണ്.

ചിന്താ ചോദ്യങ്ങൾ

1. അനുസരണത്തിൽ ഒന്നാമനാകാൻ ഞാൻ തയ്യാറാണോ?
2. ദൃശ്യമായ ബോധ്യം ഞാൻ എവിടെയാണ് ഒഴിവാക്കിയത്?
3. എന്റെ മൗനം മറ്റൊരാളുടെ ധൈര്യത്തെ മന്ദഗതിയിലാക്കിയിട്ടുണ്ടോ?
4. എന്ത് ഭയമാണ് എന്നെ പരസ്യമായി നിൽക്കുന്നതിൽ നിന്ന് തടയുന്നത്?
5. സംരക്ഷണം അനുസരണത്തെ പിന്തുടരുകയാണെങ്കിൽ, ദൈവം എന്നിൽ എന്താണ് സംരക്ഷിക്കുന്നത്?

സത്യസന്ധമായി ഉത്തരം പറയൂ.

പ്രഖ്യാപനം

ഉറക്കെ പറയുക:

"ഞാൻ ആദ്യം നിന്നാലും ഞാൻ നിൽക്കും. ഭീഷണികൾ കേട്ട് ഞാൻ പിന്മാറുകയില്ല. എന്റെ അനുസരണം മറ്റുള്ളവർക്ക് വഴിയൊരുക്കുന്നു. ദൈവം താൻ നിയമിച്ചതിനെ സംരക്ഷിക്കുന്നു."

ശക്തമായി ആവർത്തിക്കുക.

ഘടനാപരമായ പ്രാർത്ഥന (40 മിനിറ്റ്)

1. ആരാധന (10 മിനിറ്റ്)

സംരക്ഷകനും പരിപാലകനുമായ ദൈവത്തെ ബഹുമാനിക്കുക.

2. ധൈര്യം (10–15 മിനിറ്റ്)
പരസ്യമായി നിൽക്കാൻ ശക്തി ആവശ്യപ്പെടുക.

3. സംരക്ഷണം (10 മിനിറ്റ്)
ദൃശ്യമായ അനുസരണത്തിന് മുകളിൽ ദൈവിക ആവരണത്തിനായി പ്രാർത്ഥിക്കുക.

4. മധ്യസ്ഥത (5 മിനിറ്റ്)
ധൈര്യം ആവശ്യമുള്ള ഒരാൾക്കുവേണ്ടി പ്രാർത്ഥിക്കുക.

ഇതുപയോഗിച്ച് അടയ്ക്കുക:
"ഞാൻ ഭയമില്ലാതെ നിൽക്കുന്നു."

പ്രവർത്തന പോയിന്റുകൾ

ഇന്ന് നിങ്ങൾ:

1. മാതൃകയായി നയിക്കേണ്ട ഒരു മേഖല തിരിച്ചറിയുക.
2. അനുസരണത്തിന്റെ ഒരു ദൃശ്യമായ ചുവടുവെപ്പ് നടത്തുക.
3. എഴുന്നേൽക്കാൻ മടിക്കുന്ന ഒരാളെ പ്രോത്സാഹിപ്പിക്കുക.
4. ദാനിയേൽ 3 സാവധാനം വായിക്കുക.
5. ഭയത്താൽ നയിക്കപ്പെടുന്ന നിശബ്ദത നിരസിക്കുക.

ദിവസം 17

വെളിപാട് മതിയാകാതെ വരുമ്പോൾ

കഥാ അവതാരകൻ

മൈദുഗുരിയിൽ, സാധാരണ
വിശദീകരണത്തിന് ചേരാത്ത എന്തോ ഒന്ന്
സംഭവിച്ചു.
അവൻ കൊണ്ടുപോകുന്നതായി വിവരിച്ചു -
നരകം കാണിച്ചു.
അയാൾ ആളുകളെ തിരിച്ചറിഞ്ഞു.
കുറ്റവാളികളല്ല.
അപരിചിതരുമല്ല.
അധ്യാപകർ.
ഇസ്ലാമിക പണ്ഡിതന്മാർ.
ബഹുമാന്യരായ പുരുഷന്മാർ.
അവൻ ബഹുമാനിച്ചിരുന്ന പുരുഷന്മാർ.
അവൻ വിശ്വസിച്ചിരുന്ന പുരുഷന്മാർ
നീതിമാന്മാരായിരുന്നു.
അവൻ പീഡനം കണ്ടു.
പിന്നെ അവൻ സ്വർഗ്ഗം കണ്ടു.
ഓർഡർ.
ലൈറ്റ്.പീസ്.
ആ ഏറ്റുമുട്ടലിൽ നിന്ന് അയാൾ
കുലുങ്ങിയാണ് മടങ്ങിയത്.

പക്ഷേ അയാൾ കീഴടങ്ങിയില്ല.
വെളിപാട് അവനെ അസ്വസ്ഥനാക്കി.
അത് അവനെ ഇതുവരെ പരിവർത്തനം ചെയ്തിട്ടില്ല.
മുഴുവൻ കഥയിലെയും ഏറ്റവും ഗൗരവമേറിയ സത്യങ്ങളിൽ ഒന്നാണിത്.
നിങ്ങൾക്ക് ആത്മീയ യാഥാർത്ഥ്യം കാണാൻ കഴിയും -
എന്നിട്ടും ചെറുത്തുനിൽക്കുക.
നിങ്ങൾക്ക് ദൈവിക വെളിപ്പെടുത്തൽ നേരിടാൻ കഴിയും -
എന്നിട്ടും അനുസരണം വൈകിപ്പിക്കാം.
വിവരങ്ങൾ പരിവർത്തനം ഉറപ്പുനൽകുന്നില്ല.

സ്ക്രിപ്ചർ ആങ്കർമാർ

പഴയ നിയമം

"കർത്താവിന്റെ ദൂതൻ വഴിയിൽ നില്ക്കുന്നത് ബിലെയാം കണ്ടു... എന്നിട്ടും അവന്റെ ഹൃദയം പ്രതിഫലത്തിൽ ഉറച്ചിരുന്നു."
- സംഖ്യാപുസ്തകം 22:31-32 (സന്ദർഭം)

കാണുന്നത് എപ്പോഴും ആഗ്രഹത്തെ മാറ്റില്ല.

പുതിയ നിയമം

"അവരുടെ മുമ്പാകെ യേശു ഇത്രയധികം അടയാളങ്ങൾ ചെയ്തിട്ടും അവർ അവനിൽ വിശ്വസിച്ചില്ല."
- യോഹന്നാൻ 12:37

കഠിനമായ ഇച്ഛാശക്തിയെ അത്ഭുതങ്ങൾ മറികടക്കുന്നില്ല.

പാഠം

പലരും വെളിപ്പെടുത്തൽ ആവശ്യപ്പെടുന്നു. അതിനോട് പ്രതികരിക്കുന്നവർ ചുരുക്കം. "ശക്തമായ എന്തെങ്കിലും കണ്ടിരുന്നെങ്കിൽ ഞാൻ മാറുമായിരുന്നു" എന്ന് നിങ്ങൾ പറഞ്ഞേക്കാം .

പക്ഷേ ഹൃദയം അനുഭവത്തേക്കാൾ ആഴമേറിയതാണ്.
വെളിപാട് തുറന്നുകാട്ടുന്നു.
വിൽപത്രം തീരുമാനിക്കുന്നു.
നിങ്ങൾക്ക് ഇതിനകം തന്നെ അറിയാമായിരിക്കും:

- വിട്ടുവീഴ്ചയുടെ അനന്തരഫലങ്ങൾ.
- പാപത്തിന്റെ വില.
- അനുസരണത്തിന്റെ അടിയന്തിരാവസ്ഥ.
- നിത്യതയുടെ യാഥാർത്ഥ്യം.

എന്നാൽ കീഴടങ്ങാത്ത അറിവ് ഒരു ഭാരമായിത്തീരുന്നു.
തുറന്നുകാട്ടലിനും അനുസരണത്തിനും ഇടയിൽ അപകടകരമായ ഒരു ഇടമുണ്ട്.
നിങ്ങൾ അവിടെ കൂടുതൽ നേരം തുടരുന്തോറും
കീഴടങ്ങൽ കൂടുതൽ ബുദ്ധിമുട്ടായിരിക്കും.

ചിന്താ ചോദ്യങ്ങൾ

1. നിത്യതയെക്കുറിച്ചുള്ള ഏതൊക്കെ സത്യങ്ങളാണ് ഞാൻ കേട്ടിട്ടുള്ളത്, പക്ഷേ അവ അനുസരിച്ചു പ്രവർത്തിച്ചിട്ടില്ല?
2. ബോധ്യം വന്നെങ്കിലും പ്രതികരണം വൈകിയതായി എനിക്ക് എവിടെയാണ് അനുഭവപ്പെട്ടത്?
3. അനുസരണത്തിനു പകരം അനുഭവങ്ങളെയാണോ ഞാൻ ആശ്രയിക്കുന്നത്?
4. എന്ത് വെളിപ്പെടുത്തലാണ് ഞാൻ അവഗണിച്ചത്?
5. ഇന്ന് ഞാൻ മരിച്ചാൽ, എന്റെ കൂറ് അവസാനിക്കുമോ?

ഗൗരവമായി ഉത്തരം പറയൂ.

പ്രഖ്യാപനം

എഴുന്നേറ്റു നിന്ന് പ്രഖ്യാപിക്കുക:
"വെളിപാട് എന്നെ അനുസരണത്തിലേക്ക് നയിക്കും.
ഞാൻ കീഴടങ്ങാൻ വൈകിപ്പിക്കില്ല. ഞാൻ എന്റെ ഹൃദയം കഠിനമാക്കില്ല. ദൈവം എനിക്ക് കാണിച്ചുതരുന്നത് ഞാൻ അതനുസരിച്ച് പ്രവർത്തിക്കും."
അത് സാവധാനം ആവർത്തിക്കുക.

ഘടനാപരമായ പ്രാർത്ഥന (40 മിനിറ്റ്)

1. ആദരവ് (10 മിനിറ്റ്)
നിത്യതയുടെ യാഥാർത്ഥ്യത്തെക്കുറിച്ച് ചിന്തിക്കുക.
2. കുമ്പസാരം (10 മിനിറ്റ്)
അനുസരണത്തിലെ പ്രത്യേക കാലതാമസങ്ങൾ എന്തൊക്കെയാണ്?
3. കീഴടങ്ങുക (10–15 മിനിറ്റ്)
നിങ്ങളുടെ ഇഷ്ടം വീണ്ടും ക്രിസ്തുവിന് പൂർണ്ണമായി സമർപ്പിക്കുക.
4. വിന്യാസം (5 മിനിറ്റ്)
മൃദുവും പ്രതികരണശേഷിയുള്ളതുമായ ഒരു ഹൃദയത്തിനായി ആവശ്യപ്പെടുക.
ഇതുപയോഗിച്ച് അടയ്ക്കുക:
"എന്റെ ഹൃദയം ഇപ്പോഴും ആർദ്രമാണ്."

പ്രവർത്തന പോയിന്റുകൾ
ഇന്ന് നിങ്ങൾ:

1. നിങ്ങൾ പ്രവർത്തിക്കാൻ വൈകിയ ഒരു സത്യം എഴുതുക.
2. അനുസരണത്തിലേക്ക് ഉടനടി ഒരു ചുവട് വയ്ക്കുക.
3. ഗൗരവത്തിന്റെ അടയാളമായി ഒരു ശ്രദ്ധ വ്യതിചലനത്തിൽ നിന്ന് വേഗത്തിൽ രക്ഷപ്പെടുക.
4. യോഹന്നാൻ 12 സാവധാനം വായിക്കുക.
5. നിത്യതയെക്കുറിച്ച് നിശബ്ദമായി ധ്യാനിക്കാൻ 5 മിനിറ്റ് ചെലവഴിക്കുക.

ദിവസം 18

നിങ്ങളുടെ ഉപദേഷ്ടാവ് വീഴുമ്പോൾ

കഥാ അവതാരകൻ

ഇമാം ഒരു അപരിചിതനായിരുന്നില്ല.
അവൻ അകലെയായിരുന്നില്ല.
അദ്ദേഹം ബാല്യകാല ഉപദേഷ്ടാവായിരുന്നു.
അദ്ദേഹം അവനെ തിരുവെഴുത്ത് പഠിപ്പിച്ചു.
അദ്ദേഹം അവനെ അച്ചടക്കം പഠിപ്പിച്ചു.
അദ്ദേഹം അവനെ ആഴമേറിയ അറിവ് പഠിപ്പിച്ചു. വിപുലമായ ആത്മീയ ആചാരങ്ങളിലേക്ക് അദ്ദേഹത്തെ പരിചയപ്പെടുത്തി.
അധികാരത്തെക്കുറിച്ചുള്ള അദ്ദേഹത്തിന്റെ ധാരണ അദ്ദേഹം രൂപപ്പെടുത്തി.
വിശ്വാസം വളരെ നേരത്തെ തന്നെ കെട്ടിപ്പടുത്തു.
ബഹുമാനം ആഴമേറിയതായിരുന്നു.
വിശ്വസ്തത ശക്തമായിരുന്നു.
പിന്നെ ഏറ്റുമുട്ടൽ വന്നു.
അവൻ വിവരിച്ച ഏറ്റുമുട്ടലിൽ, സ്വർഗത്തിൽ നിന്ന് തീ ഇറങ്ങുന്നത് അവൻ കണ്ടു.
ഇമാമിന് അടിയേറ്റു.

തന്നെ പരിശീലിപ്പിച്ച മനുഷ്യൻ.
താൻ ആദരിച്ച അധികാരി. തന്നെ
രൂപപ്പെടുത്തിയ അധ്യാപകൻ.
പോയി.
ആ നിമിഷം മരണത്തെക്കുറിച്ച്
മാത്രമായിരുന്നില്ല.
അത് തകർച്ചയെക്കുറിച്ചായിരുന്നു.
നിങ്ങൾ രൂപം കൊണ്ടത് വീഴുമ്പോൾ,
നിങ്ങൾ തിരഞ്ഞെടുക്കാൻ
നിർബന്ധിതരാകുന്നു.
നിങ്ങൾ വിശ്വസ്തതയിൽ ഉറച്ചുനിൽക്കുമോ -
അതോ വെളിപ്പെടുത്തലിനോട്
പ്രതികരിക്കുമോ?
ഒരു ഉപദേഷ്ടാവിൽ നിന്ന് വേർപിരിയുന്നത്
നിസ്സാരമല്ല.
അത് വൈകാരികമാണ്.
അത് വഴിതെറ്റിക്കുന്നതാണ്. അത് വഞ്ചന
പോലെ തോന്നുന്നു.
നിങ്ങളുടെ വിശ്വസ്തത പൂർണ്ണമായും
കൈമാറ്റം ചെയ്യപ്പെടത്തക്കവിധം നിങ്ങളെ
രൂപപ്പെടുത്തിയ അധികാരത്തെ ദൈവം
നേരിടും .

സ്ക്രിപ്ചർ ആങ്കർമാർ

പഴയ നിയമം

"ഏലീയാവ് അവന്റെ അരികെ കൂടി
കടന്നുപോയപ്പോൾ എലീശാ... കാളകളെ
അറുത്തു... ഉഴവുപകരണങ്ങൾ കത്തിച്ചു...

ഏലീയാവിനെ അനുഗമിച്ചു."
- 1 രാജാക്കന്മാർ 19:21
പരിവർത്തനത്തിന് വേർപിരിയൽ ആവശ്യമാണ്.

പുതിയ നിയമം

"എന്നെക്കാൾ അധികം അപ്പനെയോ അമ്മയെയോ സ്നേഹിക്കുന്നവൻ എനിക്കു യോഗ്യനല്ല."
—മത്തായി 10:37.
വിശ്വസ്തത അടുപ്പത്തെ മറികടക്കണം.

പാഠം

ഉപദേശകരാണ് ഐഡന്റിറ്റി രൂപപ്പെടുത്തുന്നത്.
ആത്മീയ പിതാക്കന്മാരാണ് ലോകവീക്ഷണത്തെ രൂപപ്പെടുത്തുന്നത്.
അധ്യാപകർ ബോധ്യം രൂപപ്പെടുത്തുന്നു.
പക്ഷേ ഒരു ഉപദേഷ്ടാവും സത്യത്തെ മറികടക്കുന്നില്ല.
വെളിപ്പെടുത്തലിനെ മറികടക്കുമ്പോൾ വിശ്വസ്തത അപകടകരമാകും.
പാരമ്പര്യമായി ലഭിച്ച സംവിധാനങ്ങളിൽ നിന്നുള്ള വേർപിരിയൽ ആന്തരികമായി അക്രമാസക്തമായി അനുഭവപ്പെടും.
നിങ്ങൾക്ക് പരിചയം നഷ്ടപ്പെടുന്നു.
നിങ്ങൾക്ക് ഘടന നഷ്ടപ്പെടുന്നു. നിങ്ങൾക്ക് അംഗീകാരം നഷ്ടപ്പെടുന്നു.
നിങ്ങൾക്ക് ദുഃഖിക്കാൻ പോലും കഴിയും.

എന്നാൽ വളർച്ചയ്ക്ക് സത്യമല്ലാത്തതിൽ
നിന്ന് വേർപിരിയൽ ആവശ്യമാണ്.
ഉപദേശകനെ ബാധിച്ച തീ നാശത്തിന്റെ
മാത്രം വിഷയമായിരുന്നില്ല.
അത് എക്സ്പോഷറിനെക്കുറിച്ചായിരുന്നു.
നിങ്ങൾ ആശ്രയിച്ചിരുന്ന അധികാരത്തെ
ദൈവം ചിലപ്പോൾ ഇല്ലാതാക്കും.
നിങ്ങളെ നശിപ്പിക്കാനല്ല -
മറിച്ച് നിങ്ങളെ സ്വതന്ത്രരാക്കാനാണ്.

ചിന്താ ചോദ്യങ്ങൾ

1. എന്റെ ആത്മീയ വ്യക്തിത്വത്തെ ഏറ്റവും കൂടുതൽ രൂപപ്പെടുത്തിയത് ആരാണ്?
2. സത്യത്തിനു മുകളിൽ ഞാൻ ഏതെങ്കിലും ഉപദേഷ്ടാവിനെ ഉയർത്തിയിട്ടുണ്ടോ?
3. ഒരിക്കലും പരിശോധിച്ചിട്ടില്ലാത്ത സംവിധാനങ്ങളെ എവിടെയാണ് പ്രതിരോധിക്കേണ്ടത് ?
4. എന്ത് അധികാരത്തെയാണ് ഞാൻ ചോദ്യം ചെയ്യാൻ ഭയപ്പെടുന്നത്?
5. എന്റെ വിശ്വസ്തത ക്രിസ്തുവിനോടാണോ അതോ ഒരു വ്യക്തിത്വത്തോടാണോ?

ശ്രദ്ധാപൂർവ്വം ഉത്തരം നൽകുക.

പ്രഖ്യാപനം

ഉറക്കെ പറയുക:

"എന്റെ വിശ്വസ്തത എല്ലാറ്റിനുമുപരി ക്രിസ്തുവിനോടാണ്.
ഒരു ഉപദേഷ്ടാവും സത്യത്തെ മറികടക്കുന്നില്ല.
ഞാൻ തെറ്റായ വിശ്വസ്തത ഉപേക്ഷിക്കുന്നു.
പാരമ്പര്യത്തേക്കാൾ ഞാൻ വെളിപ്പെടുത്തൽ തിരഞ്ഞെടുക്കുന്നു."
അത് സാവധാനം ആവർത്തിക്കുക.

ഘടനാപരമായ പ്രാർത്ഥന (40 മിനിറ്റ്)

1. ആദരവ് (10 മിനിറ്റ്)

ആത്യന്തിക അധികാരിയായി ക്രിസ്തുവിനെ ബഹുമാനിക്കുക.

2. വിടുതൽ (10–15 മിനിറ്റ്)

തെറ്റായ ഏതെങ്കിലും വിശ്വസ്തതയ്ക്ക് പേര് നൽകി അത് ഉപേക്ഷിക്കുക.

3. രോഗശാന്തി (10 മിനിറ്റ്)

വേർപിരിയൽ വേദനിപ്പിച്ച വൈകാരിക വ്യക്തതയ്ക്കായി പ്രാർത്ഥിക്കുക.

4. വിന്യാസം (5 മിനിറ്റ്)

ക്രിസ്തുവിനെ നിങ്ങളുടെ ഏക കർത്താവായി വീണ്ടും സ്ഥിരീകരിക്കുക.
ഇതുപയോഗിച്ച് അടയ്ക്കുക:
"എന്റെ വിശ്വസ്തത സ്ഥിരപ്പെട്ടു."

പ്രവർത്തന പോയിന്റുകൾ

ഇന്ന് നിങ്ങൾ:

1. പരിശോധന കൂടാതെ പാരമ്പര്യമായി ലഭിച്ച ഒരു വിശ്വാസം തിരിച്ചറിയുക.

2. ആ വിഷയത്തിൽ സ്വതന്ത്രമായി തിരുവെഴുത്ത് പഠിക്കുക.
3. ഒരു വ്യക്തിത്വത്തെ അനാരോഗ്യകരമായി ആശ്രയിക്കുന്നത് ഇല്ലാതാക്കുക.
4. ആത്മീയ വ്യക്തതയ്ക്കായി പ്രാർത്ഥിക്കുക.
5. ക്രിസ്തുവുമായുള്ള നിങ്ങളുടെ നേരിട്ടുള്ള ബന്ധം ശക്തിപ്പെടുത്തുക.

ദിവസം 19

സ്വർഗ്ഗം നീങ്ങുമ്പോൾ - പക്ഷേ ഒരാൾ മാത്രമേ പ്രതികരിക്കുന്നുള്ളൂ

കഥാ അവതാരകൻ

തീ വീണു.
മെന്റർക്ക് അടിയേറ്റു.
അവിടെ ഉണ്ടായിരുന്നവർ എന്തോ കണ്ടു.
പക്ഷേ അവൻ കണ്ടത് അവർ കണ്ടില്ല.
ചിലർക്ക് വീർത്ത മുറിവുകൾ മാത്രമേ
കാണാൻ കഴിഞ്ഞുള്ളൂ.
ചിലർക്ക് പരിക്ക് കണ്ടു.
ചിലർ അനന്തരഫലങ്ങൾ കണ്ടു.
പക്ഷേ അവൻ ദൈവിക തടസ്സം കണ്ടു.
ഒരേ സംഭവം.
വ്യത്യസ്തമായ ധാരണ. വ്യത്യസ്തമായ ഫലം.
തീ കണ്ട എല്ലാവരും പശ്ചാത്തപിച്ചില്ല.
എല്ലാവരും മതം മാറിയില്ല.
എന്നാൽ ഒരാളെ അടയാളപ്പെടുത്തി.
ആ തീ ആൾക്കൂട്ടത്തിനു വേണ്ടിയായിരുന്നില്ല.
അത് അവനു വേണ്ടിയായിരുന്നു.
ഭൂരിപക്ഷ വോട്ട് കൊണ്ട് സ്വർഗ്ഗം
ചലിക്കുന്നില്ല.

സ്വർഗ്ഗം നിയോഗപ്രകാരം നീങ്ങുന്നു.

സ്ക്രിപ്ചർ ആങ്കർമാർ
പഴയ നിയമം
“അപ്പോൾ യഹോവ ചുഴലിക്കാറ്റിൽ നിന്ന്
ഇയ്യോബിന് ഉത്തരം നൽകി...”
- ഇയ്യോബ് 38:1
ദൈവം സംസാരിക്കുമ്പോൾ, അത്
പരസ്യമാകുന്നതിനു മുമ്പ് അത്
വ്യക്തിപരമാണ്.
പുതിയ നിയമം
"പെട്ടെന്ന് ആകാശത്തുനിന്ന് ഒരു വെളിച്ചം
അവന്റെ ചുറ്റും മിന്നി... അവനോടൊപ്പം
യാത്ര ചെയ്ത പുരുഷന്മാർ ശബ്ദം കേട്ടു,
പക്ഷേ ആരെയും കണ്ടില്ല."
- പ്രവൃത്തികൾ 9:3-7
പോൾ വീണു.
മറ്റുള്ളവർ നിന്നു.
അവൻ വാക്കുകൾ കേട്ടു.
അവർ ശബ്ദം കേട്ടു.
ഒരേ സംഭവം.
വ്യത്യസ്തമായ കണ്ടുമുട്ടൽ.

പാഠം
അധികാരത്തിന് സാക്ഷ്യം വഹിക്കുന്ന
എല്ലാവരും പരിവർത്തനം
അനുഭവിക്കുന്നില്ല.
ആൾക്കൂട്ടത്തിന് നിരീക്ഷിക്കാൻ കഴിയും.
ഒരാൾക്ക് പശ്ചാത്തപിക്കാം.

നഗരങ്ങൾ വൈകാരികമായി
പ്രതികരിക്കുമ്പോൾ സ്വർഗ്ഗം
സന്തോഷിക്കുന്നില്ല.
തിരുവെഴുത്ത് പറയുന്നു:
"മാനസാന്തരപ്പെടുന്ന ഒരു പാപിയെച്ചൊല്ലി
ദൈവദൂതന്മാരുടെ മദ്ധ്യേ സന്തോഷം
ഉണ്ടാകും."
—ലൂക്കോസ് 15:10.
ഒന്നിന്.
ദൈവം ആകാശത്തെയും ഭൂമിയെയും നീക്കും.
ഒരു ഹൃദയത്തിൽ തീ വീണേക്കാം.
ഒരു വിളിക്ക് അന്ധത ബാധിച്ചേക്കാം.
ഒരു നീതിമാനായ മനുഷ്യനുവേണ്ടി ഒരു
ചുഴലിക്കാറ്റിന് സംസാരിക്കാൻ കഴിയും.
പ്രതികരിക്കുന്നു എന്നതിന്റെ
അടിസ്ഥാനത്തിൽ ദൈവിക ചലനത്തെ
അളക്കരുത് .
അനുസരണത്തിലൂടെ അതിനെ അളക്കുക.
മറ്റാരും പ്രതികരിക്കുന്നില്ലെങ്കിൽ -
നിങ്ങൾ പ്രതികരിക്കുന്നുണ്ടെങ്കിൽ - സ്വർഗ്ഗം
സന്തോഷിക്കും.

ചിന്താ ചോദ്യങ്ങൾ

1. ദൃശ്യമായ അത്ഭുതങ്ങൾ കൂട്ട മാനസാന്തരത്തിന് ഉറപ്പുനൽകുമെന്ന് ഞാൻ കരുതിയിട്ടുണ്ടോ?
2. ഞാൻ പ്രതികരിക്കുന്നതിന് മുമ്പ് മറ്റുള്ളവർക്കായി കാത്തിരിക്കുകയാണോ?

3. മറ്റുള്ളവയിൽ മാറ്റമില്ലെന്ന് കരുതി ഞാൻ ദിവ്യ കൂടിക്കാഴ്ചകളെ തള്ളിക്കളഞ്ഞിട്ടുണ്ടോ?
4. മറ്റുള്ളവർക്ക് മനസ്സിലാകാത്ത എന്താണ് ദൈവം എനിക്ക് വേണ്ടി ചെയ്തത്?
5. പ്രതികരിക്കുന്നത് ഞാൻ മാത്രമാണെങ്കിൽ, ഞാൻ ഇപ്പോഴും അനുസരിക്കുമോ?

ആഴത്തിൽ ഉത്തരം നൽകുക.

പ്രഖ്യാപനം

ഉറക്കെ പറയുക:

"സ്വർഗ്ഗം ചലിച്ചാലും ഞാൻ പ്രതികരിക്കും. ഞാൻ ഒറ്റയ്ക്ക് നിന്നാലും. ദൈവം എന്നെ കണ്ടുമുട്ടുന്നത് വ്യക്തിപരമാണ്. ഞാൻ ആൾക്കൂട്ടത്തിനായി കാത്തിരിക്കില്ല. ഞാൻ പശ്ചാത്താപം തിരഞ്ഞെടുക്കുന്നു."

അത് സാവധാനം ആവർത്തിക്കുക.

ഘടനാപരമായ പ്രാർത്ഥന (40 മിനിറ്റ്)

1. **ആദരവ്** (10 **മിനിറ്റ്**)

വ്യക്തിപരമായ കൂടിക്കാഴ്ചകളിൽ ദൈവത്തിന്റെ പരമാധികാരം അംഗീകരിക്കുക.

2. **കൃതജ്ഞത** (10 **മിനിറ്റ്**)

നിങ്ങളുടെ ജീവിതത്തിലെ വ്യക്തിപരമായ വെളിപ്പെടുത്തലിന് അവനോട് നന്ദി പറയുക.

3. കീഴടങ്ങുക (10–15 മിനിറ്റ്)
പ്രതികരിക്കുന്ന "ഒരാൾ" ആയി വീണ്ടും നിങ്ങളെത്തന്നെ സമർപ്പിക്കുക.
4. മധ്യസ്ഥത (5 മിനിറ്റ്)
മറ്റുള്ളവർക്കുവേണ്ടി പ്രാർത്ഥിക്കുക - എന്നാൽ നിങ്ങളുടെ അനുസരണം വൈകിപ്പിക്കരുത്.
ഇതുപയോഗിച്ച് അടയ്ക്കുക:
"ഉത്തരം നൽകുന്നത് ഞാനാകട്ടെ."

പ്രവർത്തന പോയിന്റുകൾ
ഇന്ന് നിങ്ങൾ:

1. നിങ്ങളുടെ ജീവിതത്തിലെ മറ്റുള്ളവർ വിലമതിക്കാത്ത ഒരു ദിവ്യ നിമിഷത്തെക്കുറിച്ച് ചിന്തിക്കുക.
2. ആ നിമിഷം നിങ്ങളെ എങ്ങനെ മാറ്റിമറിച്ചുവെന്ന് എഴുതുക.
3. കൂട്ടായ കരാർ അനുസരിക്കാൻ കാത്തിരിക്കുന്നത് നിർത്തുക.
4. പ്രവൃത്തികൾ 9 സാവധാനം വായിക്കുക.
5. വ്യക്തികൾക്കായി അവൻ നീങ്ങുന്നതിന് ദൈവത്തിന് നന്ദി.

അസംസ്കൃത പാഠം
ചിലർ മുറിവുകൾ കണ്ടു.
അവൻ തീ കണ്ടു.
ചിലർക്ക് പരിക്ക് കണ്ടു.

അവൻ എക്സ്പോഷർ കണ്ടു.
ചിലർ ഒരു മനുഷ്യൻ കുഴഞ്ഞു വീഴുന്നത് കണ്ടു.
അധികാരത്തിന്റെ തകർച്ച അദ്ദേഹം കണ്ടു.
ഒരേ സംഭവം.
വ്യത്യസ്തമായ ഹൃദയം.
മറ്റുള്ളവർ എന്താണ് കാണുന്നതെന്ന്
നിങ്ങൾക്ക് നിയന്ത്രിക്കാൻ കഴിയില്ല.
നിങ്ങൾ എങ്ങനെ പ്രതികരിക്കുന്നു എന്നത്
നിങ്ങൾക്ക് നിയന്ത്രിക്കാൻ കഴിയും.
സ്വർഗ്ഗം ഒന്നിൽ സന്തോഷിക്കുന്നു.
ആ ഒരാളാകൂ.

ദിവസം 20

ഒരാളുടെ നന്മയ്ക്കായി

കഥാ അവതാരകൻ

തീ വീണു.
പലരും സന്നിഹിതരായിരുന്നു.
ഒരാൾ മാത്രമേ മാനസാന്തരത്തിലേക്ക്
കുലുങ്ങിയുള്ളൂ.
മൈദുഗുരിയിൽ, അദ്ദേഹത്തെ
കൊണ്ടുപോയി നരകവും പിന്നീട് സ്വർഗവും
കാണിച്ചപ്പോൾ, മറ്റുള്ളവർ ശാരീരികമായി
അദ്ദേഹത്തിന് ചുറ്റും ഉണ്ടായിരുന്നു.
പക്ഷേ അവനെ മാത്രമേ എടുത്തുള്ളൂ.
അവൻ മാത്രമാണ് നഗരം കണ്ടത്.
അവൻ മാത്രമാണ് പീഡനം കണ്ടത്.
മനോഹരമായ ഒരു സ്വർണ്ണ നഗരം എന്ന്
അവൻ വിശേഷിപ്പിച്ചതിലൂടെ അവൻ നടന്നു.
അവൻ മാത്രമാണ് അസ്വസ്ഥനായി മടങ്ങിയത്.
പലരും സന്നിഹിതരായിരുന്നു.
ഒന്ന് കാണിച്ചു തന്നു.
ആ കൂടിക്കാഴ്ച ഒരു കാഴ്ചയ്ക്കു വേണ്ടി
ഉദ്ദേശിച്ചുള്ളതല്ലായിരുന്നു.
ഇത് പരിവർത്തനത്തിനായി രൂപകൽപ്പന
ചെയ്തതാണ്.
ചലനത്തെ ന്യായീകരിക്കാൻ സ്വർഗ്ഗത്തിന് ഒരു
ജനക്കൂട്ടത്തിന്റെയും ആവശ്യമില്ല.

ഒരാൾക്ക് സ്വർഗ്ഗം നീങ്ങുന്നു.

സ്ക്രിപ് ചർ ആങ്കർമാർ

പഴയ നിയമം

" യഹോവ സാത്താനോട്: എന്റെ ദാസനായ ഇയ്യോബിനെ നീ ദൃഷ്ടിവെച്ചുവോ എന്നു ചോദിച്ചു"

- ഇയ്യോബ് 1:8

ഒരു മനുഷ്യന്റെ മേൽ സ്വർഗ്ഗം നിലയ്ക്കും.

ഒരു രാഷ്ട്രമല്ല.

ഒന്ന്.

പുതിയ നിയമം

"നിങ്ങളിൽ ഒരു മനുഷ്യൻ, തനിക്കു നൂറ് ആടുകൾ ഉണ്ടായിരിക്കേ, അവയിൽ ഒന്ന് നഷ്ടപ്പെട്ടാൽ, തൊണ്ണൂറ്റൊമ്പതിനെയും, അതിനെ കണ്ടെത്തുന്നതുവരെ ഉപേക്ഷിക്കുന്നില്ലയോ?"

- ലൂക്കോസ് 15:4

ഒരാളെ രക്ഷിക്കാൻ സ്വർഗ്ഗം അനേകം ആളുകളെ വിടുന്നു.

വീണ്ടും:

"മാനസാന്തരപ്പെടുന്ന ഒരു പാപിയെച്ചൊല്ലി ദൈവദൂതന്മാരുടെ മദ്ധ്യേ സന്തോഷം ഉണ്ടാകും."

—ലൂക്കോസ് 15:10.

ആയിരങ്ങളല്ല.

ഒന്ന്.

പാഠം

ആധുനിക സുവിശേഷീകരണം പലപ്പോഴും വിജയത്തെ അളക്കുന്നത് സംഖ്യകൾ കൊണ്ടാണ്.
ജനക്കൂട്ടത്തിന്റെ വലിപ്പം.
ഹാജർ. അളവുകൾ.
എന്നാൽ സ്വർഗ്ഗം വ്യത്യസ്തമായി അളക്കുന്നു.
കീഴടങ്ങലിന്റെ ഗുണം.
കൈമാറ്റത്തിന്റെ ആഴം.
പശ്ചാത്താപത്തിന്റെ ആത്മാർത്ഥത.
തീപിടുത്തത്തിൽ മറ്റുള്ളവർ നിരീക്ഷിച്ചു - പക്ഷേ ഒരു ഹൃദയം മാത്രമേ തകർന്നുള്ളൂ.
മൈദുഗുരിയിൽ മറ്റുള്ളവരും ഉണ്ടായിരുന്നു - പക്ഷേ ഒരാളെ മാത്രമേ സ്വർഗ്ഗവും നരകവും കാണാൻ കൊണ്ടുപോയുള്ളൂ.
സ്വർണ്ണ നഗരം വിനോദത്തിനു വേണ്ടി വെളിപ്പെടുത്തിയതല്ല.
വിശ്വസ്തതയെ നേരിടാനാണ് ഇത് വെളിപ്പെടുത്തിയത്.
നിങ്ങൾക്ക് ആയിരക്കണക്കിന് ആളുകളോട് പ്രസംഗിക്കാം.
പക്ഷേ ഒരാൾക്ക് സ്വർഗ്ഗം ചലിക്കുന്നുണ്ടാകാം.
ഒരാൾ വിശ്വസ്തത കൈമാറ്റം ചെയ്താൽ, സ്വർഗ്ഗം സന്തോഷിക്കും.
ദൈവത്തിന് തന്റെ ചലനത്തെ സാധൂകരിക്കാൻ ബഹുജന പ്രതികരണം ആവശ്യമില്ല.
അവന് കീഴടങ്ങൽ ആവശ്യമാണ്.

ചിന്താ ചോദ്യങ്ങൾ

1. ഞാൻ ആത്മീയ സ്വാധീനം അളക്കുന്നത് സംഖ്യകൾ കൊണ്ടാണോ?
2. വ്യക്തിപരമായ പരിവർത്തനത്തെ ഞാൻ കുറച്ചുകാണിച്ചിട്ടുണ്ടോ?
3. പ്രതികരിക്കുന്നത് ഞാൻ മാത്രമാണെങ്കിൽ, ഞാൻ ഇപ്പോഴും അനുസരിക്കുമോ?
4. കമ്മിറ്റ് ചെയ്യുന്നതിന് മുമ്പ് ഞാൻ ഗ്രൂപ്പ് ആക്കം കാത്തിരിക്കുകയാണോ?
5. ദൃശ്യതയെപ്പോലെ തന്നെ ആഴവും ഞാൻ ആഘോഷിക്കുന്നുണ്ടോ?

പ്രകടനമില്ലാതെ ഉത്തരം നൽകുക.

പ്രഖ്യാപനം

ഉറക്കെ പറയുക:

"ദൈവത്തിന്റെ ചലനത്തെ ഞാൻ സംഖ്യകൾ കൊണ്ട് അളക്കില്ല.
സ്വർഗ്ഗം എനിക്ക് വേണ്ടി നീങ്ങിയാൽ, ഞാൻ പ്രതികരിക്കും. പ്രദർശനത്തേക്കാൾ ആഴത്തിന് ഞാൻ പ്രാധാന്യം നൽകുന്നു.
അളവിനേക്കാൾ ഗുണമേന്മയാണ് ഞാൻ തിരഞ്ഞെടുക്കുന്നത്. എന്നെത്തന്നെയാകട്ടെ."
അത് സാവധാനം ആവർത്തിക്കുക.

ഘടനാപരമായ പ്രാർത്ഥന (40 മിനിറ്റ്)

1. ആദരവ് (10 മിനിറ്റ്)

ദൈവം വ്യക്തികളെ കാണുന്നുവെന്ന് അംഗീകരിക്കുക.

2. കൃതജ്ഞത (10 മിനിറ്റ്)
നിങ്ങളുടെ ജീവിതത്തിലെ വ്യക്തിപരമായ അനുഭവങ്ങൾക്ക് അവനോട് നന്ദി പറയുക.
3. കീഴടങ്ങുക (10–15 മിനിറ്റ്)
മറ്റാരും ചേർന്നില്ലെങ്കിൽ പോലും, സ്വയം പൂർണ്ണമായും സമർപ്പിക്കുക.
4. മധ്യസ്ഥത (5 മിനിറ്റ്)
ക്രിസ്തുവിനെ കണ്ടുമുട്ടാൻ ഒരു പ്രത്യേക വ്യക്തിക്കുവേണ്ടി പ്രാർത്ഥിക്കുക.
ഇതുപയോഗിച്ച് അടയ്ക്കുക:
"ഞാൻ ഒറ്റയ്ക്ക് നിന്നാലും ഞാൻ അനുസരിക്കും."

പ്രവർത്തന പോയിന്റുകൾ
ഇന്ന് നിങ്ങൾ:

1. ആത്മീയ വിജയത്തെ ആൾക്കൂട്ടത്തിന്റെ വലുപ്പവുമായി താരതമ്യം ചെയ്യുന്നത് നിർത്തുക.
2. ഒരാളുടെ പേര് പറഞ്ഞുകൊണ്ട് മനഃപൂർവ്വം പ്രാർത്ഥിക്കുക.
3. ദൈവം നിങ്ങൾക്കുവേണ്ടി വ്യക്തിപരമായി എന്താണ് ചെയ്തതെന്ന് എഴുതുക.
4. ലൂക്കോസ് 15 സാവധാനം വായിക്കുക.
5. ജനപ്രീതിയെക്കാൾ ആഴത്തിന് പ്രാധാന്യം നൽകുക.

ആഴമേറിയ പാറ്റേൺ

പോൾ വീണു.
മറ്റുള്ളവർ ശബ്ദം കേട്ടു.
ഇയ്യോബ് പരീക്ഷിക്കപ്പെട്ടു.
ലോകം തുടർന്നു.
ആ ഇടയൻ തൊണ്ണൂറ്റി ഒമ്പത് പേരെയും
വിട്ടുപോയി.
ഒന്നിന്.
മൈദുഗുരിയിൽ:
പലരും അടുത്തുണ്ടായിരുന്നു. ഒരാൾക്ക്
മാത്രമേ സ്വർഗം കാണിച്ചുകൊടുത്തുള്ളൂ.
ഒരാൾ മാത്രമേ സ്വർണ്ണ നഗരം കണ്ടുള്ളൂ.
ഒരാൾ മാത്രമേ ആന്തരിക അസ്വസ്ഥതയോടെ
തിരിച്ചെത്തിയുള്ളൂ.
സ്വർഗ്ഗത്തിന് ബഹുജന ഉടമ്പടി ആവശ്യമില്ല.
സ്വർഗ്ഗം അന്വേഷിക്കുന്നത് കീഴടങ്ങിയ
ഹൃദയങ്ങളെയാണ്.
ആ ഹൃദയമായിരിക്കുക.

ദിവസം 21

വെടിയേറ്റു. അടിയേറ്റു. മരിച്ചതായി കരുതപ്പെടുന്നു.

കഥാ അവതാരകൻ

എതിർപ്പ് മുമ്പും വർദ്ധിച്ചിരുന്നു.
ഭീഷണികൾ യഥാർത്ഥമായിരുന്നു.
പക്ഷേ ഇത്തവണ അത്
മുന്നറിയിപ്പായിരുന്നില്ല.
അത് വധശിക്ഷയായിരുന്നു.
അയാൾ ആക്രമിക്കപ്പെട്ടു.
വെടിയൊച്ചകൾ മുഴങ്ങി.
വെടിയുണ്ടകൾ അയാളുടെ ശരീരത്തിൽ
തുളച്ചു കയറി.
ലോഹം അവന്റെ തലയിൽ ശക്തിയായി
ഇടിച്ചു.
അവന്റെ തലയോട്ടിയിൽ നിന്ന് രക്തം ഒഴുകി.
ആഘാതത്തിൽ എല്ല് പൊട്ടിയിരിക്കണം.
തലയോട്ടി പൊട്ടിയില്ല.
രക്തസ്രാവം കഠിനമായിരുന്നു.
അയാൾക്ക് അടിയേറ്റു.
അയാൾ കുഴഞ്ഞുവീണു. അയാൾ മരിച്ചതായി
കരുതി.

അയാളെ ഒരു വാഹനത്തിനുള്ളിൽ കിടത്തി -
രക്ഷപ്പെടുത്താനല്ല, മറിച്ച് വീണുപോയവരിൽ
ആരോ ഇതിനകം കണക്കാക്കിയതുപോലെ.
പക്ഷേ അവൻ മരിച്ചിരുന്നില്ല.
അയാൾക്ക് ബോധം തിരിച്ചുകിട്ടി.
തന്റെ ശരീരത്തിൽ നിന്ന് ഒന്നിലധികം
വെടിയുണ്ടകൾ നീക്കം ചെയ്തതായി
അദ്ദേഹം പിന്നീട് വിവരിച്ചു.
ലോഹം മാംസത്തിൽ പ്രവേശിച്ചു - പക്ഷേ
സുപ്രധാന അവയവങ്ങളെ നശിപ്പിച്ചില്ല.
തലയിലെ മുറിവിൽ നിന്ന് ധാരാളം രക്തം
വാർന്നു - പക്ഷേ തലയോട്ടി
കേടുകൂടാതെയിരുന്നു.
കേടുപാടുകൾ കൂടുതൽ വഷളാകാത്തത്
എന്തുകൊണ്ടെന്ന് ഡോക്ടർമാർക്ക്
വിശദീകരിക്കാൻ കഴിഞ്ഞില്ല.
ഇത് അസ്വസ്ഥത ഉണ്ടാക്കുന്ന ഒന്നായിരുന്നില്ല.
ഇത് മരണത്തോടടുത്തായിരുന്നു.
പിന്നെ അത് ആദ്യത്തെ ശ്രമമായിരുന്നില്ല.
അദ്ദേഹത്തിന്റെ വിവരണമനുസരിച്ച്,
ഒന്നിലധികം വധശ്രമങ്ങൾ ഉണ്ടായിരുന്നു -
ഏഴിലധികം.
സംരക്ഷണം ഒരു സിദ്ധാന്തമായിരുന്നില്ല.
അത് ആവർത്തിച്ചു.
ഒരു ഘട്ടത്തിൽ, പരിക്കുകളുടെ കാഠിന്യവും
തുടർച്ചയായ ഭീഷണിയും കാരണം, ദേശീയ
തലത്തിൽ ഇടപെടൽ ഉണ്ടായതിനെത്തുടർന്ന്
അദ്ദേഹത്തെ അമേരിക്കയിൽ

ചികിത്സയ്ക്കായി രാജ്യത്തിന് പുറത്തേക്ക്
കൊണ്ടുപോകാൻ സാധിച്ചു.
അതിജീവനം അത്ഭുതത്തിൽ നിന്ന്
നിയോഗത്തിലേക്ക് മാറി.
അവൻ മരിച്ചില്ല.
പക്ഷേ വില രക്തമായിരുന്നു.

സ്ക്രിപ്ചർ ആങ്കർമാർ
പഴയ നിയമം
"നിന്റെ വശത്ത് ആയിരം പേരും നിന്റെ
വലതുവശത്ത് പതിനായിരം പേരും വീഴാം;
എങ്കിലും അത് നിന്നോട് അടുത്തുവരികയില്ല."
- സങ്കീർത്തനം 91:7
മരണത്തോടുള്ള സാമീപ്യം തോൽവിക്ക്
തുല്യമല്ല.
പുതിയ നിയമം
"അവർ പൗലോസിനെ കല്ലെറിഞ്ഞു, അവൻ
മരിച്ചു എന്നു കരുതി പട്ടണത്തിന്
പുറത്തേക്ക് വലിച്ചിഴച്ചു. എന്നാൽ
ശിഷ്യന്മാർ അവന്റെ ചുറ്റും കൂടിയപ്പോൾ
അവൻ എഴുന്നേറ്റു..."
- പ്രവൃത്തികൾ 14:19-20
മരിച്ചതായി കരുതപ്പെടുന്നു.
പക്ഷേ പൂർത്തിയായിട്ടില്ല.

പാഠം
അനുസരണത്തിന് രക്തം വില
കൊടുക്കേണ്ടിവരുന്ന സീസണുകളുണ്ട്.
ആലങ്കാരികമായ അസൗകര്യമല്ല.

സാമൂഹിക അസ്വസ്ഥതയല്ല.
പക്ഷേ യഥാർത്ഥ നഷ്ടം.
എന്നിരുന്നാലും ആ ആക്രമണ തലത്തിലുള്ള
അതിജീവനം ഒരു ചോദ്യം ഉന്നയിക്കുന്നു:
എന്നെ എന്തിനാണ് സംരക്ഷിക്കപ്പെട്ടത്?
വെടിവെപ്പിൽ നിന്ന് എല്ലാവരും
രക്ഷപ്പെടുന്നില്ല.
ആവർത്തിച്ചുള്ള ശ്രമങ്ങളിൽ നിന്ന്
എല്ലാവരും രക്ഷപ്പെടണമെന്നില്ല.
സംരക്ഷണം ആവർത്തിച്ചാൽ,
നിയമനം ഗൗരവമുള്ളതായിരിക്കണം.
നിങ്ങൾക്ക് ഒരിക്കലും വെടിയുണ്ടകൾ
നേരിടേണ്ടി വന്നേക്കില്ല.

പക്ഷേ നിങ്ങളെ അവസാനിപ്പിക്കുമായിരുന്ന
നിമിഷങ്ങൾ നിങ്ങൾ നേരിട്ടിട്ടുണ്ട്:

- ശാരീരിക പ്രതിസന്ധി.
- അപകടം.
- ചുരുക്കുക.
- വൈകാരിക തകർച്ച.
- നിങ്ങളുടെ ഭാവി നശിപ്പിക്കാൻ സാധ്യതയുള്ള തീരുമാനങ്ങൾ.

നീ ഇപ്പോഴും ഇവിടെയുണ്ട്.
സംരക്ഷണം ഉത്തരവാദിത്തം
വർദ്ധിപ്പിക്കുന്നു.
സംരക്ഷണം എത്രത്തോളം തീവ്രമാണോ
അത്രത്തോളം ഗൗരവമുള്ളതായിരിക്കും
വിളി.

ചിന്താ ചോദ്യങ്ങൾ

1. വ്യത്യസ്തമായി അവസാനിക്കേണ്ടിയിരുന്ന എന്താണ് ഞാൻ അതിജീവിച്ചത്?
2. ഞാൻ സംരക്ഷണത്തെ അശ്രദ്ധമായിട്ടാണോ കാണുന്നത്?
3. എന്റെ അതിജീവനത്തിന് എന്ത് നിയമനമാണ് ന്യായീകരണം?
4. ഞാൻ ജീവിക്കുന്നത് ശ്രദ്ധയോടെയാണോ അതോ അശ്രദ്ധയോടെയാണോ?
5. എന്റെ ജീവൻ ഒരു ഉദ്ദേശ്യത്തിനായി മാത്രമേ രക്ഷിക്കപ്പെട്ടിട്ടുള്ളൂ എന്ന് ഞാൻ ശരിക്കും വിശ്വസിച്ചിരുന്നെങ്കിൽ, എന്ത് മാറുമായിരുന്നു?

പ്രത്യേകം എഴുതുക.

പ്രഖ്യാപനം

എഴുന്നേറ്റു നിന്ന് പ്രഖ്യാപിക്കുക:
"ഞാൻ യാദൃശ്ചികമായി ജീവിച്ചിരിക്കുന്നതല്ല. എന്നെ നശിപ്പിക്കേണ്ടിയിരുന്നത് അങ്ങനെയല്ല. എന്റെ അതിജീവനം ഒരു നിയോഗമാണ്. സംരക്ഷിത ജീവിതം ഞാൻ പാഴാക്കില്ല."
ബോധ്യത്തോടെ അത് ആവർത്തിക്കുക.

ഘടനാപരമായ പ്രാർത്ഥന (45 മിനിറ്റ്)

1. കൃതജ്ഞത (10 മിനിറ്റ്)
ജീവൻ സംരക്ഷിച്ചതിന് ദൈവത്തിന് നന്ദി പറയുക.
2. ആദരവ് (10 മിനിറ്റ്)
നാശം എത്രത്തോളം അടുത്ത് വന്നുവെന്ന് ചിന്തിക്കുക.
3. കീഴടങ്ങുക (15 മിനിറ്റ്)
നിങ്ങളുടെ ഭാവി പൂർണ്ണമായും അവന്റെ ഉദ്ദേശ്യത്തിനായി സമർപ്പിക്കുക.
4. ധൈര്യം (10 മിനിറ്റ്)
ഭയമില്ലാതെ നിയോഗം നിറവേറ്റാനുള്ള ധൈര്യം ആവശ്യപ്പെടുക.
ഇതുപയോഗിച്ച് അടയ്ക്കുക:
"നീ എന്നെ സംരക്ഷിച്ചുവെങ്കിൽ, എന്നെ ഉപയോഗിക്കൂ."

പ്രവർത്തന പോയിന്റുകൾ
ഇന്ന് നിങ്ങൾ:

1. നിങ്ങളെ നശിപ്പിക്കാൻ പോകുന്ന നിമിഷങ്ങൾ എഴുതുക.
2. സാധാരണ ജീവിതത്തെക്കുറിച്ച് പശ്ചാത്തപിക്കുക.
3. സ്വയം നശിപ്പിക്കുന്ന ഒരു പാറ്റേൺ നീക്കം ചെയ്യുക.
4. 91-ാം സങ്കീർത്തനം ഉച്ചത്തിൽ ചൊല്ലുക.
5. വിളിക്കുന്നതിലേക്ക് ഒരു ധീരമായ ചുവടുവെപ്പ് നടത്തുക.

അസംസ്കൃത യാഥാർത്ഥ്യം
രക്തം ഒഴുകി.
എല്ലിൽ ലോഹം തറച്ചു.
വെടിയുണ്ടകൾ മാംസത്തിൽ കയറി.
അവൻ തീർന്നതുപോലെ കൊണ്ടുപോയി.
പക്ഷേ അവൻ എഴുന്നേറ്റു.
പൗലോസിനെപ്പോലെ, മരിച്ചതായി കരുതി -
പക്ഷേ ചെയ്തിട്ടില്ല.
അക്രമത്തിന് കീഴിലുള്ള സംരക്ഷണം
അഭിമാനം സൃഷ്ടിക്കുന്നില്ല.
അത് അടിയന്തിരത സൃഷ്ടിക്കുന്നു.

ദിവസം 22

സ്കെയിലിൽ സംരക്ഷിക്കപ്പെട്ടിരിക്കുന്നു

കഥാ അവതാരകൻ

ആക്രമണം പ്രതീകാത്മകമായിരുന്നില്ല.
വെടിയൊച്ചകൾ മുഴങ്ങി.
വെടിയുണ്ടകൾ അയാളുടെ ശരീരത്തിൽ തുളച്ചു കയറി.
ലോഹം അവന്റെ തലയിൽ ശക്തിയായി ഇടിച്ചു.
അവന്റെ മുഖത്തിലൂടെ രക്തം ഒഴുകി.
അയാൾ മരിച്ചുവെന്ന് സാക്ഷികൾ വിശ്വസിച്ചു.
അവൻ ഒരു പൂർത്തിയായ മനുഷ്യനായി കൊണ്ടുപോകപ്പെട്ടു.
പക്ഷേ അയാൾ പൂർത്തിയാക്കിയിരുന്നില്ല.
അയാൾക്ക് ബോധം തിരിച്ചുകിട്ടി.
പിന്നീട് ഡോക്ടർമാർ അദ്ദേഹത്തിന്റെ ശരീരത്തിൽ നിന്ന് ഒന്നിലധികം വെടിയുണ്ടകൾ നീക്കം ചെയ്തു.
ലോഹം മാംസത്തിൽ പ്രവേശിച്ചിരുന്നു - പക്ഷേ സുപ്രധാന അവയവങ്ങൾ സംരക്ഷിക്കപ്പെട്ടു.

തലയിലെ മുറിവിൽ നിന്ന് ധാരാളം രക്തം വാർന്നുപോയി - പക്ഷേ തലയോട്ടിക്ക് പൊട്ടലൊന്നും ഉണ്ടായിരുന്നില്ല.
നാശനഷ്ടം വളരെ വലുതായിരിക്കേണ്ടതായിരുന്നു.
അതായിരുന്നില്ല.
ഇത് നിസ്സാരമായ പരിക്കായിരുന്നില്ല.
ഇത് വധശിക്ഷയ്ക്ക് അടുത്തായിരുന്നു.
പിന്നെ അത് ആദ്യത്തെ ശ്രമമായിരുന്നില്ല.
അദ്ദേഹത്തിന്റെ വിവരണമനുസരിച്ച്, ഒന്നിലധികം വധശ്രമങ്ങൾ ഉണ്ടായിരുന്നു - ഏഴിലധികം.
സംരക്ഷണം ആവർത്തിച്ചുകൊണ്ടിരുന്നു.
ഭീഷണിയുടെ തോത് ഉയർന്നു.
അത് പ്രാദേശിക ശത്രുതയേക്കാൾ കൂടുതലായി മാറി.
അത് ദേശീയ ആശങ്കയായി മാറി.
അക്കാലത്ത് നൈജീരിയയുടെ പ്രസിഡന്റ് ഗുഡ്‌ലക്ക് ജോനാഥൻ ആയിരുന്നു - ഒരു ക്രിസ്ത്യൻ നേതാവ്.
ഇടപെടൽ ഏറ്റവും ഉയർന്ന തലത്തിൽ വന്നു.
വൈദ്യപരിശോധനയ്ക്കും ചികിത്സയ്ക്കുമായി അദ്ദേഹത്തെ അമേരിക്കയിലേക്ക് കൊണ്ടുപോകാനുള്ള ക്രമീകരണങ്ങൾ ചെയ്തു.
വെടിവയ്പ്പിനു ശേഷം.
രക്തം നഷ്ടപ്പെട്ടതിനു ശേഷം. തലയ്ക്ക് പരിക്കേറ്റതിനു ശേഷം.
അയാളെ വിശദമായി പരിശോധിച്ചു.

കണ്ടെത്തലുകൾ വ്യക്തമായിരുന്നു:
ജീവനോടെയുണ്ട്.
വൈജ്ഞാനികമായി
കേടുകൂടാതെയിരിക്കുന്നു. സ്ഥിരമായ
നാഡീവ്യവസ്ഥയ്ക്ക് കേടുപാടുകൾ
സംഭവിച്ചിട്ടില്ല. തലയോട്ടിക്ക്
ഒടിവുണ്ടായിട്ടില്ല. ഘടനാപരമായ
വൈകല്യമില്ല.
അയാൾ കുഴപ്പമില്ലാതെ രക്ഷപ്പെട്ടു.
പക്ഷേ അപകടം ഒഴിഞ്ഞുപോയില്ല.
സംരക്ഷണം ആവശ്യമായി വന്നു.
എസ്കോർട്ടുകളെ നിയോഗിച്ചു.
ചലനം നിയന്ത്രിക്കപ്പെട്ടു.
യാത്രകൾ ഇനി സാധാരണമായിരുന്നില്ല.
സുരക്ഷാ ഉദ്യോഗസ്ഥർ അയാളെ വളഞ്ഞു.
ഒരു പുരുഷന് അകമ്പടിയോടെ
സഞ്ചരിക്കേണ്ടിവരുമ്പോൾ, ഭീഷണി
യഥാർത്ഥമാണെന്ന് അർത്ഥമാക്കുന്നു.
സംരക്ഷണം ദൃശ്യമായിത്തുടങ്ങിയിരുന്നു.
അവൻ ജീവിച്ചിരിപ്പുണ്ടായിരുന്നു.
പക്ഷേ അയാൾ അടയാളപ്പെടുത്തപ്പെട്ടു.

സ്ക്രിപ്ചർ ആങ്കർമാർ
പഴയ നിയമം
"ദാനീയേലിനെ ഗുഹയിൽനിന്നു കയറ്റി;
അവൻ തന്റെ ദൈവത്തിൽ
വിശ്വസിച്ചിരുന്നതുകൊണ്ടു അവന്നു
യാതൊരു കേടും പറ്റിയതായി കണ്ടില്ല."
—ദാനീയേൽ 6:23.

അകത്തേക്ക് എറിഞ്ഞു.
പുറത്തേക്ക് ഉയർത്തി. ആന്തരികമായി
തൊട്ടുതീണ്ടിയിട്ടില്ല.

പുതിയ നിയമം

"പൗലോസിനെ ബാരക്കിലേക്ക്
കൊണ്ടുപോകാൻ സൈന്യാധിപൻ
ഉത്തരവിട്ടു... പട്ടാളക്കാർ അവനെ കാവൽ
നിർത്താൻ ഉത്തരവിട്ടു."
- പ്രവൃത്തികൾ 23:10
അസൈൻമെന്റ് തുടർന്നതിനാൽ സംരക്ഷിച്ചു.

പാഠം

ഈ തലത്തിലുള്ള സംരക്ഷണം
ആശ്വാസകരമല്ല.
അത് സ്ഥിരീകരണമാണ്.
വെടിയുണ്ടകൾ നിങ്ങളെ
അവസാനിപ്പിക്കാത്തപ്പോൾ,
തലയോട്ടികൾ പൊട്ടാത്തപ്പോൾ,
പരിശോധനകൾ ശാശ്വതമായ നാശമില്ലെന്ന്
കണ്ടെത്തുമ്പോൾ, ദേശീയ അധികാരം
ഇടപെടുമ്പോൾ, അകമ്പടി സേവകരെ
നിയോഗിക്കുമ്പോൾ -
നിങ്ങൾ ചോദിക്കണം:
എന്തുകൊണ്ടാണ് ഞാൻ ഒഴിവാക്കപ്പെട്ടത്?
അതിജീവനം ഉത്തരവാദിത്തം
വർദ്ധിപ്പിക്കുന്നു.
സംരക്ഷണം ഉത്തരവാദിത്തം
വർദ്ധിപ്പിക്കുന്നു.

ദൈവം നിങ്ങളെ സ്വകാര്യമായി
കാത്തുസൂക്ഷിച്ചാൽ,
നന്ദിയുള്ളവരായിരിക്കുക.
അവൻ നിങ്ങളെ പരസ്യമായി
സംരക്ഷിക്കുന്നുവെങ്കിൽ,
സുബോധമുള്ളവരായിരിക്കുക.
അവൻ നിങ്ങളെ മൂടുപടം കൊണ്ട്
ചുറ്റിപ്പിടിച്ചിട്ടുണ്ടെങ്കിൽ,
നിങ്ങൾ അശ്രദ്ധമായി ജീവിക്കരുത്.
സൗകര്യത്തിനു വേണ്ടിയല്ല നീ
ജീവിച്ചിരിക്കുന്നത്.
നിയോഗത്തിനായി നിങ്ങൾ ജീവിച്ചിരിക്കുന്നു.

ചിന്താ ചോദ്യങ്ങൾ

1. വ്യത്യസ്തമായി അവസാനിക്കേണ്ടിയിരുന്ന എന്തെങ്കിലും ഞാൻ അതിജീവിച്ചിട്ടുണ്ടോ?
2. സംരക്ഷിത ജീവനെ ഞാൻ അശ്രദ്ധമായി കൈകാര്യം ചെയ്യുന്നുണ്ടോ?
3. ഒഴിവാക്കപ്പെടുമ്പോൾ എന്ത് ഉത്തരവാദിത്തമാണ് വരുന്നത്?
4. ഞാൻ മനഃപൂർവ്വം ജീവിക്കുന്നതാണോ?
5. ദൈവം എനിക്ക് ചുറ്റും സംരക്ഷണം നൽകിയാൽ, എന്റെ ജീവിതം അതിനെ ന്യായീകരിക്കുമോ?

സത്യസന്ധമായി ഉത്തരം പറയൂ.

പ്രഖ്യാപനം

എഴുന്നേറ്റു നിന്ന് പ്രഖ്യാപിക്കുക:
"എന്റെ ജീവൻ ഒരു ലക്ഷ്യത്തോടെയാണ് സംരക്ഷിക്കപ്പെട്ടിരിക്കുന്നത്.
എന്നെ നശിപ്പിക്കേണ്ടിയിരുന്നത് അത് ചെയ്തില്ല. ഞാൻ ഉത്തരവാദിത്തത്തോടെ ജീവിക്കും.
ദൈവിക കാരുണ്യം ഞാൻ പാഴാക്കില്ല.
സംരക്ഷണം നിയോഗത്തെ സ്ഥിരീകരിക്കുന്നു."
അത് സാവധാനം ആവർത്തിക്കുക.

ഘടനാപരമായ പ്രാർത്ഥന (45 മിനിറ്റ്)

1. കൃതജ്ഞത (10 മിനിറ്റ്)
ജീവൻ സംരക്ഷിച്ചതിന് ദൈവത്തിന് നന്ദി പറയുക.

2. ആദരവ് (10 മിനിറ്റ്)
നാശം എത്രത്തോളം അടുത്തെത്തിയെന്ന് അംഗീകരിക്കുക.

3. കീഴടങ്ങുക (15 മിനിറ്റ്)
നിങ്ങളുടെ ഭാവി മനഃപൂർവ്വം ദൈവത്തിന് സമർപ്പിക്കുക.

4. കമ്മീഷൻ (10 മിനിറ്റ്)
നിങ്ങളുടെ വിളി നിറവേറ്റാൻ ധൈര്യം ആവശ്യപ്പെടുക.
ഇതുപയോഗിച്ച് അടയ്ക്കുക:
"നീ എന്നെ സംരക്ഷിച്ചുവെങ്കിൽ, എന്നെ ഉപയോഗിക്കൂ."

പ്രവർത്തന പോയിന്റുകൾ
ഇന്ന് നിങ്ങൾ:

1. നിങ്ങളെ സംരക്ഷിക്കപ്പെട്ട നിമിഷങ്ങൾ എഴുതുക.
2. ഒരു അശ്രദ്ധമായ പെരുമാറ്റം ഇല്ലാതാക്കുക.
3. ദാനിയേൽ 6 സാവധാനം വായിക്കുക.
4. അദൃശ്യമായ സംരക്ഷണത്തിന് ദൈവത്തിന് നന്ദി.
5. ലക്ഷ്യത്തിലേക്ക് ബോധപൂർവ്വം ഒരു ചുവടുവെപ്പ് നടത്തുക.

ദിവസം 23

അടയാളപ്പെടുത്തി — പക്ഷേ അനങ്ങുന്നില്ല

കഥാ അവതാരകൻ

ഷൂട്ടിംഗിന് ശേഷം.
പലായനം ചെയ്ത ശേഷം.
മെഡിക്കൽ ക്ലിയറൻസിന് ശേഷം.
എസ്കോർട്ടുകളെ നിയോഗിച്ച ശേഷം.
ജീവിതം സാധാരണ നിലയിലേക്ക്
തിരിച്ചെത്തിയില്ല.
അദ്ദേഹം ഇനി അജ്ഞാതനായിരുന്നില്ല.
അവനെ അടയാളപ്പെടുത്തി.
പ്രതീകാത്മകമായി അല്ല.
സജീവമായി.
സെക്യൂരിറ്റിയും അദ്ദേഹത്തോടൊപ്പം
ഉണ്ടായിരുന്നു.
ചലനത്തിന് ഏകോപനം ആവശ്യമായിരുന്നു.
പൊതുജന സാന്നിധ്യത്തിന് വിലയിരുത്തൽ
ആവശ്യമാണ്.
ഭീഷണിയുടെ തോത് കിംവദന്തിയായിരുന്നില്ല.
അവരെ നിരീക്ഷിച്ചു.
ജാഗ്രതയോടെ ജീവിക്കുക എന്നാൽ
ബോധത്തോടെ ജീവിക്കുക എന്നാണ്.

ബോധപൂർവ്വം ജീവിക്കുക എന്നാൽ
അച്ചടക്കത്തോടെ ജീവിക്കുക എന്നാണ്.
എന്നാൽ ഇതാ നിർണായക ഭാഗം:
അദ്ദേഹം പ്രസംഗം നിർത്തിയില്ല.
അവൻ വിളിക്കുന്നതിൽ നിന്ന് പിന്മാറിയില്ല.
അപകടസാധ്യത കുറയ്ക്കുന്നതിനായി
അദ്ദേഹം സന്ദേശത്തിൽ വെള്ളം ചേർത്തില്ല.
അവൻ തുടർന്നു.
അടയാളപ്പെടുത്തിയ ജീവിതം - പക്ഷേ
അനങ്ങാതെ.

സ്ക്രിപ്ചർ ആങ്കർമാർ
പഴയ നിയമം
"അന്നുമുതൽ ശൗൽ ദാവീദിനെ
സൂക്ഷിച്ചുപോന്നു."
—1 ശമൂവേൽ 18:9.
കണ്ടു.
ലക്ഷ്യം വച്ചത്.
ഇപ്പോഴും തിരഞ്ഞെടുത്തു.
പുതിയ നിയമം
"എന്റെ നാമത്തിനു വേണ്ടി അവൻ
എന്തെല്ലാം കഷ്ടപ്പെടണമെന്ന് ഞാൻ അവനു
കാണിച്ചു കൊടുക്കും."
- പ്രവൃത്തികൾ 9:16

പരിവർത്തനത്തിൽ നിന്ന് അടയാളപ്പെടുത്തി.
പക്ഷേ നിയോഗിച്ചു.

പാഠം

ചില വിശ്വാസികൾ ശ്രദ്ധിക്കപ്പെടാതെ
വിശ്വസ്തരായി തുടരുന്നു.
എന്നാൽ അനുസരണം ശ്രദ്ധ
ആകർഷിക്കുമ്പോൾ,
ഭയം വിട്ടുവീഴ്ചയ്ക്ക് ശ്രമിക്കാൻ തുടങ്ങുന്നു.
അടയാളപ്പെടുത്തപ്പെടുന്നത് ഉദ്ദേശ്യശുദ്ധിയെ
വെളിപ്പെടുത്തുന്നു.
ആശ്വാസത്തിനുവേണ്ടിയാണോ നിങ്ങൾ
സേവിക്കുന്നത് -
അതോ വിളിക്കു വേണ്ടിയാണോ?
നിങ്ങളുടെ ജീവിതം
നിരീക്ഷണത്തിലായിരിക്കുമ്പോൾ:

- നീ കുറച്ചുകൂടി സൂക്ഷിച്ചു സംസാരിക്ക്.
- നീ കൂടുതൽ മനഃപൂർവ്വം നീങ്ങുന്നു.
- നീ കൂടുതൽ ഗൗരവമായി പ്രാർത്ഥിക്കൂ.

ഭീഷണി ആകസ്മികതയെ ശുദ്ധീകരിക്കുന്നു.
നിങ്ങൾക്ക് ഒരിക്കലും എസ്കോർട്ടുകൾ
ഉണ്ടാകണമെന്നില്ല.
എന്നാൽ നിങ്ങൾ ആത്മീയമായി
അടയാളപ്പെടുത്തപ്പെട്ടിരിക്കുന്നു.
ശത്രു ഗൗരവമുള്ള വിശ്വാസികളെ
ശ്രദ്ധിക്കുന്നു.
സാധാരണ ക്രിസ്ത്യാനിറ്റിക്ക് വലിയ
എതിർപ്പൊന്നും ഉണ്ടാകാറില്ല.

കേന്ദ്രീകൃതമായ കൂറ്
സൂക്ഷ്മപരിശോധനയ്ക്ക് വിധേയമാകുന്നു.
ചോദ്യം ഇതാണ്:
എതിർപ്പിനെക്കുറിച്ചുള്ള അവബോധം
നിങ്ങളെ പകപതയിലെത്തിക്കുമോ -
അതോ ഭയപ്പെടുത്തുമോ?

ചിന്താ ചോദ്യങ്ങൾ

1. കാണപ്പെടാത്തപ്പോൾ മാത്രമാണോ ഞാൻ വിശ്വസ്തനാണോ?
2. എന്റെ അനുസരണം ശത്രുതയ്ക്ക് കാരണമായാൽ ഞാൻ തുടരുമോ?
3. ശ്രദ്ധ ഒഴിവാക്കാൻ വേണ്ടി ഞാൻ എവിടെയാണ് ബോധ്യത്തെ നേർപ്പിച്ചത്?
4. എന്റെ ജീവിതം ആത്മീയ ഭാരം വഹിക്കുന്നു എന്ന തിരിച്ചറിവോടെ ഞാൻ ജീവിക്കുന്നുണ്ടോ?
5. ശ്രദ്ധിക്കപ്പെടാൻ തക്ക ഗൗരവമുള്ള ആളാണോ ഞാൻ?

ധൈര്യമില്ലാതെ ഉത്തരം പറയൂ.

പ്രഖ്യാപനം

എഴുന്നേറ്റു നിന്ന് പ്രഖ്യാപിക്കുക:
"അടയാളം വെച്ചിരിക്കുന്നതുകൊണ്ട് ഞാൻ
പിൻവാങ്ങുകയില്ല.
എതിർപ്പ് എന്നെ ശുദ്ധീകരിക്കും.
ആശ്വസിപ്പിക്കുന്നതിലൂടെയല്ല,

വിളിച്ചുകൊണ്ടാണ് ഞാൻ സേവിക്കുന്നത്.
ഞാൻ നിശ്ചലനായി തുടരുന്നു."
ശക്തമായി ആവർത്തിക്കുക.

ഘടനാപരമായ പ്രാർത്ഥന (40–45 മിനിറ്റ്)

1. ആരാധന (10 മിനിറ്റ്)
നിങ്ങളുടെ യുദ്ധങ്ങളിൽ ക്രിസ്തുവിനെ കർത്താവായി അംഗീകരിക്കുക.

2. ശക്തി (15 മിനിറ്റ്)
നിരീക്ഷണത്തിലുള്ള സഹിഷ്ണുതയ്ക്കായി പ്രാർത്ഥിക്കുക.

3. വിവേചനശേഷി (10 മിനിറ്റ്)
ദൃശ്യമായ അനുസരണത്തിൽ ജ്ഞാനത്തിനായി അപേക്ഷിക്കുക.

4. ധൈര്യം (5–10 മിനിറ്റ്)
അശ്രദ്ധയില്ലാതെ ധൈര്യത്തോടെ പ്രവർത്തിക്കാൻ പ്രതിജ്ഞാബദ്ധരാകുക.
ഇതുപയോഗിച്ച് അടയ്ക്കുക:
"ഞാൻ കുലുങ്ങാതെ നിൽക്കുന്നു."

പ്രവർത്തന പോയിന്റുകൾ

ഇന്ന് നിങ്ങൾ:

1. ഭയം നിങ്ങളുടെ അനുസരണത്തെ മാറ്റിമറിച്ച ഒരു മേഖല തിരിച്ചറിയുക.
2. ആ ഭാഗം ഉടൻ ശരിയാക്കുക.
3. ആഗോളതലത്തിൽ ഭീഷണി നേരിടുന്ന വിശ്വാസികൾക്കായി പ്രാർത്ഥിക്കുക.
4. 1 ശമൂവേൽ 18 സാവധാനം വായിക്കുക.

5. നിങ്ങളുടെ ജീവിതത്തിൽ ഒരു അച്ചടക്കം ശക്തിപ്പെടുത്തുക.

ദിവസം 24

നിലവാരം ഉയർത്തുക

കഥാ അവതാരകൻ

തീപിടുത്തത്തിന് ശേഷം.
കീഴടങ്ങിയ ശേഷം.
വെടിയുണ്ടകൾക്ക് ശേഷം.
പലായനം ചെയ്ത ശേഷം.
അകമ്പടികൾക്ക് ശേഷം.
നിയമനം കുറഞ്ഞില്ല.
അത് മൂർച്ച കൂട്ടി.
താൻ രക്ഷിക്കപ്പെട്ടപ്പോൾ കർത്താവ് തന്നോട് പറഞ്ഞുവെന്ന് അദ്ദേഹം പരസ്യമായി പ്രസ്താവിച്ചിട്ടുണ്ട്:
"നീ പോയി കാവൽക്കാരെ അവരുടെ സ്ഥാനങ്ങളിൽ നിർത്തി അവരെ പ്രോത്സാഹിപ്പിക്കുക; അങ്ങനെ ഞാൻ ജനത്തെ നശിപ്പിക്കും."
ഇത് മൃദുവായ ഭാഷയല്ല.
അത് ഉത്തരവാദിത്തത്തിന്റെ ഭാഷയാണ്.
ആഖ്യാനം ഇതിൽ നിന്ന് മാറി:
വ്യക്തിപരമായ രക്ഷ → പൊതു സംരക്ഷണം → ദേശീയ സംരക്ഷണം.

ഇപ്പോൾ ഇത് ഇതിലേക്ക് മാറി:
ഉത്തരവാദിത്തം.
സന്ദേശം വെറും "സുരക്ഷിതരായിരിക്കുക"
എന്നതായിരുന്നില്ല.
അത് "നിലവാരം ഉയർത്തുക" എന്നായിരുന്നു.
കാരണം അവൻ കണ്ടിരുന്നു:
അറിവില്ലാത്ത മത തീക്ഷ്ണത.
സഭാ കാപട്യം. നേതൃത്വത്തിൽ വിട്ടുവീഴ്ച.
ആത്മീയ അലസത.
ഒളിച്ചിരിക്കാൻ വേണ്ടിയല്ലായിരുന്നു
അതിജീവനം.
അത് അലാറം മുഴക്കുന്നതിന്
വേണ്ടിയായിരുന്നു.

സ്ക്രിപ്ചർ ആങ്കർമാർ
പഴയ നിയമം
"മനുഷ്യപുത്രാ, ഞാൻ നിന്നെ ഒരു
കാവൽക്കാരനാക്കിയിരിക്കുന്നു...
അതുകൊണ്ട് നീ എന്റെ വായിൽനിന്നു ഒരു
വചനം കേട്ട് എന്റെ നാമത്തിൽ അവരെ
ഓർമ്മിപ്പിക്കണം."
- യെഹെസ്കേൽ 33:7
വാച്ച്മാൻമാർ വിനോദിപ്പിക്കുന്നില്ല.
അവർ മുന്നറിയിപ്പ് നൽകുന്നു.
പുതിയ നിയമം
"എന്നിരുന്നാലും, ദൈവത്തിന്റെ ഉറപ്പുള്ള
അടിസ്ഥാനം നിലനിൽക്കുന്നു...
ക്രിസ്തുവിന്റെ നാമം ഉച്ചരിക്കുന്ന എവനും

അനീതി വിട്ടകന്നുകൊള്ളട്ടെ.”
—2 തിമോത്തി 2:19.
നിലവാരം ഉയർത്തുന്നത് വിശുദ്ധിയിൽ നിന്നാണ് ആരംഭിക്കുന്നത്.

പാഠം
വ്യക്തിപരമായ വിശ്വാസം പൊതു ഉത്തരവാദിത്തമായി മാറേണ്ട ഒരു ഘട്ടം വരുന്നു.
ഒരു കാവൽക്കാരൻ മൂന്ന് കാര്യങ്ങൾ ചെയ്യുന്നു:

1. സ്ഥാനത്ത് നിൽക്കുന്നു.
2. വ്യക്തമായി കാണാം.
3. സത്യം സംസാരിക്കുന്നു.

വാച്ച്മാൻമാർ ജനപ്രിയരല്ല.
അവ അത്യാവശ്യമാണ്.
കാവൽക്കാർ ഉറങ്ങുമ്പോൾ വിട്ടുവീഴ്ച വ്യാപിക്കുന്നു.
കാവൽക്കാർ നിശബ്ദരായിരിക്കുമ്പോൾ കാപട്യം പടരുന്നു.
കാവൽക്കാർ ജനക്കൂട്ടത്തോടൊപ്പം ചേരുമ്പോൾ ധാർമ്മിക വ്യതിയാനം വർദ്ധിക്കുന്നു.
നിങ്ങൾക്ക് ഒരു ദേശീയ പ്രസംഗപീഠം വഹിക്കാൻ പാടില്ല.
പക്ഷേ എവിടെയോ നിങ്ങൾക്ക് ഉത്തരവാദിത്തമുണ്ട്.

നിങ്ങളുടെ വീട്ടിൽ.
നിങ്ങളുടെ പള്ളിയിൽ. നിങ്ങളുടെ ജോലിസ്ഥലത്ത്. നിങ്ങളുടെ തലമുറയിൽ.
നിലവാരം ഉയർത്തുക എന്നതിനർത്ഥം ആളുകളെ കുറ്റപ്പെടുത്തുക എന്നല്ല.
അതിന്റെ അർത്ഥം നിങ്ങൾ പ്രഖ്യാപിക്കുന്നത് ജീവിക്കുക എന്നാണ്.

ചിന്താ ചോദ്യങ്ങൾ

1. ദൈവം എന്നെ ഒരു കാവൽക്കാരനായി എവിടെയാണ് സ്ഥാപിച്ചിരിക്കുന്നത്?
2. സ്വീകാര്യനായി തുടരാൻ വേണ്ടിയാണോ ഞാൻ നിശബ്ദനായത്?
3. എവിടെയാണ് ഞാൻ വിട്ടുവീഴ്ച സഹിച്ചത്?
4. മറ്റുള്ളവരിൽ നിന്ന് ഞാൻ പ്രതീക്ഷിക്കുന്ന തലത്തിലാണോ ഞാൻ ജീവിക്കുന്നത്?
5. എന്റെ സ്വന്തം ജീവിതത്തിൽ ഞാൻ ആദ്യം എന്ത് നിലവാരം ഉയർത്തണം?

ശാന്തമായി ഉത്തരം പറയുക.

പ്രഖ്യാപനം

എഴുന്നേറ്റു നിന്ന് പ്രഖ്യാപിക്കുക:
"ഞാൻ എന്റെ പദവി സ്വീകരിക്കുന്നു.
ഒരു വിട്ടുവീഴ്ചയ്ക്കും ഞാൻ തയ്യാറല്ല.
എന്റെ മേഖലയിലെ നിലവാരം ഞാൻ

ഉയർത്തും. ഞാൻ പ്രഖ്യാപിക്കുന്നത് ഞാൻ ജീവിക്കും."
ഗൗരവത്തോടെ അത് ആവർത്തിക്കുക.

ഘടനാപരമായ പ്രാർത്ഥന (45 മിനിറ്റ്)
1. ആരാധന (10 മിനിറ്റ്)
ദൈവത്തെ പരിശുദ്ധനായി ബഹുമാനിക്കുക.
2. പശ്ചാത്താപം (15 മിനിറ്റ്)
വ്യക്തിപരമായ വിട്ടുവീഴ്ച ഏറ്റുപറയുക.
3. മധ്യസ്ഥത (10 മിനിറ്റ്)
നേതാക്കൾക്കും സഭാ വിശുദ്ധിക്കും വേണ്ടി പ്രാർത്ഥിക്കുക.
4. കമ്മീഷൻ (10 മിനിറ്റ്)
നിൽക്കാൻ ധൈര്യം ആവശ്യപ്പെടുക.
ഇതുപയോഗിച്ച് അടയ്ക്കുക:
"എന്നെ ഒരു വിശ്വസ്ത കാവൽക്കാരനാക്കൂ."

പ്രവർത്തന പോയിന്റുകൾ
ഇന്ന് നിങ്ങൾ:

1. നിങ്ങളുടെ ജീവിതത്തിലെ ഒരു വിട്ടുവീഴ്ച ചെയ്യപ്പെടുന്ന മേഖല തിരിച്ചറിഞ്ഞ് അത് ശരിയാക്കുക.
2. ആത്മീയമായി ഒഴുകുന്ന ഒരാളെ പ്രോത്സാഹിപ്പിക്കുക.
3. യെഹെസ്കേൽ 33 ആഴത്തിൽ പഠിക്കുക.
4. നിങ്ങളുടെ ആത്മീയ നിലവാരം താഴ്ത്തുന്ന ഒരു സ്വാധീനം നീക്കം ചെയ്യുക.

5. സ്ഥിരമായ വ്യക്തിപരമായ
വിശുദ്ധിയിൽ പ്രതിജ്ഞാബദ്ധരാകുക.

ദിവസം 25

തീയെ അതിജീവിക്കുന്നത് നിർമ്മിക്കുക

കഥാ അവതാരകൻ

മിലിറ്റന്റ് ഇസ്ലാമിന് ഒരു ഘടന
ഉണ്ടായിരുന്നു.
പ്രാർത്ഥനാ ചക്രങ്ങൾ ഷെഡ്യൂൾ
ചെയ്തിരുന്നു.
ഉപവാസം കർശനമായിരുന്നു. ആവർത്തനം
നിർബന്ധമാക്കി.
തീവ്രത പരിശീലിപ്പിക്കപ്പെട്ടു.
അദ്ദേഹം മതം മാറിയപ്പോൾ, വികാരം മാത്രം
പോരായിരുന്നു.
ഘടന പുനർനിർമ്മിക്കേണ്ടിവന്നു.
അച്ചടക്കമുള്ള തെറ്റുകൾക്ക് സമൂലമായ
പ്രതിബദ്ധത വളർത്താൻ കഴിയുമെങ്കിൽ,
അച്ചടക്കമുള്ള സത്യം കൂടുതൽ ശക്തമായ
സഹിഷ്ണുത വളർത്തിയെടുക്കണം.
വെടിയുണ്ടകൾക്കടിയിൽ അതിജീവനം
അദ്ദേഹത്തിന് നിലനിൽപ്പിന് കഴിഞ്ഞില്ല.
രൂപീകരണം നടത്തി.
പീഡനം വിശ്വാസത്തെ സംരക്ഷിക്കുന്നില്ല.
ഘടന അങ്ങനെ ചെയ്യുന്നു.

സ്ക്രിപ്ചർ ആങ്കർമാർ
പഴയ നിയമം
"ഞാൻ വൈകുന്നേരത്തും രാവിലെയും ഉച്ചയ്ക്കും പ്രാർത്ഥിക്കും; ഉച്ചത്തിൽ നിലവിളിക്കും; അവൻ എന്റെ ശബ്ദം കേൾക്കും."
—സങ്കീർത്തനം 55:17.
താളം ബന്ധത്തെ നിലനിർത്തുന്നു.
പുതിയ നിയമം
"നിങ്ങൾക്ക് എന്നോടൊപ്പം ഒരു മണിക്കൂർ ഉണർന്നിരിക്കാൻ കഴിഞ്ഞില്ലേ?"
- മത്തായി 26:40
ഒരു മണിക്കൂർ.
മനഃപൂർവ്വം. ശ്രദ്ധ തിരിക്കാതെ.

പാഠം
പല വിശ്വാസികളും പ്രതികരണാത്മകമായി പ്രാർത്ഥിക്കുന്നു.
ഘടനാപരമായി പ്രാർത്ഥിക്കുന്നവർ ചുരുക്കം.
പ്രതിലോമ പ്രാർത്ഥന പ്രതിസന്ധിയെ അതിജീവിക്കുന്നു.
ഘടനാപരമായ പ്രാർത്ഥന സഹിഷ്ണുത വളർത്തുന്നു.
താൽക്കാലിക ക്രിസ്ത്യാനിറ്റി ഉപയോഗിച്ച് നിങ്ങൾക്ക് തീവ്രവാദ തലത്തിലുള്ള പ്രതിബദ്ധത കെട്ടിപ്പടുക്കാൻ കഴിയില്ല.

നിങ്ങളുടെ ഭക്തി ക്രമരഹിതമാണെങ്കിൽ,
നിങ്ങളുടെ സ്ഥിരത ദുർബലമായിരിക്കും.
അച്ചടക്കം നിയമവാദമല്ല.
അത് വിന്യാസമാണ്.

60 മിനിറ്റ് തന്ത്രപരമായ പ്രാർത്ഥന മാതൃക
ഇത് വൈകാരിക പ്രകടനമല്ല.
അത് രൂപീകരണമാണ്.

1 **30 മിനിറ്റ് — അവൻ ആരാണോ അതിനായി അവനെ ആരാധിക്കുക**
അഭ്യർത്ഥനകളൊന്നുമില്ല.
അപേക്ഷകളൊന്നുമില്ല.
ആരാധന മാത്രം.

- അവന്റെ വിശുദ്ധി.
- അവന്റെ പരമാധികാരം.
- അവന്റെ കാരുണ്യം.
- അവന്റെ നീതി.
- അവന്റെ വിശ്വസ്തത.

ആരാധന കാഴ്ചപ്പാടിനെ
പുനർനിർമ്മിക്കുന്നു.

2 **10 മിനിറ്റ് - അവന്റെ പരമാധികാരം പ്രഖ്യാപിക്കുക**
ഉറക്കെ പ്രഖ്യാപിക്കുക:

- അവൻ നിങ്ങളുടെ ജീവിതത്തെ ഭരിക്കുന്നു.
- അവൻ നിങ്ങളുടെ കുടുംബത്തെ ഭരിക്കുന്നു.
- അവൻ നിങ്ങളുടെ വിളിയെ ഭരിക്കുന്നു.

- അവൻ നിങ്ങളുടെ രാഷ്ട്രത്തെ ഭരിക്കുന്നു.

പരമാധികാരം അധികാരത്തെ വിന്യസിക്കുന്നു.

3 **10 മിനിറ്റ് - പശ്ചാത്താപം**

ഏറ്റുപറയുക:

- വിട്ടുവീഴ്ച ചെയ്യുക.
- കാപട്യം.
- മടി.
- പേടി.
- വിഭജിക്കപ്പെട്ട വിശ്വസ്തത.

പരിശുദ്ധി ശക്തിയെ സംരക്ഷിക്കുന്നു.

4 **10 മിനിറ്റ് — രാജ്യ-അലൈൻഡ് ഡിക്രിയുകൾ**

സ്വാർത്ഥ ആഗ്രഹങ്ങളല്ല.
ജഡിക അഭിലാഷമല്ല.
പ്രഖ്യാപിക്കുക:

- അവന്റെ ഇഷ്ടത്തിനനുസരിച്ചുള്ള യോജിപ്പ്.
- നിങ്ങളുടെ ജീവിതത്തിൽ അച്ചടക്കം.
- അനുസരണത്തിൽ ധൈര്യം.
- പെരുമാറ്റത്തിലെ വിശുദ്ധി.
- നിയോഗത്തിന്റെ പൂർത്തീകരണം.

ഉത്തരവുകൾ തിരുവെഴുത്തുകളുമായി പൊരുത്തപ്പെടണം.

ചിന്താ ചോദ്യങ്ങൾ

1. എന്റെ പ്രാർത്ഥന അച്ചടക്കമുള്ളതാണോ അതോ വൈകാരികമാണോ?
2. സമാധാനത്തിലല്ല, പ്രതിസന്ധിയിലാണോ ഞാൻ കൂടുതൽ നേരം പ്രാർത്ഥിക്കുന്നത്?
3. ഒരു മണിക്കൂർ ശ്രദ്ധ കേന്ദ്രീകരിക്കുന്നതിൽ നിന്ന് എന്നെ തടയുന്നതെന്താണ്?
4. ഞാൻ ആത്മീയമായി ഘടനാപരനാണോ?
5. ഇത് ദിവസവും 40 ദിവസം പരിശീലിച്ചാൽ എന്ത് മാറ്റമാണ് ഉണ്ടാകുക?

സത്യസന്ധമായി ഉത്തരം പറയൂ.

പ്രഖ്യാപനം

എഴുന്നേറ്റു നിന്ന് പ്രഖ്യാപിക്കുക:
"ഞാൻ അച്ചടക്കമുള്ള ഭക്തി വളർത്തിയെടുക്കും.
എന്റെ പ്രാർത്ഥന ക്രമീകൃതമായിരിക്കും.
എന്റെ വിശ്വസ്തത ദിവസവും രൂപപ്പെടും.
ഞാൻ ആത്മീയമായി അശ്രദ്ധമായി ജീവിക്കില്ല."
ശക്തമായി ആവർത്തിക്കുക.

ഘടനാപരമായ പ്രാർത്ഥന

ഇന്ന്, 60 മിനിറ്റ് ദൈർഘ്യമുള്ള മുഴുവൻ മോഡലും ചെയ്യൂ.
കുറുക്കുവഴികളൊന്നുമില്ല.
മൾട്ടിടാസ്കിംഗ് ഇല്ല.
ശ്രദ്ധ വ്യതിചലിക്കാത്തത്.

പ്രവർത്തന പോയിന്റുകൾ

1. ദിവസേന ഒരു നിശ്ചിത മണിക്കൂർ സമയം നിശ്ചയിക്കുക.
2. പ്രാർത്ഥനയ്ക്കിടെ ഡിജിറ്റൽ ശ്രദ്ധ തിരിക്കുന്ന കാര്യങ്ങൾ നീക്കം ചെയ്യുക.
3. ആരാധനയ്ക്കിടെ വെളിപ്പെടുത്തലുകൾ എഴുതുക.
4. 7 ദിവസത്തേക്ക് സ്ഥിരത ട്രാക്ക് ചെയ്യുക.
5. ഈ സമയം വിലകുറച്ച് കാണാവുന്ന ഒന്നായി കരുതുക.

ദിവസം 26

ദൈവത്തെ വ്യക്തമായി കേൾക്കുന്നു

കഥാ അവതാരകൻ

അദ്ദേഹത്തിന്റെ ജീവിതത്തിലെ
വഴിത്തിരിവുകൾ യാദൃശ്ചികമായിരുന്നില്ല.
അവർ ദിശാബോധമുള്ളവരായിരുന്നു.
മൈദുഗുരി — ഒരു ദർശനം.
തീപിടുത്ത നിമിഷം — ഏറ്റുമുട്ടൽ. ഹോട്ടൽ
ഏറ്റുമുട്ടൽ — "നമ്മൾ വളരെയധികം മുന്നോട്ട്
പോയി." കമ്മീഷൻ — "കാവൽക്കാരെ
പ്രകോപിപ്പിക്കുക."
ഇവ അവ്യക്തമായ ധാരണകളായിരുന്നില്ല.
അവർക്ക് കാര്യങ്ങൾ വ്യക്തമായിരുന്നു.
നിർദ്ദിഷ്ടം.
തടസ്സപ്പെടുത്തൽ.
കൂറ് കൈമാറ്റം ചെയ്യപ്പെട്ടപ്പോൾ,
വ്യക്തത വന്നു.
പക്ഷേ, കുഴപ്പങ്ങളിൽ നിന്ന് വ്യക്തത വന്നില്ല.
അത് കീഴടങ്ങലിൽ നിന്നാണ് ഉണ്ടായത്.
പിന്നീട് - അച്ചടക്കം.
യാദൃശ്ചികമായി ജീവിക്കുന്നവർക്ക്
വ്യക്തമായി കേൾക്കാൻ കഴിയുന്നില്ല.

ഭിന്നിച്ചു ജീവിക്കുന്നവർ വികലമായി
കേൾക്കുന്നു.
ഘടനയുള്ളവർ സ്ഥിരമായി കേൾക്കുന്നു .

സ്ക്രിപ്ചർ ആങ്കർമാർ
പഴയ നിയമം
"യഹോവേ, അരുളിച്ചെയ്യണമേ; അടിയൻ
കേൾക്കുന്നു."
—1 ശമുവേൽ 3:10.
കേൾവിക്ക് ഒരു ഭാവം ആവശ്യമാണ്.
പുതിയ നിയമം
"എന്റെ ആടുകൾ എന്റെ ശബ്ദം കേൾക്കുന്നു;
ഞാൻ അവയെ അറിയുന്നു; അവ എന്നെ
അനുഗമിക്കയും ചെയ്യുന്നു."
—യോഹന്നാൻ 10:27.
കേൾവി ആപേക്ഷികമാണ്.
തുടർന്നുള്ള കേൾവി തെളിയിക്കുന്നു.

പാഠം
"ദൈവം നിശബ്ദനാണ്" എന്ന് പല
വിശ്വാസികളും പറയുന്നു.
പലപ്പോഴും പ്രശ്നം നിശബ്ദതയല്ല.
അത് ശബ്ദമാണ്.
ഭയത്തിന്റെ ആരവം.
അഭിലാഷത്തിന്റെ ആരവം.
താരതമ്യത്തിന്റെ ആരവം. സോഷ്യൽ
മീഡിയയുടെ ആരവം. പശ്ചാത്താപമില്ലാത്ത
വിട്ടുവീഴ്ചയുടെ ആരവം.

നിങ്ങളുടെ ഹൃദയം
വിഭജിക്കപ്പെട്ടിട്ടുണ്ടെങ്കിൽ നിങ്ങൾക്ക്
വ്യക്തമായി കേൾക്കാൻ കഴിയില്ല.
വ്യക്തത ആവശ്യമാണ്:

- കീഴടങ്ങുക.
- അച്ചടക്കം.
- നിശബ്ദം.
- പറഞ്ഞ കാര്യങ്ങൾ അനുസരിക്കൽ.

അവസാനത്തെ നിർദ്ദേശം
അവഗണിക്കുന്നവർക്ക് ദൈവം
അപൂർവ്വമായി മാത്രമേ പുതിയ
നിർദ്ദേശങ്ങൾ നൽകാറുള്ളൂ.
അദ്ദേഹം ദിശാബോധത്തോടെ
സംസാരിക്കുന്നു.
അനന്തമായി സംസാരിക്കുന്നില്ല.
അവൻ സംസാരിക്കുകയാണെങ്കിൽ, അത്
തിരുവെഴുത്തുകളുമായി യോജിക്കും.
അത് വിശുദ്ധിയെ ഉയർത്തും. അത്
അനുസരണം ആവശ്യപ്പെടും. അത്
അഹങ്കാരത്തെ പുകഴ്ത്തുകയില്ല.

ചിന്താ ചോദ്യങ്ങൾ

1. ദൈവം കാണിച്ചുതന്ന ഒരു കാര്യം ഞാൻ അവസാനമായി അനുസരിച്ചത് എപ്പോഴാണ് ?
2. എന്റെ ആത്മീയ കേൾവിയെ മറയ്ക്കുന്ന കാര്യങ്ങൾ എന്തൊക്കെയാണ്?

3. ഞാൻ നിശബ്ദതയ്ക്കാണോ മുൻഗണന നൽകുന്നത്?
4. മുൻ ബോധ്യം അവഗണിച്ചുകൊണ്ട് പുതിയ നിർദ്ദേശങ്ങൾക്കായി ഞാൻ കാത്തിരിക്കുകയാണോ?
5. ദൈവം ഇന്ന് രാത്രി വ്യക്തമായി സംസാരിച്ചാൽ ഞാൻ അനുസരിക്കുമോ?

സത്യസന്ധമായി ഉത്തരം പറയൂ.

പ്രഖ്യാപനം

എഴുന്നേറ്റു നിന്ന് പ്രഖ്യാപിക്കുക:
"എന്റെ കാതുകൾ തുറന്നിരിക്കുന്നു.
എന്റെ ഹൃദയം കീഴടങ്ങിയിരിക്കുന്നു. ഞാൻ ശ്രദ്ധ വ്യതിചലിക്കുന്നത് നിരസിക്കുന്നു. ഞാൻ കേട്ട് അനുസരിക്കും."
പതുക്കെ ആവർത്തിക്കുക.

ഘടനാപരമായ പ്രാർത്ഥന (45 മിനിറ്റ്)

1. ആരാധന (10 മിനിറ്റ്)
അവനെ ഇടയനായി അംഗീകരിക്കുക.
2. നിശബ്ദത (10 മിനിറ്റ്)
നിശബ്ദമായി ഇരിക്കുക. വാക്കുകളില്ല.
കേൾക്കൂ.
3. കീഴടങ്ങുക (10 മിനിറ്റ്)
നിങ്ങളുടെ അജണ്ട പുറത്തിറക്കുക.
4. വിന്യാസം (15 മിനിറ്റ്)
വ്യക്തതയും അനുസരിക്കാനുള്ള ധൈര്യവും ആവശ്യപ്പെടുക.
ഇതുപയോഗിച്ച് അടയ്ക്കുക:

"കർത്താവേ, അരുളിച്ചെയ്താലും. ഞാൻ ഉത്തരം പറയാം."

പ്രവർത്തന പോയിന്റുകൾ

1. ഇന്ന് 10 മിനിറ്റ് പൂർണ്ണ നിശബ്ദതയിൽ ചെലവഴിക്കുക.
2. മുദ്രകൾ എഴുതുക - അവയെ തിരുവെഴുത്തുകളുമായി താരതമ്യം ചെയ്യുക.
3. ഒരു ചെറിയ ബോധ്യം ഉടനടി പാലിക്കുക.
4. ഒരു ശബ്ദ സ്രോതസ്സ് കുറയ്ക്കുക.
5. 1 ശമുവേൽ 3 ഉം യോഹന്നാൻ 10 ഉം സാവധാനം വായിക്കുക.

ദിവസം 27

ദൈവത്തോടൊപ്പം നടക്കുകയും പ്രവർത്തിക്കുകയും ചെയ്യുക

കഥാ അവതാരകൻ

കണ്ടുമുട്ടലുകൾ യഥാർത്ഥമായിരുന്നു.
തീ യഥാർത്ഥമായിരുന്നു.
ദർശനം യഥാർത്ഥമായിരുന്നു.
ഹോട്ടൽ സംഘർഷം യഥാർത്ഥമായിരുന്നു.
വെടിയുണ്ടകൾ യഥാർത്ഥമായിരുന്നു.
പ്രസിഡന്റിന്റെ രക്ഷാപ്രവർത്തനം യഥാർത്ഥമായിരുന്നു.
പക്ഷേ, കണ്ടുമുട്ടലുകൾ മാത്രം ഒരു ജീവിതത്തെ നിലനിർത്തുന്നില്ല.
നടത്തം സഹായിക്കുന്നു.
അതിജീവനത്തിന് ശേഷം.
അകമ്പടിക്ക് ശേഷം. കമ്മീഷനു ശേഷം.
ജീവിതം ദിവസവും തുടർന്നു.
തീരുമാനങ്ങൾ.
യാത്ര. പ്രസംഗം. നിർമ്മാണ ശുശ്രൂഷ.
സമൂഹങ്ങളെ സേവിക്കൽ. ഭിന്നിച്ച കുടുംബ സംഘർഷങ്ങൾക്കുള്ളിൽ ജീവിക്കൽ.

അത്ഭുതകരമായ നിമിഷങ്ങൾ
ദിവസേനയുള്ളതായിരുന്നില്ല.
നടത്തം ആയിരുന്നു.
നിങ്ങൾക്ക് ഏറ്റുമുട്ടലിൽ സ്ഥിരമായി
ജീവിക്കാൻ കഴിയില്ല.
നിങ്ങൾ ബന്ധത്തിൽ ജീവിക്കണം.

സ്ക്രിപ്ചർ ആങ്കർമാർ
പഴയ നിയമം
"ഹാനോക്ക് ദൈവത്തോടുകൂടെ നടന്നു;
ദൈവം അവനെ എടുത്തുകൊണ്ടതിനാൽ
കാണാതെയായി."
—ഉല്പത്തി 5:24.
വിശ്വസിച്ചു എന്നു മാത്രമല്ല.
നടന്നു.
പുതിയ നിയമം
"ആകയാൽ നിങ്ങൾ കർത്താവായ
ക്രിസ്തുയേശുവിനെ സ്വീകരിച്ചതുപോലെ,
അവന്റെ കൂട്ടായ്മയിൽ നടപ്പിൻ."
—കൊലൊസ്സ്യർ 2:6.
സ്വീകരിക്കൽ ഒരു സംഭവമാണ്.
നടത്തം ഒരു പ്രക്രിയയാണ്.

പാഠം
പല വിശ്വാസികളും നിമിഷങ്ങളെ
പിന്തുടരുന്നു.
കുറച്ച് പേർ മാത്രമേ നടക്കാൻ പോകുന്നുള്ളൂ.
ഒരു നടത്തം സൂചിപ്പിക്കുന്നത്:
- ദൈനംദിന താളം.

- സ്ഥിരമായ അനുസരണം.
- തുടർച്ചയായ അവബോധം.
- സ്ഥിരമായ വിന്യാസം.

നടക്കാൻ കണ്ണട ആവശ്യമില്ല.
അതിന് വിശ്വസ്തത ആവശ്യമാണ്.
ദൈവത്തോടൊപ്പം പ്രവർത്തിക്കുക
എന്നതിന്റെ അർത്ഥം:
നിങ്ങൾ അവനെ വിഭജിക്കുന്നില്ല.
പ്രാർത്ഥനാ സമയങ്ങളിൽ മാത്രമല്ല അവൻ
സന്നിഹിതനാകുന്നത്.
അദ്ദേഹം ഇതിൽ സന്നിഹിതനാണ്:

- ബിസിനസ്സ് തീരുമാനങ്ങൾ.
- കുടുംബ സംഭാഷണങ്ങൾ.
- മന്ത്രാലയം ആസൂത്രണം.
- സാമ്പത്തിക തിരഞ്ഞെടുപ്പുകൾ.
- സംഘർഷ പരിഹാരം.

നടത്തം ഇരട്ടജീവിതം ഇല്ലാതാക്കുന്നു.
നടത്തം പ്രകടന ക്രിസ്തുമതത്തെ
ഇല്ലാതാക്കുന്നു.
നടത്തം സമഗ്രത വളർത്തുന്നു.

ചിന്താ ചോദ്യങ്ങൾ

1. സ്ഥിരതയെക്കാൾ കൂടുതൽ ഏറ്റുമുട്ടലുകൾ ഞാൻ പിന്തുടരുന്നുണ്ടോ?
2. എന്റെ ആത്മീയ ജീവിതം സംഭവബഹുലമാണോ അതോ ബന്ധങ്ങളാശ്രിതമാണോ?

3. ദൈനംദിന തീരുമാനങ്ങളിൽ ഞാൻ ദൈവത്തോട് ആലോചിക്കാറുണ്ടോ?
4. എന്റെ ജീവിതം എവിടെയാണ് വിഭാഗീയമായി കാണപ്പെടുന്നത്?
5. ആരെങ്കിലും എന്റെ ആഴ്ച നിരീക്ഷിച്ചാൽ, അവർ ഒരു നടത്തം കാണുമോ?

സത്യസന്ധമായി ഉത്തരം പറയൂ.

പ്രഖ്യാപനം

എഴുന്നേറ്റു നിന്ന് പ്രഖ്യാപിക്കുക:

"ഞാൻ ദിവസവും ദൈവത്തോടൊപ്പം നടക്കും.

എന്റെ വിശ്വാസം വല്ലപ്പോഴും മാത്രം സംഭവിക്കുന്ന ഒന്നല്ല. വിഭാഗീയമായ ക്രിസ്തുമതത്തെ ഞാൻ നിരസിക്കുന്നു. ഞാൻ സ്ഥിരമായി അനുസരണയോടെ നടക്കുന്നു."

അത് സാവധാനം ആവർത്തിക്കുക.

ഘടനാപരമായ പ്രാർത്ഥന (45 മിനിറ്റ്)

1. **ആരാധന (10 മിനിറ്റ്)**

ജീവിതത്തിന്റെ എല്ലാ മേഖലകളിലും ദൈവം ഉണ്ടെന്ന് അംഗീകരിക്കുക.

2. **കീഴടങ്ങുക (10 മിനിറ്റ്)**

നിങ്ങളുടെ ദിനചര്യകളിലേക്ക് അവനെ ക്ഷണിക്കുക.

3. **വിന്യാസം (15 മിനിറ്റ്)**

നിങ്ങളുടെ ജീവിതത്തിന്റെ ഓരോ

മേഖലയിലൂടെയും പ്രാർത്ഥിക്കുക - കുടുംബം, ജോലി, ശുശ്രൂഷ, സാമ്പത്തികം.

4. പ്രതിബദ്ധത (10 മിനിറ്റ്)

ബോധപൂർവമായ ദൈനംദിന അവബോധത്തിനായി പ്രതിബദ്ധത പുലർത്തുക.

ഇതുപയോഗിച്ച് അടയ്ക്കുക:

"ഞാൻ നിന്നോടൊപ്പം നടക്കുന്നു."

പ്രവർത്തന പോയിന്റുകൾ

1. ഇന്ന് ദൈവത്തെ മനഃപൂർവ്വം ഒരു തീരുമാനത്തിലേക്ക് ക്ഷണിക്കുക.
2. അവനെ ഒഴിവാക്കിയിരിക്കുന്ന ഒരു കമ്പാർട്ടുമെന്റ് നീക്കം ചെയ്യുക.
3. നാളെ നിങ്ങളുടെ പ്രഭാതം മനഃപൂർവ്വമായ സമർപ്പണത്തോടെ ആരംഭിക്കൂ.
4. ഉല്പത്തി 5 ഉം കൊലൊസ്സ്യർ 2 ഉം സാവധാനം വായിക്കുക.
5. 7 ദിവസത്തേക്ക് ദൈനംദിന അനുസരണം ട്രാക്ക് ചെയ്യുക.

ദിവസം 28

കാപട്യത്തിന് അതീതമായി ജീവിക്കൽ

കഥാ അവതാരകൻ

യാത്രയിലെ ഏറ്റവും അപകടകരമായ നിമിഷങ്ങളിലൊന്ന് വെടിവെപ്പായിരുന്നില്ല. സഭയ്ക്കുള്ളിലെ പൊരുത്തക്കേടായിരുന്നു അത്.
അദ്ദേഹം തീവ്രവാദ സ്വഭാവമുള്ള വ്യക്തിയായിരുന്നു.
പ്രസംഗിച്ചത് പ്രാവർത്തികമാക്കിയിടത്ത്.
ഘടന നടപ്പിലാക്കിയിടത്ത്. വാചകം നടപ്പിലാക്കിയിടത്ത്.
കൂടുതൽ സത്യസന്ധത പ്രതീക്ഷിച്ചാണ് അദ്ദേഹം ക്രിസ്തുമതത്തിലേക്ക് പ്രവേശിച്ചത്.
പകരം, അവൻ കണ്ടു:
പരിശീലനമില്ലാതെ പ്രസംഗിക്കുക.
ജീവിതശൈലിയില്ലാത്ത ഭാഷ. സ്വകാര്യ ഭക്തിയില്ലാത്ത ആത്മീയ പ്രദർശനം.
ആ നിരാശ അയാളെ ഏതാണ്ട് തിരിച്ചയച്ചു.
വെടിയുണ്ടകൾക്ക് അയാളുടെ ശരീരം ഏതാണ്ട് അഴിച്ചുമാറ്റാൻ കഴിഞ്ഞില്ല.
കാപട്യം ഏതാണ്ട് ഫലിച്ചു.
അത്രയ്ക്ക് വിനാശകരമാണ് അത്.

സ്ക്രിപ്ചർ ആങ്കർമാർ
പഴയ നിയമം
"ഈ ജനം വായ് കൊണ്ട് എന്റെ അടുക്കൽ വരുന്നു... എന്നാൽ അവരുടെ ഹൃദയം എന്നിൽ നിന്ന് വളരെ അകലെയാണ്."
- യെശയ്യാവ് 29:13
കീഴടങ്ങാതെയുള്ള പ്രസംഗം.
പുതിയ നിയമം
"കപടഭക്തിക്കാരേ, നിങ്ങൾക്കു അയ്യോ കഷ്ടം! നിങ്ങൾ പാനപാത്രത്തിന്റെയും തളികയുടെയും പുറം വെടിപ്പാക്കുന്നു; ഉള്ളിലോ അവ അത്യാഗ്രഹവും സ്വാർത്ഥതാൽപര്യവും നിറഞ്ഞിരിക്കുന്നു."
- മത്തായി 23:25
ബാഹ്യ മിനുക്ക്.
ആന്തരിക അഴിമതി.

പാഠം
കാപട്യം ബലഹീനതയല്ല.
അത് വിഭജനമാണ്.
അത് രണ്ട് ജീവിതങ്ങൾ ജീവിക്കുന്നു.

- ഒരു പൊതുജനം.
- ഒരു സ്വകാര്യ.

അത് പരസ്യമായി കൂറ് പ്രഖ്യാപിക്കുകയും അതേസമയം സ്വകാര്യമായി ചർച്ചകൾ നടത്തുകയും ചെയ്യുന്നു.
സാക്ഷിയെ ഇത്ര പെട്ടെന്ന് നശിപ്പിക്കാൻ യാതൊന്നിനും കഴിയില്ല.

നിങ്ങൾക്ക് പീഡനത്തെ അതിജീവിച്ചേക്കാം.
പക്ഷേ, ആന്തരിക അഴിമതിയെ നിങ്ങൾക്ക്
അതിജീവിക്കാൻ കഴിയില്ല.
നിങ്ങളുടെ പ്രാർത്ഥനാജീവിതം
ദുർബലമാണെങ്കിലും,
നിങ്ങളുടെ പ്രസംഗം ശക്തമാണെങ്കിൽ - അത്
ഒരു തകർച്ചയാണ്.
നിങ്ങളുടെ പൊതു വിശ്വാസം
ധീരമാണെങ്കിലും
സ്വകാര്യ അനുസരണം
പൊരുത്തമില്ലാത്തതാണെങ്കിൽ - അത് ഒരു
തെറ്റാണ്.
സമഗ്രത എന്നാൽ വിന്യാസം എന്നാണ്
അർത്ഥമാക്കുന്നത്.
ഞാൻ പറയുന്നത്.
ചെയ്യുന്നത്. വിശ്വസിക്കുന്നത്. പിന്തുടരുന്നത്.
ഒരേ ദിശയിൽ.

ചിന്താ ചോദ്യങ്ങൾ

1. എന്റെ സ്വകാര്യ ജീവിതം എന്റെ പരസ്യമായ ഏറ്റുപറച്ചിലിന് വിരുദ്ധമാകുന്നത് എവിടെയാണ്?
2. എന്ത് ആത്മീയ ശിക്ഷണമാണ് ഞാൻ ചെയ്യുന്നത്, പക്ഷേ നിലനിർത്താൻ കഴിയുന്നില്ല?
3. എന്റെ ഏറ്റവും അടുത്ത ആളുകൾ എന്റെ ഭക്തിയെ സ്ഥിരീകരിക്കുമോ?
4. എന്ത് വിട്ടുവീഴ്ചയാണ് ഞാൻ ന്യായീകരിക്കുന്നത്?

5. ഇന്ന് കാപട്യം തുറന്നുകാട്ടപ്പെട്ടാൽ, എന്തായിരിക്കും പുറത്തുവരിക?

ഒഴികഴിവില്ലാതെ ഉത്തരം നൽകുക.

പ്രഖ്യാപനം

എഴുന്നേറ്റു നിന്ന് പ്രഖ്യാപിക്കുക:
"ഞാൻ ഇരട്ട ജീവിതം നിരസിക്കുന്നു. എന്റെ സ്വകാര്യ ജീവിതം എന്റെ പരസ്യമായ ഏറ്റുപറച്ചിലുമായി പൊരുത്തപ്പെടും. ഞാൻ സത്യസന്ധത തിരഞ്ഞെടുക്കുന്നു. ഞാൻ സമഗ്രത തിരഞ്ഞെടുക്കുന്നു. ഞാൻ വിന്യാസം തിരഞ്ഞെടുക്കുന്നു."
അത് സാവധാനം ആവർത്തിക്കുക.

ഘടനാപരമായ പ്രാർത്ഥന (45 മിനിറ്റ്)

1. **ആരാധന (10 മിനിറ്റ്)**
ക്രിസ്തുവിനെ വിശുദ്ധനും സത്യവാനും ആയി ബഹുമാനിക്കുക.
2. **എക്സ്പോഷർ (15 മിനിറ്റ്)**
മറഞ്ഞിരിക്കുന്ന പൊരുത്തക്കേടുകൾ വെളിപ്പെടുത്താൻ ദൈവത്തോട് ആവശ്യപ്പെടുക.
3. **പശ്ചാത്താപം (10 മിനിറ്റ്)**
പ്രത്യേക വിട്ടുവീഴ്ച ഏറ്റുപറയുക.
4. **അലൈൻമെന്റ് (10 മിനിറ്റ്)**
സ്ഥിരതയോടെ ജീവിക്കാനുള്ള ശക്തിക്കായി പ്രാർത്ഥിക്കുക.

ഇതുപയോഗിച്ച് അടയ്ക്കുക:

"എന്റെ അകവും പുറവും സമ്മതിക്കട്ടെ."

പ്രവർത്തന പോയിന്റുകൾ

1. മറഞ്ഞിരിക്കുന്ന ഒരു വിട്ടുവീഴ്ച നീക്കം ചെയ്യുക.
2. ഒരു ദുർബലമായ ശിക്ഷണത്തെ ശക്തിപ്പെടുത്തുക.
3. നിങ്ങൾ അവഗണിച്ച എന്തെങ്കിലും ദൈവത്തോട് സ്വകാര്യമായി ഏറ്റുപറയുക.
4. മത്തായി 23 സാവധാനം വായിക്കുക.
5. നിങ്ങളെ ഉത്തരവാദിത്തപ്പെടുത്താൻ വിശ്വസ്തനായ ഒരാളോട് ആവശ്യപ്പെടുക.

ദിവസം 29

തിരിച്ചുവരാനുള്ള പ്രലോഭനം

കഥാ അവതാരകൻ

തീപിടുത്തത്തിന് ശേഷം.
ദർശനങ്ങൾക്ക് ശേഷം.
കീഴടങ്ങിയ ശേഷം.
ശുശ്രൂഷയ്ക്ക് ശേഷം.
വെടിയുണ്ടകൾക്ക് ശേഷം.
രക്ഷാപ്രവർത്തനത്തിന് ശേഷം.
അകമ്പടികൾക്ക് ശേഷം.
പ്രലോഭനം ഇപ്പോഴും വന്നു.
ഇസ്ലാം കൂടുതൽ ശക്തമാണെന്ന്
തെളിഞ്ഞതുകൊണ്ടല്ല.
പക്ഷേ ക്രിസ്തുമതം പൊരുത്തമില്ലാത്തതായി
തോന്നിയതിനാൽ.
അദ്ദേഹം വ്യക്തമായി
സാക്ഷ്യപ്പെടുത്തിയിട്ടുണ്ട്: അദ്ദേഹം
ഇതിനകം തീരുമാനിച്ച ഒരു
കാര്യമുണ്ടായിരുന്നു.
അദ്ദേഹം ഒരു അന്തിമ സന്ദേശം പ്രസംഗിക്കും.
പിന്നെ തിരിച്ചുവരും.

തന്റെ മുൻ ജീവിതത്തിലെ അച്ചടക്കത്തെയും താൻ നിരീക്ഷിച്ച വിട്ടുവീഴ്ചയെയും അയാൾ തൂക്കിനോക്കിയിരുന്നു.
പിൻവാങ്ങൽ യുക്തിസഹമായി തോന്നി.
അത് ഗൗരവമുള്ളതാണ്.
സ്വർഗ്ഗം കണ്ട ഒരാൾ.
നരകം കണ്ട ഒരാൾ. കൊലപാതകത്തിൽ നിന്ന് രക്ഷപ്പെട്ട ഒരാൾ.
എന്നിട്ടും തിരികെ പോകാനുള്ള പ്രലോഭനം നേരിട്ടു.
പ്രലോഭനം എപ്പോഴും സംശയത്തെക്കുറിച്ചല്ല.
ചിലപ്പോൾ അത് നിരാശയെക്കുറിച്ചാണ്.

സ്ക്രിപ്ചർ ആങ്കർമാർ

പഴയ നിയമം

"ദൈവം തങ്ങളുടെ പാറയാണെന്ന് അവർ ഓർത്തപ്പോൾ... അവരുടെ ഹൃദയം അവങ്കൽ സ്ഥിരമായിരുന്നില്ല; അവർ വായ്കൊണ്ട് അവനോടു പുകഴ്ത്തി പറഞ്ഞു."

—സങ്കീർത്തനം 78:35-37.

ഓർമ്മശക്തി സ്ഥിരത ഉറപ്പുനൽകുന്നില്ല.

പുതിയ നിയമം

"ദേമാസ് ഈ ലോകത്തെ സ്നേഹിച്ചിട്ടു എന്നെ ഉപേക്ഷിച്ചുപോയി."

—2 തിമൊഥെയൊസ് 4:10.

ചിലത് നന്നായി തുടങ്ങും.
ചിലത് തിരിച്ചുവരും.

പാഠം
തിരിച്ചുവരാനുള്ള പ്രലോഭനം നിങ്ങൾ ഒരിക്കലും
ആത്മാർത്ഥതയുള്ളവനായിരുന്നില്ല എന്നല്ല അർത്ഥമാക്കുന്നത്.
അതിനർത്ഥം നിങ്ങൾ മനുഷ്യനാണെന്നാണ്.
തിരിച്ചുവരവ് ഇതുപോലെയാകാം:

- പഴയ ശീലങ്ങളിലേക്ക് തിരിച്ചു പോകുന്നു.
- ബോധ്യം മയപ്പെടുത്തുന്നു.
- മാനദണ്ഡങ്ങൾ താഴ്ത്തുന്നു.
- ആത്മീയ അലസത.
- വൈകാരിക പിൻവലിക്കൽ.
- ദൈവശാസ്ത്രത്തിന്റെ വേഷം ധരിച്ച നീരസം.

നിങ്ങൾക്ക് ക്രിസ്തുവിനെ പരസ്യമായി ഉപേക്ഷിക്കാൻ കഴിയില്ല.
പക്ഷേ നിങ്ങൾക്ക് ഉള്ളിലേക്ക് ഒഴുകി നീങ്ങാൻ കഴിയും.
തിരിച്ചുവരവ് നിശബ്ദമായി ആരംഭിക്കുന്നു.
ഇത് ആരംഭിക്കുന്നത്:
"എനിക്ക് ക്ഷീണമുണ്ട്."
"ഇത് വിലമതിക്കുന്നില്ല." "കുറഞ്ഞത് മുമ്പെങ്കിലും, അച്ചടക്കം ഉണ്ടായിരുന്നു."
"ആരും അവർ പ്രസംഗിക്കുന്നത് അനുസരിച്ച് ജീവിക്കുന്നില്ല."

അങ്ങനെയാണ് പിന്മാറ്റം സംസാരിക്കുന്നത്.
ശത്രു അപൂർവ്വമായി മാത്രമേ ആക്രമിക്കാറുള്ളൂ, ആദ്യം ക്രിസ്തുവിനെ തള്ളിപ്പറയുക.
അവൻ നിരുത്സാഹത്തോടെ ആക്രമിക്കുന്നു.

ചിന്താ ചോദ്യങ്ങൾ

1. ഞാൻ രഹസ്യമായി എവിടെയാണ് പിൻവാങ്ങൽ പരിഗണിച്ചത്?
2. എന്ത് നിരാശയാണ് ആ ചിന്തയ്ക്ക് കാരണമായത്?
3. എന്റെ ബോധ്യങ്ങളെക്കുറിച്ച് ഞാൻ ചർച്ച ചെയ്യുന്നുണ്ടോ?
4. ഏത് പഴയ പാറ്റേണാണ് വീണ്ടും ആകർഷകമായി തോന്നുന്നത്?
5. ഞാൻ തിരിച്ചുവന്നാൽ എനിക്ക് എന്ത് നഷ്ടപ്പെടും?

നാണമില്ലാതെ എഴുതൂ.

പ്രഖ്യാപനം

എഴുന്നേറ്റു നിന്ന് പ്രഖ്യാപിക്കുക:
"ഞാൻ തിരിച്ചുവരില്ല.
നിരാശ എന്നെ നിയന്ത്രിക്കില്ല. എന്റെ കൂറ് തീർന്നു. ഞാൻ ഒരു ഉടമ്പടി ചർച്ച ചെയ്യില്ല."
ശക്തമായി ആവർത്തിക്കുക.

ഘടനാപരമായ പ്രാർത്ഥന (45 മിനിറ്റ്)

1. ആരാധന (10 മിനിറ്റ്)
ക്രിസ്തുവിനെ മാറ്റമില്ലാത്തവനായി അംഗീകരിക്കുക.
2. കുമ്പസാരം (10–15 മിനിറ്റ്)
നിരുത്സാഹപ്പെടുത്തുന്ന മേഖലകൾ പറയുക.
3. ശക്തി (15 മിനിറ്റ്)
നിരാശയിൽ സഹിഷ്ണുതയ്ക്കായി പ്രാർത്ഥിക്കുക.
4. പ്രതിബദ്ധത (5 മിനിറ്റ്)
വാക്കാൽ വിശ്വസ്തത വീണ്ടും സ്ഥിരീകരിക്കുക.
ഇതുപയോഗിച്ച് അടയ്ക്കുക:
"തിരിച്ചു പോകാൻ വളരെ വൈകി."

പ്രവർത്തന പോയിന്റുകൾ

1. ആത്മീയ വ്യതിയാനത്തിന്റെ ഒരു മേഖല തിരിച്ചറിഞ്ഞ് ഇന്ന് തന്നെ അത് ശരിയാക്കുക.
2. ഭക്ഷണം നൽകുന്നതിൽ നിന്നുള്ള നിരുത്സാഹം പോലുള്ള ഒരു സ്വാധീനം നീക്കം ചെയ്യുക.
3. ഉറങ്ങുന്നതിനുമുമ്പ് നിങ്ങളുടെ കൂറ് വീണ്ടും ഉച്ചത്തിൽ പറയുക.
4. സങ്കീർത്തനം 78 ഉം 2 തിമൊഥെയൊസ് 4 ഉം വായിക്കുക.
5. ഇന്ന് രാത്രി നിങ്ങളുടെ പ്രാർത്ഥനാശീലം ശക്തിപ്പെടുത്തുക.

ദിവസം 30

“നമ്മൾ വളരെയധികം ദൂരം പോയിരിക്കുന്നു”

കഥാ അവതാരകൻ

അവൻ ഇതിനകം തീരുമാനിച്ചിരുന്നു.
അദ്ദേഹം ഒരു അന്തിമ സന്ദേശം പ്രസംഗിക്കും.
അതിനുശേഷം - അവൻ തിരിച്ചുവരും.
ആന്തരിക തീരുമാനം എടുത്തിരുന്നു.
പരസ്യമായി അല്ല.
സ്വകാര്യമായി.
അദ്ദേഹം ഒരു പ്രധാന സമ്മേളനത്തിൽ പ്രസംഗിച്ചു.
അന്തരീക്ഷം ശക്തമായിരുന്നു.
ആളുകൾ കരഞ്ഞു. ദൈവസാന്നിധ്യം ചലിച്ചു.
പക്ഷേ ഉള്ളിൽ അയാൾ ഇങ്ങനെ പറഞ്ഞു:
"ഇത് എന്റെ അവസാന സന്ദേശമാണ്."
പിന്നീട്, അവർ അവനെ ഹോട്ടലിലേക്ക് തിരികെ കൊണ്ടുപോയി.
അദ്ദേഹത്തിന്റെ ഇരട്ട സഹോദരനും മറ്റ് നേതാക്കളും സന്നിഹിതരായിരുന്നു.
അയാൾ വാതിൽ തുറന്നു.
യേശു അവിടെ നിന്നിരുന്നു എന്ന് അവൻ പറയുന്നു.

പ്രതീകാത്മകമല്ല.
സങ്കൽപ്പിച്ചതല്ല. അവൻ അധികാരത്തിൽ വീണു എന്നത് യാഥാർത്ഥ്യമാണ്.
മുറിയിലുണ്ടായിരുന്ന മറ്റുള്ളവർക്ക് എന്തോ തോന്നി.
പക്ഷേ അയാൾ കണ്ടു.
വാക്കുകൾ നേരിട്ട് പറഞ്ഞു:
"നമ്മൾ വളരെ ദൂരം പോയി. തിരിച്ചു പോകാൻ വളരെ വൈകി."
നിങ്ങളുടെ സ്വകാര്യ വിശ്രമത്തെ ദൈവം തടസ്സപ്പെടുത്തുന്ന നിമിഷങ്ങളുണ്ട്.
അയാൾ വാദിക്കുന്നില്ല.
അദ്ദേഹം ഓർമ്മിപ്പിക്കുന്നു.
നീ ഒരുപാട് കണ്ടിരിക്കുന്നു.
നീ ഒരുപാട് അറിഞ്ഞിരിക്കുന്നു. നീ ഒരുപാട് ദൂരം എത്തിയിരിക്കുന്നു.
പിന്മാറ്റം ഇനി നിഷ്കളങ്കതയല്ല.
അത് കലാപമാണ്.

സ്ക്രിപ്ചർ ആങ്കർമാർ

പഴയ നിയമം

"ലോത്തിന്റെ ഭാര്യയെ ഓർത്തുകൊൾവിൻ."
- ലൂക്കോസ് 17:32 (ഉല്പത്തി 19 പരാമർശിക്കുന്നു)
തിരിഞ്ഞു നോക്കുന്നത് വിധിയെ വിലയ്ക്കെടുക്കാൻ ഇടയാക്കും.

പുതിയ നിയമം

“കലപ്പയിൽ കൈ വെച്ചിട്ടു പിന്തിരിഞ്ഞു നോക്കുന്ന ഒരുത്തനും ദൈവരാജ്യത്തിന്നു യോഗ്യനല്ല.”
—ലൂക്കൊസ് 9:62.
മുന്നോട്ട് എന്നത് ഒരു ഉടമ്പടിയാണ്.
പിന്നോക്കാവസ്ഥ എന്നാൽ വിട്ടുവീഴ്ചയാണ്.

പാഠം

നിങ്ങൾ ഒരു തീരുമാനമെടുക്കുന്നതിന് മുമ്പ്
ദൈവം നിങ്ങളെ എപ്പോഴും തടയുന്നില്ല.
ചിലപ്പോൾ നിങ്ങൾ തീരുമാനിക്കുന്നതുവരെ
അവൻ കാത്തിരിക്കും -
പിന്നീട് നിങ്ങളെ നേരിടും.
ഒരു ഹോട്ടൽ മുറിയിൽ നിങ്ങൾ യേശുവിനെ
കണ്ടെന്നു വരില്ല.
എന്നാൽ ബോധ്യം വ്യക്തമായി
സംസാരിക്കുന്ന നിമിഷങ്ങൾ നിങ്ങൾ നേരിടും:
"നിങ്ങൾക്ക് തിരികെ പോകാൻ കഴിയില്ല."
സത്യം ആഴത്തിൽ വെളിപ്പെടുത്തപ്പെട്ടാൽ,
തിരിച്ചുവരവ് അജ്ഞതയല്ല.
അത് നിഷേധമാണ്.
ഒരു വരിയുണ്ട്.
ഒരിക്കൽ കടന്നാൽ,
പിൻവാങ്ങൽ സുരക്ഷിതമല്ല.
ചില വിശ്വാസികൾ കരുതുന്നത്
അനന്തരഫലങ്ങളൊന്നുമില്ലാതെ തങ്ങൾക്ക്
ഒഴുകി നീങ്ങാൻ കഴിയുമെന്നാണ്.

എന്നാൽ ഉടമ്പടി മുദ്രവെക്കപ്പെടുമ്പോൾ,
തിരിച്ചുവരവ് ആത്മാവിനെ
മുറിവേൽപ്പിക്കുന്നു.
സ്വർഗ്ഗം പറയുന്ന ചില നിമിഷങ്ങളുണ്ട്:
മതി.
മുന്നോട്ട് മാത്രം.

ചിന്താ ചോദ്യങ്ങൾ

1. പിൻവാങ്ങാൻ ഞാൻ എന്തെങ്കിലും സ്വകാര്യ തീരുമാനമെടുത്തിട്ടുണ്ടോ?
2. തിരിച്ചുവരവ് അസാധ്യമാക്കുന്ന ഏത് സത്യമാണ് ഞാൻ കണ്ടത്?
3. വൈകാരികമായി ഞാൻ എവിടേക്കാണ് തിരിഞ്ഞുനോക്കുന്നത്?
4. എന്റെ ആത്മാവിന് തിരികെ പോകാൻ എന്ത് വില കൊടുക്കേണ്ടി വരും?
5. ഇന്ന് രാത്രി യേശു എന്നെ നേരിട്ടാൽ, അവൻ എന്ത് പറയും?

സംയമനത്തോടെ ഉത്തരം പറയുക.

പ്രഖ്യാപനം

എഴുന്നേറ്റു നിന്ന് പ്രഖ്യാപിക്കുക:
"എനിക്ക് തിരിച്ചു പോകാൻ വളരെ വൈകി.
ഞാൻ വളരെയധികം കണ്ടു. എനിക്ക്
വളരെയധികം അറിയാം. എന്റെ ഉടമ്പടി
നിലനിൽക്കുന്നു. മുന്നോട്ട് മാത്രം."
അത് സാവധാനം ആവർത്തിക്കുക.

ഘടനാപരമായ പ്രാർത്ഥന (45 മിനിറ്റ്)

1. ആദരവ് (10 മിനിറ്റ്)
ക്രിസ്തുവിനെ കർത്താവായി അംഗീകരിക്കുക.

2. കുമ്പസാരം (15 മിനിറ്റ്)
ഏതെങ്കിലും ആന്തരിക പിൻവാങ്ങൽ ഏറ്റുപറയുക.

3. പുനഃപ്രതിജ്ഞാബദ്ധത (15 മിനിറ്റ്)
നിങ്ങളുടെ കൂറ് ഉറക്കെ പുതുക്കുക.

4. സീലിംഗ് (5 മിനിറ്റ്)
തിരികെ വരാൻ വാതിൽ വാമൊഴിയായി അടയ്ക്കുക.

ഇതുപയോഗിച്ച് അടയ്ക്കുക:
"എന്റെ വിശ്വസ്തത മുദ്രയിട്ടിരിക്കുന്നു."

ദിവസം 31

നിങ്ങൾക്ക് ഒരു അസൈൻമെന്റ് ഉണ്ട്

കഥാ അവതാരകൻ

അതേ ഏറ്റുമുട്ടലിൽ, ഏറ്റുമുട്ടലിനുശേഷം കമ്മീഷൻ ചെയ്യൽ വന്നു.
"ക്രിസ്തുവിന്റെ ശരീരത്തിൽ നിങ്ങൾക്ക് ഒരു നിയോഗമുണ്ട്."
ആശ്വാസമല്ല.
ജനപ്രീതി അല്ല.
അസൈൻമെന്റ്.
അവനോട് നിലവാരം ഉയർത്താൻ പറഞ്ഞു.
കാവൽക്കാരെ പ്രകോപിപ്പിക്കാൻ. അലാറം മുഴക്കാൻ.
അതിജീവനം അവസാനമായിരുന്നില്ല.
അതൊരു തയ്യാറെടുപ്പായിരുന്നു.
സുരക്ഷയ്ക്കായി സംരക്ഷണം നിലവിലില്ല.
അത് സേവനത്തിനായി നിലവിലുണ്ട്.
സ്വർഗ്ഗം ഒരാളെ ആവർത്തിച്ച് സംരക്ഷിക്കുമ്പോൾ,
അത് സ്വർഗ്ഗം എന്തെങ്കിലും പ്രതീക്ഷിക്കുന്നതുകൊണ്ടാണ്.
അസൈൻമെന്റ് അവ്യക്തതയെ മാറ്റിസ്ഥാപിക്കുന്നു.

നിയമനം വ്യക്തമായിക്കഴിഞ്ഞാൽ, അലഞ്ഞുതിരിയൽ അനുസരണക്കേടായി മാറുന്നു.

സ്ക്രിപ്ചർ ആങ്കർമാർ
പഴയ നിയമം
ഗർഭപാത്രത്തിൽ നിന്നെ രൂപപ്പെടുത്തുന്നതിനു മുമ്പേ ഞാൻ നിന്നെ അറിഞ്ഞു... ജനതകൾക്ക് ഒരു പ്രവാചകനായി ഞാൻ നിന്നെ നിയമിച്ചു."
- യിരെമ്യാവ് 1:5
സംഘർഷത്തിന് മുമ്പാണ് വിളിക്കുന്നത്.
പുതിയ നിയമം
"നാം അവന്റെ കൈപ്പണിയാണ്, ദൈവം മുൻകൂട്ടി ഒരുക്കിയ നല്ല പ്രവൃത്തികൾക്കായി ക്രിസ്തുയേശുവിൽ സൃഷ്ടിക്കപ്പെട്ടവരാണ്."
- എഫെസ്യർ 2:10
ഉദ്ദേശ്യത്തിനായി സൃഷ്ടിച്ചു.

പാഠം
പല വിശ്വാസികളും ആത്മാർത്ഥതയുള്ളവരാണ്.
ചുരുക്കം ചിലർ മനഃപൂർവ്വം ചെയ്യുന്നവരാണ്.
നിങ്ങൾ നിലനിൽക്കാൻ രക്ഷിക്കപ്പെട്ടിട്ടില്ല.
നിങ്ങളെ സേവിക്കാൻ രക്ഷിക്കപ്പെട്ടിരിക്കുന്നു.
നിയമനം പ്രസംഗപീഠമാകണമെന്നില്ല.
അത് കുടുംബമാകാം. ബിസിനസ് ആകാം.
മധ്യസ്ഥതയാകാം. സ്വാധീനമാകാം.

പക്ഷേ നിങ്ങൾക്ക് ഒന്നുണ്ട്.
ദൈവം നിങ്ങളെ സംരക്ഷിച്ചുവെങ്കിൽ,
അതിന് ഒരു ലക്ഷ്യമുണ്ട്.
രക്ഷ നഷ്ടപ്പെടുന്നില്ല എന്നതാണ് അപകടം.
ദൗത്യം പാഴാക്കുന്നതാണ് അപകടം.

ചിന്താ ചോദ്യങ്ങൾ

1. എന്റെ നിയമനം എന്തായിരിക്കാം?
2. എന്റെ ഭാരം സ്ഥിരമായി എവിടേക്കാണ് മടങ്ങുന്നത്?
3. അനുസരണത്തിന്റെ ഏത് മേഖലയാണ് എന്നെ ഭയപ്പെടുത്തുന്നത്?
4. ഞാൻ ഉദ്ദേശ്യത്തോടെ നിഷ്ക്രിയനായിരുന്നോ?
5. ഒരു കാര്യം മാത്രം നിറവേറ്റിയാണ് ഞാൻ മരിച്ചതെങ്കിൽ, അത് എന്തായിരിക്കണം?

മനഃപൂർവ്വം ഉത്തരം പറയുക.

പ്രഖ്യാപനം

എഴുന്നേറ്റു നിന്ന് പ്രഖ്യാപിക്കുക:
"എനിക്ക് ഒരു ദൗത്യമുണ്ട്.
സംരക്ഷണം ഞാൻ പാഴാക്കില്ല. എന്റെ
മേഖലയിലെ നിലവാരം ഞാൻ ഉയർത്തും.
ഞാൻ ഉത്തരവാദിത്തം ഏറ്റെടുക്കുന്നു."
ശക്തമായി ആവർത്തിക്കുക.

ഘടനാപരമായ പ്രാർത്ഥന (45 **മിനിറ്റ്**)

1. ആരാധന (10 മിനിറ്റ്)
ദൈവത്തെ വിളിച്ചവനായി ബഹുമാനിക്കുക.
2. അന്വേഷണം (15 മിനിറ്റ്)
വ്യക്തമായി ചോദിക്കുക: "എന്റെ അസൈൻമെന്റ് എന്താണ്?"
3. കീഴടങ്ങുക (10 മിനിറ്റ്)
നിങ്ങളുടെ ജീവിതം പൂർണ്ണമായും സമർപ്പിക്കുക.
4. ധൈര്യം (10 മിനിറ്റ്)
അനുസരിക്കാനുള്ള ധൈര്യത്തിനായി പ്രാർത്ഥിക്കുക.
ഇതുപയോഗിച്ച് അടയ്ക്കുക:
"എനിക്ക് അയയ്ക്കുക."

ദിവസം 32

7 ദിവസത്തെ തന്ത്രപരമായ അച്ചടക്ക പുനഃസജ്ജീകരണം

കഥാ അവതാരകൻ

ആവർത്തിച്ചുള്ള പ്രവർത്തനങ്ങൾ
ആയതിനാൽ സായുധ രൂപീകരണം
വിജയിച്ചു.
പ്രാർത്ഥനാ ചക്രങ്ങൾ ഐച്ഛികമായിരുന്നില്ല.
ഉപവാസം ക്രമീകരിച്ചിരുന്നു. അനുസരണം
നിർബന്ധമായും പാലിക്കപ്പെട്ടു.
കീഴടങ്ങലിനുശേഷം, അച്ചടക്കം
പുനർനിർമ്മിച്ചില്ലായിരുന്നുവെങ്കിൽ,
പഴയ ഘടന പ്രദേശം
തിരിച്ചുപിടിക്കുമായിരുന്നു.
ശക്തമായ ഘടനയെ ദുർബലമായ ഭക്തി
കൊണ്ട് മാറ്റിസ്ഥാപിക്കാൻ നിങ്ങൾക്ക്
കഴിയില്ല.
ആത്മീയ തീവ്രതയ്ക്ക് അടിസ്ഥാന
സൗകര്യങ്ങൾ ആവശ്യമാണ്.
ഘടനയില്ലാതെയുള്ള അതിജീവനം
ഭാവിയിലെ തകർച്ച സൃഷ്ടിക്കുന്നു.

അതുകൊണ്ട് ശിക്ഷണം
മനഃപൂർവ്വമായിരിക്കണം.
അവ്യക്തമല്ല.
വൈകാരികമല്ല.
അളന്നു.
സംരക്ഷിതം.
ആവർത്തിച്ചു.

സ്ക്രിപ്ചർ ആങ്കർമാർ
പഴയ നിയമം
"പിന്നെ ദാനിയേൽ... വീട്ടിലേക്കു പോയി...
അന്നു മൂന്നു പ്രാവശ്യം മുട്ടുകുത്തി, തന്റെ
ദൈവത്തിന്റെ സന്നിധിയിൽ പ്രാർത്ഥിച്ചു
സ്തോത്രം ചെയ്തു, പണ്ടുമുതൽ അവൻ
ചെയ്തുവന്നിരുന്നതുപോലെ."
- ദാനിയേൽ 6:10
പ്രതിസന്ധി കസ്റ്റം റദ്ദാക്കിയില്ല.
പുതിയ നിയമം
"ദൈവഭക്തിക്ക് വേണ്ടി നിങ്ങളെത്തന്നെ
ശിക്ഷണം ഏൽപ്പിക്കുക."
—1 തിമൊഥെയൊസ് 4:7.
ദൈവഭക്തി യാദൃശ്ചികമായി വളരുന്നതല്ല.

7-ദിവസത്തെ റീസെറ്റ് മോഡൽ
ഇത് നിയമവാദമല്ല.
അത് അടിത്തറ പുനർനിർമ്മിക്കുകയാണ്.
അടുത്ത 7 ദിവസത്തേക്ക്:
1 **നിശ്ചിത പ്രാർത്ഥന സമയം**
ദിവസവും ഒരു മണിക്കൂർ തടസ്സമില്ലാതെ.

കുറഞ്ഞത്.
വിലകുറയ്ക്കാൻ പറ്റാത്തത്.
60 മിനിറ്റ് ഘടന ഉപയോഗിക്കുക:

- 30 ആരാധന
- 10 പരമാധികാരം
- 10 പശ്ചാത്താപം
- 10 ഉത്തരവ്

മൾട്ടിടാസ്കിംഗ് ഇല്ല.

2 തിരുവെഴുത്ത് സാച്ചുറേഷൻ

ഏഴ് ദിവസത്തിനുള്ളിൽ ഒരു സുവിശേഷം മുഴുവനായി വായിക്കുക.
ആകസ്മികമായി അല്ല.
ഹൈലൈറ്റ് ചെയ്യുക.
അടിവരയിടുക. കുറിപ്പുകൾ എഴുതുക.

3 ഇന്റഗ്രിറ്റി ഓഡിറ്റ്

എല്ലാ രാത്രിയും ചോദിക്കുക :

- എന്റെ സ്വകാര്യ ജീവിതം എന്റെ കുറ്റസമ്മതവുമായി പൊരുത്തപ്പെട്ടോ?
- ഞാൻ എവിടെയാണ് വിട്ടുവീഴ്ച ചെയ്തത്?
- ഞാൻ വേഗം അനുസരിച്ചോ?

ഹ്രസ്വമായ പ്രതികരണങ്ങൾ എഴുതുക.

4 സംസാര അച്ചടക്കം

പരാതിയില്ല.
ഗോസിപ്പില്ല. അതിശയോക്തിയില്ല.
ഏഴ് ദിവസത്തെ വാക്കാലുള്ള നിയന്ത്രണം.

5 ഉപവാസം
ഏഴു ദിവസത്തിനുള്ളിൽ കുറഞ്ഞത് ഒരു
മനഃപൂർവ ഉപവാസമെങ്കിലും
അനുഷ്ഠിക്കുക.
ആചാരപരമല്ല.
മനഃപൂർവ്വം.

6 ഡിജിറ്റൽ റിഡക്ഷൻ
ശബ്ദം കുറയ്ക്കുക.
മീഡിയ പരിമിതപ്പെടുത്തുക.
സ്ക്രോളിംഗ് പരിമിതപ്പെടുത്തുക.
ശ്രദ്ധിക്കുക.

7 ദൈനംദിന ഉത്തരവാദിത്തം
വിശ്വസ്തനായ ഒരു വ്യക്തിയെ
അറിയിക്കുക.
പൂർത്തിയായതായി ദിവസവും റിപ്പോർട്ട്
ചെയ്യുക.

പാഠം
ആത്മീയ ചരിവ് സൂക്ഷ്മമാണ്.
അച്ചടക്കം മനഃപൂർവമാണ്.
നിങ്ങൾ പുനഃസജ്ജമാക്കിയില്ലെങ്കിൽ,
നിങ്ങൾ പിന്നോട്ട് പോകും.
തീവ്രത മങ്ങുന്നു.
ആശ്വാസം ഇഴഞ്ഞു നീങ്ങുന്നു. വിട്ടുവീഴ്ച
ചർച്ചകൾ നടത്തുന്നു.
എന്നാൽ താളം തീവ്രത പുനഃസ്ഥാപിക്കുന്നു.

ഏഴ് ദിവസത്തെ മനഃപൂർവമായ
പുനഃസജ്ജീകരണം
സംവേദനക്ഷമത പുനഃസ്ഥാപിക്കും.

ചിന്താ ചോദ്യങ്ങൾ

1. എന്റെ അച്ചടക്കം എവിടെയാണ് ദുർബലമായത്?
2. ഏതൊക്കെ ശീലങ്ങളാണ് ഉടനടി പുനർനിർമ്മിക്കേണ്ടത്?
3. ദിവസവും ഒരു മണിക്കൂർ സംരക്ഷിക്കാൻ ഞാൻ തയ്യാറാണോ?
4. എന്ത് ശ്രദ്ധാശൈഥില്യമാണ് നീക്കം ചെയ്യേണ്ടത്?
5. ആരാണ് എന്നെ കണക്കു ബോധിപ്പിക്കാൻ കഴിയുക?

പ്രായോഗികമായി ഉത്തരം നൽകുക.

പ്രഖ്യാപനം

എഴുന്നേറ്റു നിന്ന് പ്രഖ്യാപിക്കുക:
"ഞാൻ അച്ചടക്കമുള്ള വിശ്വാസം
തിരഞ്ഞെടുക്കുന്നു.
യാദൃശ്ചിക ക്രിസ്തുമതത്തെ ഞാൻ
നിരസിക്കുന്നു. ഞാൻ ഘടന
പുനർനിർമ്മിക്കും. ഞാൻ ഒഴുകിപ്പോകില്ല."
അത് സാവധാനം ആവർത്തിക്കുക.

ഘടനാപരമായ പ്രാർത്ഥന (45 മിനിറ്റ്)

1. ആരാധന (10 മിനിറ്റ്)
അച്ചടക്കമുള്ള ഭക്തിക്ക് യോഗ്യനായ ദൈവത്തെ ബഹുമാനിക്കുക.

2. പശ്ചാത്താപം (10 മിനിറ്റ്)
മടിയന്മാരുടെ മേഖലകൾ ഏറ്റുപറയുക.

3. അലൈൻമെന്റ് (15 മിനിറ്റ്)
പുനഃസജ്ജീകരണം പൂർത്തിയാക്കാൻ ശക്തി ആവശ്യപ്പെടുക.

4. സീലിംഗ് (10 മിനിറ്റ്)
അടുത്ത 7 ദിവസങ്ങൾ ഉറക്കെ അടയ്ക്കുക.
ഇതുപയോഗിച്ച് അടയ്ക്കുക:
"ഞാൻ ഈ പുനഃസജ്ജീകരണം പൂർത്തിയാക്കും."

പ്രവർത്തന പോയിന്റുകൾ

1. ഇന്ന് രാത്രിയിലെ നിങ്ങളുടെ 7 ദിവസത്തെ ഷെഡ്യൂൾ എഴുതുക.
2. ഒരു പ്രധാന ശല്യം ഉടനടി നീക്കം ചെയ്യുക.
3. നിങ്ങളുടെ ഉത്തരവാദിത്ത പങ്കാളിയെ അറിയിക്കുക.
4. നാളെ രാവിലെ ഒട്ടും താമസിക്കാതെ തുടങ്ങൂ.
5. ട്രാക്ക് പൂർത്തീകരണം ദൃശ്യമാണ്.

ദിവസം 33

കൂറ് പ്രഖ്യാപനം

കഥാ അവതാരകൻ

അയാൾ അതിരു കടന്നു.
പാരമ്പര്യമായി ലഭിച്ച വിശ്വാസത്തിൽ നിന്ന്
കീഴടങ്ങിയ വിശ്വാസത്തിലേക്ക്.
രൂപീകരണം മുതൽ
ഏറ്റുമുട്ടൽ വരെ.
പീഡനം മുതൽ
സംരക്ഷണം വരെ.
പ്രലോഭനത്തിൽ നിന്ന്
നിയോഗത്തിലേക്ക്.
അതിജീവനം മുതൽ
അച്ചടക്കം വരെ.
ഒരു ഘട്ടത്തിൽ, വിശ്വസ്തത ആന്തരിക
വികാരമായി നിലകൊള്ളുന്നു.
അത് പ്രഖ്യാപിത ഉടമ്പടിയായി മാറുന്നു.
പട്ടാളക്കാർ വിശ്വസ്തത പ്രതിജ്ഞ
ചെയ്യുമ്പോൾ,
അത് വാമൊഴിയായി പറയപ്പെടുന്നു.
തിരുവെഴുത്തിൽ ഉടമ്പടികൾ ഉണ്ടാക്കുമ്പോൾ,
അവ വാമൊഴിയായി നൽകപ്പെടുന്നു.
കൂറ് വ്യക്തമാക്കണം.
കാരണം നിങ്ങൾ വ്യക്തമാക്കാത്ത കാര്യങ്ങൾ
വീണ്ടും ചർച്ച ചെയ്യും.

സ്ക്രിപ്ചർ ആങ്കർമാർ

പഴയ നിയമം

“ഞാനും എന്റെ കുടുംബവുമോ, ഞങ്ങൾ യഹോവയെ സേവിക്കും.”

- യോശുവ 24:15

പൊതു പ്രഖ്യാപനം സ്വകാര്യ തീരുമാനത്തെ മുദ്രകുത്തുന്നു.

പുതിയ നിയമം

"യേശുവിനെ കർത്താവു എന്നു വായ്കൊണ്ടു ഏറ്റുപറകയും ഹൃദയത്തിൽ വിശ്വസിക്കയും ചെയ്താൽ നീ രക്ഷിക്കപ്പെടും."

- റോമർ 10:9

ആന്തരിക വിശ്വാസം.

ബാഹ്യമായ കുമ്പസാരം.

പാഠം

ഉടമ്പടി വ്യക്തമായി പ്രഖ്യാപിച്ചാൽ നിങ്ങൾക്ക് വഴിതെറ്റാൻ കഴിയില്ല.

എന്നാൽ നിങ്ങളുടെ പ്രതിബദ്ധത നിർവചിക്കപ്പെടാതെ തുടരുകയാണെങ്കിൽ, അത് ചർച്ച ചെയ്യാവുന്നതാണ്.

വിശ്വസ്തതാ പ്രഖ്യാപനം നാല് കാര്യങ്ങൾ ചെയ്യുന്നു:

1. അത് ഐഡന്റിറ്റി വ്യക്തമാക്കുന്നു.
2. അത് റിട്രീറ്റ് അടയ്ക്കുന്നു.
3. അത് ചർച്ചകളെ നിശബ്ദമാക്കുന്നു.

4. അത് ഉത്തരവാദിത്തം സ്ഥാപിക്കുന്നു. മുദ്രയിട്ടിരിക്കുന്നതിനെ ശത്രുവിന് എളുപ്പത്തിൽ പ്രലോഭിപ്പിക്കാൻ കഴിയില്ല. നിങ്ങൾ വ്യക്തമായി പറയണം:
നീ ആരുടേതാണ്.
എന്തിനോട് നിരസിക്കുന്നു. എന്തിനോട് പ്രതിജ്ഞാബദ്ധമാണ്. എന്തിനോട് വിട്ടുവീഴ്ച ചെയ്യില്ല.

കൂറ് പ്രഖ്യാപനം

നിൽക്കൂ.
ഇത് പതുക്കെ പറയൂ:
"ഞാൻ യേശുക്രിസ്തുവിന്റേതാണ്.
എന്റെ വിശ്വസ്തത സ്ഥിരപ്പെട്ടിരിക്കുന്നു.
ഞാൻ വിട്ടുവീഴ്ചയിലേക്ക് മടങ്ങില്ല. ഞാൻ ഭിന്നിച്ചു ജീവിക്കില്ല. എന്റെ ജീവിതത്തിലെ നിലവാരം ഞാൻ ഉയർത്തും. ഞാൻ അച്ചടക്കത്തിൽ നടക്കും. ഞാൻ എന്റെ നിയോഗം സ്വീകരിക്കുന്നു. ഞാൻ കാപട്യം നിരസിക്കുന്നു. ഞാൻ പിൻവാങ്ങാൻ വിസമ്മതിക്കുന്നു. എന്റെ ജീവൻ ലക്ഷ്യത്തിനായി സംരക്ഷിക്കപ്പെട്ടിരിക്കുന്നു. മുന്നോട്ട് മാത്രം."
താൽക്കാലികമായി നിർത്തുക.
വീണ്ടും ആവർത്തിക്കുക.

ചിന്താ ചോദ്യങ്ങൾ

1. എന്റെ കൂറ് ഞാൻ എപ്പോഴെങ്കിലും വാക്കാൽ ഉറപ്പിച്ചിട്ടുണ്ടോ?

2. എന്റെ ജീവിതത്തിന്റെ ഏത് മേഖലയാണ് ഇപ്പോഴും ചർച്ച ചെയ്യുന്നത്?
3. എന്റെ ദൈനംദിന ശീലങ്ങൾ എന്റെ പ്രഖ്യാപനവുമായി പൊരുത്തപ്പെടുന്നുണ്ടോ?
4. എന്റെ കൂറ് തീർന്നു എന്ന് ആർക്കറിയാം?
5. പരസ്യമായി പരീക്ഷിക്കപ്പെട്ടാൽ ഞാൻ മത്സരിക്കുമോ?

വ്യക്തമായി എഴുതുക.

ഘടനാപരമായ പ്രാർത്ഥന (45 മിനിറ്റ്)

1. ആരാധന (10 മിനിറ്റ്)
ക്രിസ്തുവിനെ കർത്താവായി ബഹുമാനിക്കുക.
2. പ്രഖ്യാപനം (10 മിനിറ്റ്)
നിങ്ങളുടെ കൂറ് ഉച്ചത്തിൽ ആവർത്തിക്കുക.
3. കീഴടങ്ങുക (15 മിനിറ്റ്)
നിങ്ങളുടെ ഭാവി, പദ്ധതികൾ, അഭിലാഷങ്ങൾ എന്നിവ വാഗ്ദാനം ചെയ്യുക.
4. മുദ്രയിടൽ (10 മിനിറ്റ്)
ഉടമ്പടി ശക്തിപ്പെടുത്താൻ പരിശുദ്ധാത്മാവിനോട് അപേക്ഷിക്കുക.
ഇതുപയോഗിച്ച് അടയ്ക്കുക:
"എന്റെ വിശ്വസ്തത മുദ്രയിട്ടിരിക്കുന്നു."

പ്രവർത്തന പോയിന്റുകൾ

1. നിങ്ങളുടെ വിശ്വസ്തതാ പ്രഖ്യാപനം നിങ്ങളുടെ ജേണലിൽ എഴുതുക.
2. ദിവസവും 7 ദിവസം ഇത് പറയുക.
3. നിങ്ങളുടെ പ്രതിബദ്ധതയെക്കുറിച്ച് നിങ്ങളുടെ അടുത്തുള്ള ഒരാളെ അറിയിക്കുക.
4. ഒരു വിട്ടുവീഴ്ച ഉടനടി നീക്കം ചെയ്യുക.
5. ഈ പ്രഖ്യാപനം എല്ലാ മാസവും വീണ്ടും പരിശോധിക്കുക.

ദിവസം 34

അധികാരത്തിൽ നിൽക്കുന്നു

കഥാ അവതാരകൻ

കീഴടങ്ങിയ ശേഷം.
പീഡനത്തിന് ശേഷം.
സംരക്ഷിച്ച ശേഷം.
കമ്മീഷൻ ചെയ്തതിനു ശേഷം.
അധികാരം ഇനി സൈദ്ധാന്തികമായിരുന്നില്ല.
വെടിയുണ്ടകൾ അവനെ
പൂർത്തിയാക്കാത്തപ്പോൾ.
അകമ്പടിക്കാർ അവനെ കാവൽ നിന്നപ്പോൾ.
ഭീഷണിയെത്തുടർന്ന് അദ്ദേഹം പ്രസംഗം
തുടർന്നപ്പോൾ.
അധികാരം ദൃശ്യമായി.
ഉച്ചത്തിൽ അല്ല.
പക്ഷേ ഉറപ്പിച്ചു.
അധികാരം എന്നാൽ അളവല്ല.
അധികാരം എന്നാൽ വിന്യാസം ആണ്.
ആക്രോശിച്ചുകൊണ്ട് നിങ്ങൾക്ക് അധികാരം
നേടാനാവില്ല.
കീഴടങ്ങുന്നതിലൂടെയാണ് നിങ്ങൾക്ക്
അധികാരം ലഭിക്കുന്നത്.

സ്ക്രിപ്ചർ ആങ്കർമാർ

പഴയ നിയമം

"ഇതാ, ശത്രുവിന്റെ സകല ശക്തിയുടെയും മേൽ ഞാൻ നിങ്ങൾക്ക് അധികാരം നൽകിയിരിക്കുന്നു."
- ലൂക്കോസ് 10:19 (പ്രവചന അധികാര മാതൃകയുടെ പൂർത്തീകരണം)
(ഞങ്ങൾ ഇത് സ്ഥിരീകരിക്കുന്നു, പക്ഷേ OT വ്യക്തമായി ഉൾപ്പെടുത്തുന്നു :)
"അപ്പോൾ ദാവീദ് ഫെലിസ്ത്യനോട് പറഞ്ഞു... സൈന്യങ്ങളുടെ യഹോവയുടെ നാമത്തിൽ ഞാൻ നിന്റെ അടുക്കൽ വരുന്നു."
- 1 ശമുവേൽ 17:45
അധികാരം ഉടമ്പടിയിൽ അധിഷ്ഠിതമാണ്.

പുതിയ നിയമം

"എനിക്ക് എല്ലാ അധികാരവും നൽകിയിരിക്കുന്നു... അതുകൊണ്ട് പോകൂ."
- മത്തായി 28:18-19
അധികാരം ക്രിസ്തുവിൽ നിന്നാണ് ഉത്ഭവിക്കുന്നത് - സ്വയത്തിൽ നിന്നല്ല.

പാഠം

മൂന്ന് തരം വിശ്വാസികളുണ്ട്:

1. അധികാരമില്ലാത്ത വിശ്വാസികൾ - ഭയമുള്ളവരും പ്രതികരിക്കുന്നവരും.
2. അധികാരത്തെ അനുകരിക്കുന്ന വിശ്വാസികൾ - ഉച്ചത്തിൽ

സംസാരിക്കുന്നവർ പക്ഷേ
അസ്ഥിരരാണ്.

3. അധികാരത്തിൽ നടക്കുന്ന വിശ്വാസികൾ - ശാന്തരെങ്കിലും അചഞ്ചലർ.

യഥാർത്ഥ അധികാരം ഇതിൽ നിന്നാണ് വരുന്നത്:

- ശുദ്ധമായ മനസ്സാക്ഷി.
- സ്ഥിരമായ അനുസരണം.
- ക്രമീകൃതമായ പ്രാർത്ഥനാ ജീവിതം.
- മുദ്രയിട്ട വിശ്വസ്തത.
- വ്യക്തമായ അസൈൻമെന്റ്.

വിഭജിച്ച് ജീവിച്ചാൽ ഭയം പുറത്താക്കാൻ കഴിയില്ല.

സ്വകാര്യമായി ചർച്ച നടത്തിയാൽ നിങ്ങൾക്ക് ഉറച്ചുനിൽക്കാൻ കഴിയില്ല.

സ്വർഗ്ഗീയ സർക്കാരുമായുള്ള യോജിപ്പാണ് അധികാരം.

അധികാരം ഇനിപ്പറയുന്നവയിലൂടെ പ്രയോഗിക്കപ്പെടുന്നു:

- വാക്കുകൾ.
- തീരുമാനങ്ങൾ.
- അതിരുകൾ.
- സാന്നിധ്യം.

ചിന്താ ചോദ്യങ്ങൾ

1. എന്റെ ആത്മീയ അധികാരം എന്താണെന്ന് എനിക്ക് മനസ്സിലായോ?

2. ഉറച്ചു നിൽക്കേണ്ട സമയത്ത് ഞാൻ എവിടെയാണ് ഭീരുത്വം കാണിക്കേണ്ടത്?
3. എന്റെ ആത്മവിശ്വാസം ദുർബലപ്പെടുത്തുന്ന എന്തെങ്കിലും മറഞ്ഞിരിക്കുന്ന വിട്ടുവീഴ്ചയുണ്ടോ?
4. ഞാൻ അധികാരം ഉത്തരവാദിത്തത്തോടെ പ്രയോഗിക്കുന്നുണ്ടോ?
5. എന്റെ പ്രാർത്ഥനാ ജീവിതം അവരുടെ സ്ഥാനം അറിയുന്ന ഒരാളെ പ്രതിഫലിപ്പിക്കുന്നുണ്ടോ?

സത്യസന്ധമായി ഉത്തരം പറയൂ.

പ്രഖ്യാപനം

എഴുന്നേറ്റു നിന്ന് പ്രഖ്യാപിക്കുക:
"ഞാൻ ക്രിസ്തുവിന്റെ അധികാരത്തിൽ നിലകൊള്ളുന്നു.
ഞാൻ സ്വർഗ്ഗത്തിന്റെ ഗവൺമെന്റുമായി യോജിച്ചിരിക്കുന്നു. ഞാൻ പിന്മാറുകയില്ല.
ഞാൻ അധികാരം ദുരുപയോഗം ചെയ്യില്ല.
ഞാൻ അച്ചടക്കമുള്ള ആത്മവിശ്വാസത്തോടെയാണ് നടക്കുന്നത്."
ശക്തമായി ആവർത്തിക്കുക.

ഘടനാപരമായ പ്രാർത്ഥന (45 മിനിറ്റ്)

1. ആരാധന (10 മിനിറ്റ്)

ക്രിസ്തുവിനെ രാജാവായി ബഹുമാനിക്കുക.

2. **വിന്യാസം** (15 **മിനിറ്റ്**)
ശുദ്ധമായ ഹൃദയത്തിനും സമഗ്രതയ്ക്കും വേണ്ടി പ്രാർത്ഥിക്കുക.
3. **വാദം** (10 **മിനിറ്റ്**)
നിങ്ങളുടെ ജീവിതത്തിൽ തിരുവെഴുത്ത് ആധിപത്യം സ്ഥാപിക്കുക.
4. **ഉത്തരവാദിത്തം** (10 **മിനിറ്റ്**)
അധികാരം വിനയപൂർവ്വം വഹിക്കാൻ ജ്ഞാനം ആവശ്യപ്പെടുക.
ഇതുപയോഗിച്ച് അടയ്ക്കുക:
"ഞാൻ ഉറച്ചു നിൽക്കുന്നു."

പ്രവർത്തന പോയിന്റുകൾ

1. നിങ്ങൾ ആത്മീയ അധികാരം പ്രയോഗിക്കേണ്ട ഒരു മേഖല തിരിച്ചറിയുക.
2. നിങ്ങളുടെ നിലപാടിനെ ദുർബലപ്പെടുത്തുന്ന ഏതൊരു വിട്ടുവീഴ്ചയും നീക്കം ചെയ്യുക.
3. നിങ്ങളുടെ പരിസ്ഥിതിയെക്കുറിച്ച് തിരുവെഴുത്ത് സംസാരിക്കുക.
4. ഇന്ന് നിങ്ങളുടെ പ്രാർത്ഥനാ ശിക്ഷണം ശക്തിപ്പെടുത്തുക.
5. ക്രിസ്തുവിലുള്ള നിങ്ങളുടെ വ്യക്തിത്വത്തെക്കുറിച്ച് ബോധപൂർവ്വം ബോധപൂർവ്വം നടക്കുക.

ദിവസം 35

തീവ്രതയ്ക്കപ്പുറമുള്ള സഹിഷ്ണുത

കഥാ അവതാരകൻ

തീപിടുത്തം ശക്തമായിരുന്നു.
ദർശനം തീവ്രമായിരുന്നു.
ഹോട്ടൽ ഏറ്റുമുട്ടൽ തീവ്രമായിരുന്നു.
വെടിവയ്പ്പ് തീവ്രമായിരുന്നു.
ഒഴിപ്പിക്കൽ വളരെ തീവ്രമായിരുന്നു.
എന്നാൽ തീവ്രത താൽക്കാലികമാണ്.
സഹിഷ്ണുത ജീവിതകാലം മുഴുവൻ നിലനിൽക്കുന്നു.
മാധ്യമങ്ങൾ മങ്ങിയതിനുശേഷം.
എസ്കോർട്ടുകൾ സാധാരണ നിലയിലായതിനുശേഷം. ഭീഷണി കുറഞ്ഞതിനുശേഷം. ജനക്കൂട്ടം നീങ്ങിയതിനുശേഷം.
നിങ്ങൾക്ക് സാധാരണ ദിവസങ്ങൾ മാത്രമേ ബാക്കിയുള്ളൂ.
സാധാരണ ദിവസങ്ങളാണ് ദീർഘായുസ്സ് നിർണ്ണയിക്കുന്നത്.
പലരും ശക്തമായി തുടങ്ങുന്നു.
കുറച്ചുപേർ മാത്രമേ സ്ഥിരത പുലർത്തുന്നുള്ളൂ.

സഹിഷ്ണുത നാടകീയമല്ല.
അത് അച്ചടക്കമുള്ള ആവർത്തനമാണ്.

സ്ക്രിപ് ചർ ആങ്കർമാർ

പഴയ നിയമം

"നമുക്കു മുമ്പിൽ വെച്ചിരിക്കുന്ന ഓട്ടം
സഹിഷ്ണുതയോടെ ഓടാം."
—എബ്രായർ 12:1.
ഒരു ഓട്ടമത്സരം ഒരു സ്പ്രിന്റ് അല്ല.
(ഇത് ക്രിസ്തുവിൽ നിറവേറ്റപ്പെട്ട പഴയ
ഉടമ്പടിയിലെ സ്ഥിരോത്സാഹത്തെ
പ്രതിഫലിപ്പിക്കുന്നു.)
കൂടാതെ:
"അത് വൈകിയാലും അതിനായി
കാത്തിരിക്കുക."
- ഹബക്കൂക്ക് 2:3
കാലതാമസം സ്റ്റാമിന പരിശോധിക്കുന്നു.

പുതിയ നിയമം

"അവസാനത്തോളം സഹിച്ചുനില്ക്കുന്നവൻ
രക്ഷിക്കപ്പെടും."
—മത്തായി 24:13.
ഉച്ചത്തിൽ തുടങ്ങുന്നവനല്ല,
സഹിക്കുന്നവനാണ്.

പാഠം

സഹിഷ്ണുത ഇനിപ്പറയുന്നവയിലൂടെയാണ്
നിർമ്മിക്കുന്നത്:

- ദിവസേനയുള്ള പ്രാർത്ഥന.
- സ്ഥിരമായ അനുസരണം.

- കുറ്റം നിരസിക്കൽ.
- നിങ്ങളുടെ ഹൃദയത്തെ കാക്കുന്നു.
- പരിശുദ്ധി സംരക്ഷിക്കുന്നു.
- നട്ടുവളർത്തൽ തുടരുന്നു.

ആത്മീയ തകർച്ച വളരെ അപൂർവമായി
മാത്രമേ പെട്ടെന്ന് സംഭവിക്കൂ.
അത് പതുക്കെ നശിക്കുന്നു.
സഹിഷ്ണുത വിളിയെ സംരക്ഷിക്കുന്നു.
വികാരം കൊണ്ട് നിങ്ങൾ സഹിക്കില്ല.
നിങ്ങൾ താളത്തിനനുസരിച്ച് സഹിക്കുന്നു.
പരസ്യമായ പ്രശംസ നിങ്ങൾക്ക് സഹിക്കാൻ
കഴിയില്ല.
സ്വകാര്യ അച്ചടക്കത്തിലൂടെ നിങ്ങൾ
സഹിക്കുന്നു.
വിരസതയെ അതിജീവിക്കാൻ
കഴിയുന്നില്ലെങ്കിൽ,
നിങ്ങൾക്ക് ദീർഘായുസ്സ് അതിജീവിക്കാൻ
കഴിയില്ല.

ചിന്താ ചോദ്യങ്ങൾ

1. സ്ഥിരതയെക്കാൾ തീവ്രതയാണോ ഞാൻ അന്വേഷിക്കുന്നത്?
2. ആവേശം മങ്ങുമ്പോൾ ഞാൻ എങ്ങനെ പ്രതികരിക്കും?
3. എന്റെ ദീർഘകാല നടത്തത്തെ സംരക്ഷിക്കുന്ന വിഷയങ്ങൾ ഏതാണ്?
4. 20 വർഷം നീണ്ടുനിൽക്കുന്ന ശീലങ്ങൾ ഞാൻ വളർത്തിയെടുക്കുന്നുണ്ടോ?

5. നാളെ പീഡനം തിരിച്ചുവന്നാൽ, ഞാൻ ഇപ്പോഴും പിടിച്ചുനിൽക്കുമോ?

ആഴത്തിൽ ഉത്തരം നൽകുക.

പ്രഖ്യാപനം

എഴുന്നേറ്റു നിന്ന് പ്രഖ്യാപിക്കുക:

"ഞാൻ സഹിക്കും.
ഞാൻ എരിയുകയില്ല. ഞാൻ
ഒഴുകിപ്പോകുകയില്ല.
ഞാൻ സ്ഥിരത പുലർത്തും.
എന്റെ വിശ്വാസം
ദീർഘകാലത്തേക്കുള്ളതാണ്."

അത് സാവധാനം ആവർത്തിക്കുക.

ഘടനാപരമായ പ്രാർത്ഥന (45 മിനിറ്റ്)

1. **ആരാധന (10 മിനിറ്റ്)**

ക്രിസ്തുവിനെ വിശ്വസ്തനായി ബഹുമാനിക്കുക.

2. **ശക്തി (15 മിനിറ്റ്)**

ആത്മീയ കരുത്ത് ആവശ്യപ്പെടുക.

3. **സംരക്ഷണം (10 മിനിറ്റ്)**

മന്ദഗതിയിലുള്ള ഒഴുക്കിനെതിരെ പ്രാർത്ഥിക്കുക.

4. **പ്രതിബദ്ധത (10 മിനിറ്റ്)**

ദീർഘമായ അനുസരണത്തിന് പ്രതിബദ്ധത പുലർത്തുക.

ഇതുപയോഗിച്ച് അടയ്ക്കുക:

"ഞാൻ നന്നായി പൂർത്തിയാക്കും."

പ്രവർത്തന പോയിന്റുകൾ

1. ഒരു ദീർഘകാല അച്ചടക്കം ശക്തിപ്പെടുത്തുക.
2. ബേൺഔട്ടിലേക്ക് നയിക്കുന്ന ഒരു പാറ്റേൺ നീക്കം ചെയ്യുക.
3. ആത്മീയമായി പിന്മാറാതെ മനഃപൂർവ്വം വിശ്രമിക്കുക.
4. എബ്രായർ 12 സാവധാനം വായിക്കുക.
5. നിങ്ങളുടെ അടുത്ത 30 ദിവസങ്ങൾ ആത്മീയമായി ആസൂത്രണം ചെയ്യുക.

ദിവസം 36

സംരക്ഷണമായി വിശുദ്ധി

കഥാ അവതാരകൻ

വെടിയുണ്ടകൾ അവനെ അവസാനിപ്പിച്ചില്ല.
ഭീഷണി അവനെ നിശബ്ദനാക്കിയില്ല.
പ്രതിപക്ഷം അദ്ദേഹത്തെ ദുഷിപ്പിച്ചില്ല.
എന്നാൽ അതിലും അപകടകരമായ എന്തോ
ഒന്ന് എല്ലാം നിശബ്ദമായി
നശിപ്പിക്കുമായിരുന്നു:
സ്വകാര്യ വിട്ടുവീഴ്ച.
രഹസ്യ പാപത്തിൽ നിന്ന് നിങ്ങളെ
രക്ഷിക്കാൻ ഒരു അകമ്പടിക്കും കഴിയില്ല.
രാഷ്ട്രപതിയുടെ ഒരു ഇടപെടലിനും സമഗ്രത
സംരക്ഷിക്കാൻ കഴിയില്ല.
ഒരു മെഡിക്കൽ ഒഴിപ്പിക്കലിനും ധാർമ്മിക
തകർച്ചയെ സുഖപ്പെടുത്താൻ കഴിയില്ല.
ഏറ്റവും വലിയ ഭീഷണി അപൂർവ്വമായി
മാത്രമേ ബാഹ്യ ഭീഷണിയാകൂ.
ഇത് ആന്തരികമായ മണ്ണൊലിപ്പാണ്.
വിശുദ്ധി നിയമവാദമല്ല.
അത് ആത്മീയ സംരക്ഷണമാണ്.
മനസ്സാക്ഷി ശുദ്ധമാകുമ്പോൾ,
അധികാരം ശക്തമായി നിലനിൽക്കും.
ഹൃദയം വിഭജിക്കപ്പെടുമ്പോൾ,
ആത്മവിശ്വാസം ദുർബലമാകുന്നു.

ശത്രു അക്രമത്തിലൂടെ പരാജയപ്പെട്ടു.
അവൻ അഴിമതി നടത്താൻ ശ്രമിക്കും.

സ്ക്രിപ് ചർ ആങ്കർമാർ

പഴയ നിയമം

"യഹോവയുടെ പർവ്വതത്തിൽ ആർക്ക് കയറാൻ കഴിയും? ... ശുദ്ധമായ കൈകളും നിർമ്മല ഹൃദയവും ഉള്ളവന്."
— സങ്കീർത്തനം 24:3-4
പ്രവേശനത്തിന് വിശുദ്ധി ആവശ്യമാണ്.

പുതിയ നിയമം

"വിശുദ്ധി പിന്തുടരുക... വിശുദ്ധി കൂടാതെ ആരും കർത്താവിനെ കാണുകയില്ല."
—എബ്രായർ 12:14.
വിശുദ്ധി ഐച്ഛികമല്ല.

പാഠം

വിശുദ്ധി മൂന്ന് വിധത്തിൽ സംരക്ഷിക്കുന്നു:

1. അത് അധികാരം സംരക്ഷിക്കുന്നു.
2. അത് വിശ്വാസ്യതയെ സംരക്ഷിക്കുന്നു.
3. ഇത് തലമുറതലമുറയുടെ സ്വാധീനം ഉറപ്പാക്കുന്നു.

പീഡനം നിങ്ങളെ ഉയർത്തിയേക്കാം.
പാപം നിങ്ങളെ അയോഗ്യനാക്കും.
ഏറ്റവും ദാരുണമായ കഥകൾ ആക്രമിക്കപ്പെട്ടവരുടെ കഥകളല്ല.

അവർ സംരക്ഷിക്കപ്പെട്ടവരാണ് - എന്നാൽ പിന്നീട് വിട്ടുവീഴ്ച ചെയ്യപ്പെട്ടവർ.
വിശുദ്ധി ഭയത്തെക്കുറിച്ചല്ല.
ഇത് വിന്യാസത്തെക്കുറിച്ചാണ്.
ഇത് കാവൽ നിൽക്കുന്നു:

- നിങ്ങളുടെ വിവാഹം.
- നിങ്ങളുടെ ശുശ്രൂഷ.
- നിങ്ങളുടെ കുട്ടികൾ.
- നിങ്ങളുടെ സ്വാധീനം.
- നിങ്ങളുടെ സമാധാനം.

വിശുദ്ധി എന്നാൽ ദൈനംദിന ജാഗ്രതയാണ്.
ഇടയ്ക്കിടെയുള്ള തീവ്രതയല്ല.

ചിന്താ ചോദ്യങ്ങൾ

1. എന്റെ ജീവിതത്തിൽ എന്തെങ്കിലും മറഞ്ഞിരിക്കുന്ന വിട്ടുവീഴ്ചയുണ്ടോ?
2. എന്റെ അധികാരത്തെ ദുർബലപ്പെടുത്താൻ എന്ത് സ്വകാര്യ മാതൃകയ്ക്ക് കഴിയും?
3. വെളിപ്പെടുത്തൽ എന്റെ വിശ്വാസ്യതയെ തകർക്കുമോ?
4. ഞാൻ വിശുദ്ധിയെ അശ്രദ്ധമായി കൈകാര്യം ചെയ്യുന്നുണ്ടോ?
5. ഏതൊക്കെ അതിരുകളാണ് ഞാൻ ശക്തിപ്പെടുത്തേണ്ടത്?

പ്രകടനമില്ലാതെ ഉത്തരം നൽകുക.

പ്രഖ്യാപനം
എഴുന്നേറ്റു നിന്ന് പ്രഖ്യാപിക്കുക:
"ഞാൻ വിശുദ്ധി പിന്തുടരുന്നു.
എന്റെ സ്വകാര്യ ജീവിതം ശുദ്ധമായി തുടരും.
ഞാൻ എന്റെ ഹൃദയത്തെ സംരക്ഷിക്കുന്നു.
രഹസ്യ വിട്ടുവീഴ്ച ഞാൻ നിരസിക്കുന്നു.
വിശുദ്ധി എന്റെ നിയോഗത്തെ
സംരക്ഷിക്കുന്നു."
പതുക്കെ ആവർത്തിക്കുക.

ഘടനാപരമായ പ്രാർത്ഥന (45 മിനിറ്റ്)
1. ആരാധന (10 മിനിറ്റ്)
ദൈവത്തെ പരിശുദ്ധനായി ബഹുമാനിക്കുക.
2. പരിശോധന (15 മിനിറ്റ്)
മറഞ്ഞിരിക്കുന്ന വിട്ടുവീഴ്ച
വെളിപ്പെടുത്താൻ ആവശ്യപ്പെടുക.
3. പശ്ചാത്താപം (10 മിനിറ്റ്)
പ്രത്യേകം ഏറ്റുപറയുക.
4. സംരക്ഷണം (10 മിനിറ്റ്)
നിങ്ങളുടെ ജീവൻ സംരക്ഷിക്കാൻ ശക്തി
ആവശ്യപ്പെടുക.
ഇതുപയോഗിച്ച് അടയ്ക്കുക:
"എന്റെ ഹൃദയത്തെ കാത്തുകൊള്ളണമേ."

പ്രവർത്തന പോയിന്റുകൾ

1. ഇന്ന് തന്നെ ഒരു വിട്ടുവീഴ്ച ചെയ്യുന്ന സ്വാധീനം നീക്കം ചെയ്യുക.
2. ഉത്തരവാദിത്തം ശക്തിപ്പെടുത്തുക.

3. നിങ്ങളുടെ ചിന്താജീവിതത്തെ മനഃപൂർവ്വം സംരക്ഷിക്കുക.
4. സങ്കീർത്തനം 24 സാവധാനം വായിക്കുക.
5. ഒരു അതിർത്തി മാറ്റാൻ പറ്റാത്തതാക്കുക.

ദിവസം 37

നിങ്ങളുടെ സഹിഷ്ണുത എന്താണ് സൃഷ്ടിക്കുന്നത്

കഥാ അവതാരകൻ

കഥ അതിജീവനത്തെക്കുറിച്ച് മാത്രമല്ല.
അതിജീവനത്തിനുശേഷം എന്ത്
നിർമ്മിക്കപ്പെട്ടു എന്നതിനെക്കുറിച്ചാണ്.
മന്ത്രാലയം തുടർന്നു.
സഭ സ്ഥാപിച്ചു.
ബാധിച്ച സമൂഹങ്ങൾ.
എൽ- ബൂബ ഔട്ട്റീച്ച് മിനിസ്ട്രീസ്
ഇന്റർനാഷണൽ (EBOMI) ഒരു ഘടനാപരമായ
തുടർച്ചയായി നിലകൊള്ളുന്നു.
കുടുംബം ഇപ്പോഴും ഒരുമിച്ച് ഭക്ഷണം
കഴിക്കുന്നു - മതത്താൽ
വിഭജിക്കപ്പെട്ടിരിക്കുന്നു, പക്ഷേ
വിദ്വേഷത്താൽ വിഭജിക്കപ്പെട്ടിട്ടില്ല.
ഒരു മേശയിൽ മുസ്ലീം, ക്രിസ്ത്യൻ ബന്ധുക്കൾ.
നിരവധി ഗുണഭോക്താക്കൾ മുസ്ലീങ്ങളായി
തുടരുന്ന സമൂഹങ്ങൾക്കുള്ള സേവനം.
സ്കൂളുകൾ.
കാർഷിക സഹായം. ദരിദ്രരെയും
ദരിദ്രരെയും പരിപാലിക്കുക. ഭൂരിപക്ഷവും
ക്രിസ്ത്യാനികളല്ല.

സഹിഷ്ണുത പാലങ്ങൾ പണിയുന്നു.
വിശുദ്ധി വിശ്വാസ്യതയെ സംരക്ഷിക്കുന്നു.
സ്ഥിരത വിശ്വാസം നേടുന്നു.
തലമുറതലമുറയുടെ സ്വാധീനത്തിന് സ്ഥിരത ആവശ്യമാണ്.
തീവ്രതയിലൂടെയല്ല നിങ്ങൾ പാരമ്പര്യം കെട്ടിപ്പടുക്കുന്നത്.
സഹിഷ്ണുതയിലൂടെയാണ് നിങ്ങൾ അത് കെട്ടിപ്പടുക്കുന്നത്.

സ്ക്രിപ്ചർ ആങ്കർമാർ
പഴയ നിയമം
"ഒരു തലമുറ മറ്റൊരു തലമുറയോട് നിന്റെ പ്രവൃത്തികളെ പുകഴ്ത്തും."
—സങ്കീർത്തനം 145:4.
വിശ്വാസം പകർന്നു കൊടുക്കണം.
പുതിയ നിയമം
"നീ എന്നിൽ നിന്ന് കേട്ട കാര്യങ്ങൾ...
മറ്റുള്ളവരെ പഠിപ്പിക്കാൻ കഴിവുള്ള വിശ്വസ്തരായ പുരുഷന്മാരെ ഏൽപ്പിക്കുക."
- 2 തിമോത്തി 2:2
ഒരു വാക്യത്തിൽ നാല് തലമുറകൾ.

പാഠം
നിങ്ങളുടെ സഹിഷ്ണുത നിങ്ങൾക്ക് മാത്രമല്ല.
ഇത് നിർമ്മിക്കുന്നു:
- നിങ്ങളുടെ കുട്ടികൾക്ക് സ്ഥിരത.
- നിങ്ങളുടെ സമൂഹത്തിൽ വിശ്വസിക്കുക.

- വിഭജിക്കപ്പെട്ട പരിതസ്ഥിതികളിൽ വിശ്വാസ്യത.
- സ്വാധീനത്തിനുള്ള വേദികൾ.

നിങ്ങൾ ധാർമ്മികമായി തകർന്നാൽ,
അടുത്ത തലമുറയാണ് അതിന്റെ വില അനുഭവിക്കേണ്ടി വരിക.
നിങ്ങൾ വിശ്വസ്തതയോടെ സഹിച്ചാൽ,
അടുത്ത തലമുറ കൂടുതൽ ശക്തരാകും.
വിശുദ്ധി പൈതൃകത്തെ നിലനിർത്തുന്നു.
സഹിഷ്ണുത സ്വാധീനം വർദ്ധിപ്പിക്കുന്നു.
നിങ്ങളുടെ ജീവിതം ഒറ്റപ്പെട്ടതല്ല.
അത് തലമുറകളായി നിലനിൽക്കുന്നതാണ്.

ചിന്താ ചോദ്യങ്ങൾ

1. എന്റെ നടത്തത്തിൽ നിന്ന് എന്റെ കുട്ടികൾക്ക് എന്ത് അവകാശപ്പെടും?
2. ഞാൻ എങ്ങനെയുള്ള ആത്മീയ മാതൃകയാണ് കെട്ടിപ്പടുക്കുന്നത്?
3. എന്റെ സഹിഷ്ണുത മറ്റുള്ളവരെ ശക്തിപ്പെടുത്തുന്നുണ്ടോ?
4. ഇന്ന് ഞാൻ നിർത്തിയാൽ, എന്ത് പാരമ്പര്യമാണ് അവശേഷിക്കുക?
5. എന്റെ സ്ഥിരതയിൽ നിന്ന് ആരാണ് പഠിക്കുന്നത്?

ഗൗരവത്തോടെ ഉത്തരം പറയുക.

പ്രഖ്യാപനം

എഴുന്നേറ്റു നിന്ന് പ്രഖ്യാപിക്കുക:

"എന്റെ ജീവിതം തലമുറകളുടെ ശക്തി വളർത്തിയെടുക്കും.
ഞാൻ തളരില്ല. ഞാൻ വിശ്വസ്തതയോടെ സഹിക്കും. എന്റെ അനുസരണം എന്നെക്കാൾ മികച്ചതായിരിക്കും."
ശക്തമായി ആവർത്തിക്കുക.

ഘടനാപരമായ പ്രാർത്ഥന (45 **മിനിറ്റ്**)
1. **കൃതജ്ഞത** (10 **മിനിറ്റ്**)
നിങ്ങളുടെ ജീവിത സ്വാധീനത്തിന് ദൈവത്തിന് നന്ദി പറയുക.
2. **ദർശനം** (15 **മിനിറ്റ്**)
അടുത്ത തലമുറയുടെ സ്ഥിരതയ്ക്കായി പ്രാർത്ഥിക്കുക.
3. **സംരക്ഷണം** (10 **മിനിറ്റ്**)
നിങ്ങളുടെ പൈതൃകം കാത്തുസൂക്ഷിക്കാൻ ദൈവത്തോട് അപേക്ഷിക്കുക.
4. **കമ്മീഷൻ** (10 **മിനിറ്റ്**)
നന്നായി പൂർത്തിയാക്കാൻ പ്രതിജ്ഞാബദ്ധരാകുക.

ഇതുപയോഗിച്ച് അടയ്ക്കുക:
"എന്റെ അനുസരണം വർദ്ധിക്കും."

ദിവസം 38

പൊതു സംവിധാനങ്ങളിലെ മറഞ്ഞിരിക്കുന്ന കൂറ്

കഥാ അവതാരകൻ

കീഴടങ്ങലിനുശേഷം.
പീഡനത്തിനുശേഷം.
അതിജീവനത്തിനുശേഷം.
അവൻ ഒറ്റപ്പെടലിലേക്ക് അപ്രത്യക്ഷനായില്ല.
മുസ്ലീം ഇടങ്ങളിൽ നിന്ന് അദ്ദേഹം
പൂർണ്ണമായും പിന്മാറിയില്ല.
കുടുംബം മതപരമായി വിഭജിക്കപ്പെട്ടിരുന്നു -
പക്ഷേ ബന്ധങ്ങളിൽ വിച്ഛേദിക്കപ്പെട്ടിരുന്നില്ല.
അവർ ഇപ്പോഴും ഒരുമിച്ച് ഭക്ഷണം
കഴിക്കാറുണ്ട്.
അമ്മ ഒരിക്കൽ ആ വീട്ടിൽ തന്നെയാണ് ജോലി
ചെയ്തിരുന്നത്. മുഴുവൻ ഷിഫ്റ്റും
ജോലി ചെയ്തുകൊണ്ടിരിക്കുമ്പോൾ തന്നെ
സഹോദരൻ മതം മാറി. ശിഷ്യത്വം ഒരു
വ്യവസ്ഥയ്ക്കുള്ളിലാണ് സംഭവിച്ചത്.
ഇന്നും:

ഔട്ട്റീച്ച്, ഫൗണ്ടേഷൻ ശ്രമങ്ങൾ വഴി,
സേവനം നൽകുന്ന ഗുണഭോക്താക്കളിൽ
ഭൂരിഭാഗവും മുസ്ലീങ്ങളാണ്.
സ്കൂളുകൾ.
കൃഷിഭൂമി. ദരിദ്രർക്കുള്ള പിന്തുണ.
പരിവർത്തനത്തിന് സേവനം
നിബന്ധനയുള്ളതല്ല.
കൂറ് മാറി.
സാന്നിധ്യം തുടർന്നു.
ഇതാണ് തന്ത്രപരമായ പക്വത.

സ്ക്രിപ് ചർ ആങ്കർമാർ

പഴയ നിയമം

റിമ്മോന്റെ ക്ഷേത്രത്തിൽ ചെന്നു … ഞാൻ
എന്നെത്തന്നെ നമസ്കരിക്കുമ്പോൾ."
—2 രാജാക്കന്മാർ 5:18
നയമാന്റെ വിശ്വസ്തത മാറി.
അവന്റെ ചുറ്റുപാടുകൾ പെട്ടെന്ന് മാറിയില്ല.
കൂടാതെ:
ആഖീശിനോടുകൂടെ പാർത്തു ."
- 1 ശമുവേൽ 27:3
ഉടമ്പടി മനുഷ്യൻ.
വിദേശ പ്രദേശം.

പുതിയ നിയമം

"പരീശന്മാരുടെ കൂട്ടത്തിൽ നിക്കോദേമോസ്
എന്നു പേരുള്ള ഒരു മനുഷ്യൻ

ഉണ്ടായിരുന്നു..."
- യോഹന്നാൻ 3:1
മറഞ്ഞിരിക്കുന്ന വിശ്വസ്തത.
തന്ത്രപരമായ സമയം.
കൂടാതെ:
"അരിമത്യയിലെ ജോസഫ്... യേശുവിന്റെ ഒരു ശിഷ്യനായിരുന്നു, എന്നാൽ യഹൂദന്മാരെ ഭയന്ന് രഹസ്യമായി."
- യോഹന്നാൻ 19:38
മറഞ്ഞിരിക്കുന്നത് വിശ്വാസമില്ലാത്തത് എന്നല്ല.

പാഠം
എല്ലാ അനുസരണവും ഉച്ചത്തിലുള്ളതല്ല.
എല്ലാ കൂറും ഉടനടി പിൻവലിക്കേണ്ടതില്ല.
ചില അസൈൻമെന്റുകൾക്ക് ഇവ ആവശ്യമാണ്:

- തന്ത്രപരമായ സാന്നിധ്യം.
- ബന്ധങ്ങളുടെ തുടർച്ച.
- വൈകാരിക ബുദ്ധി.
- ക്ഷമ.

ഓരോ മതപരിവർത്തനവും ഉടനടി പരിസ്ഥിതി ഉപേക്ഷിക്കുകയാണെങ്കിൽ, പാലം തകരും.
മറഞ്ഞിരിക്കുന്ന ശിഷ്യത്വം വിട്ടുവീഴ്ചയല്ല - വിശ്വസ്തത ആന്തരികമായി പരിഹരിക്കപ്പെടുകയാണെങ്കിൽ.
ഭിന്നിച്ച വിശ്വസ്തതയാണ് അപകടം.

എന്നാൽ സങ്കീർണ്ണമായ
സംവിധാനങ്ങൾക്കുള്ളിൽ സ്ഥിരമായ കൂറ്
നിലനിൽക്കും.
ഇതിന് പക്വത ആവശ്യമാണ്.
അരക്ഷിതാവസ്ഥയല്ല.

ചിന്താ ചോദ്യങ്ങൾ

1. ഞാൻ പിന്മാറണോ - അതോ തന്ത്രപരമായി തുടരണോ?
2. ചില പരിതസ്ഥിതികളിലെ എന്റെ സാന്നിധ്യം ഒരു വിട്ടുവീഴ്ചയാണോ അതോ ഒരു നിയോഗമാണോ?
3. ഭയത്തിനും ജ്ഞാനത്തിനും ഇടയിലുള്ള വ്യത്യാസം എനിക്കറിയാമോ?
4. പ്രഖ്യാപിക്കാതെ എനിക്ക് എവിടെ സ്വാധീനിക്കാൻ കഴിയും?
5. എന്റെ കൂറ് ആന്തരികമായി തീർപ്പാക്കിയിട്ടുണ്ടോ?

ശ്രദ്ധാപൂർവ്വം ഉത്തരം നൽകുക.

പ്രഖ്യാപനം

എഴുന്നേറ്റു നിന്ന് പ്രഖ്യാപിക്കുക:
"എന്റെ കൂറ് ഉറപ്പിച്ചു.
എന്റെ സാന്നിധ്യം തന്ത്രപരമായിരിക്കും.
ഞാൻ വിട്ടുവീഴ്ച ചെയ്യില്ല. ഞാൻ
ബുദ്ധിപൂർവ്വം സ്വാധീനിക്കും. നിയമനം
ആവശ്യമുള്ളിടത്ത് ഞാൻ തുടരും."
പതുക്കെ ആവർത്തിക്കുക.

ഘടനാപരമായ പ്രാർത്ഥന (45 മിനിറ്റ്)

1. ആരാധന (10 മിനിറ്റ്)
എല്ലാ പരിതസ്ഥിതികളിലും പരമാധികാരിയായി ദൈവത്തെ ബഹുമാനിക്കുക.

2. വിവേചനബുദ്ധി (15 മിനിറ്റ്)
എവിടെ തുടരണമെന്നും എവിടെ നിന്ന് പിൻവാങ്ങണമെന്നും വ്യക്തത ആവശ്യപ്പെടുക.

3. സമഗ്രത (10 മിനിറ്റ്)
പൊതു സംവിധാനങ്ങൾക്കുള്ളിൽ സ്ഥിരമായ വിശ്വസ്തതയ്ക്കായി പ്രാർത്ഥിക്കുക.

4. കമ്മീഷൻ (10 മിനിറ്റ്)
തന്ത്രപരമായ സ്ഥാനത്തിനായി സ്വയം വാഗ്ദാനം ചെയ്യുക.
ഇതുപയോഗിച്ച് അടയ്ക്കുക:
"എന്നെ ബുദ്ധിപൂർവ്വം സ്ഥാപിക്കൂ."

പ്രവർത്തന പോയിന്റുകൾ

1. ഉപ്പും വെളിച്ചവും നിറഞ്ഞ അന്തരീക്ഷം തിരിച്ചറിയുക.
2. വിട്ടുവീഴ്ചയ്ക്ക് കാരണമാകുന്ന ഏതൊരു പരിസ്ഥിതിയും നീക്കം ചെയ്യുക.
3. പൊതുജന സ്വാധീനത്തിന് മുന്നിൽ ആന്തരിക ബോധ്യം ശക്തിപ്പെടുത്തുക.
4. നയമാനെയും നിക്കോദേമോസിനെയും ശ്രദ്ധാപൂർവ്വം പഠിക്കുക.

5. ഭിന്നിച്ച സാഹചര്യങ്ങളിൽ
ജ്ഞാനത്തിനായി പ്രാർത്ഥിക്കുക.

നമ്മൾ ഇപ്പോൾ അരികിലാണ്.
39-◌ാ◌ം ദിവസം ഉടമ്പടി പൂർണ്ണമായും
മുദ്രവെക്കും.
ദിവസം 40 കമ്മീഷൻ ചെയ്യും.

ദിവസം 39

വിശ്വസ്തതയുടെ ഉടമ്പടി

കഥാ അവതാരകൻ

പാരമ്പര്യമായി ലഭിച്ച വിശ്വാസത്തിൽ നിന്ന് അവൻ തിരഞ്ഞെടുത്ത വിശ്വാസത്തിലേക്ക് കടന്നു.
അവൻ തീയെ നേരിട്ടു.
അയാൾ വെടിയുണ്ടകളെ നേരിട്ടു.
അയാൾക്ക് നിരാശയാണ് നേരിടേണ്ടി വന്നത്.
തിരിച്ചുവരാനുള്ള പ്രലോഭനത്തെ അവൻ നേരിട്ടു.
അയാൾക്ക് നേരിടേണ്ടി വന്നു - "നമ്മൾ വളരെയധികം മുന്നോട്ട് പോയി."
അദ്ദേഹത്തെ നിയോഗിച്ചു - "നിങ്ങൾക്ക് ഒരു നിയമനമുണ്ട്."
അദ്ദേഹം അച്ചടക്കം പുനർനിർമ്മിച്ചു.
അയാൾ സംരക്ഷണത്തിൽ നിന്നു.
വിഭജിക്കപ്പെട്ട ഇടങ്ങളിൽ അദ്ദേഹം സന്നിഹിതനായിരുന്നു.
ഇനി ബാക്കിയുള്ളത് ഇതാണ്:
ഉടമ്പടി.
വികാരമല്ല.

അനുഭവമല്ല.
കരാർ.
തിരുവെഴുത്തുകളിലുടനീളം, മനുഷ്യർ ദൈവവുമായി ആഴത്തിൽ നടന്നപ്പോൾ, അവർ ഒരു ഉടമ്പടി മുദ്രവച്ചു.
ജോഷ്വ അത് പ്രഖ്യാപിച്ചു.
ദാവീദ് അതിനെ സംരക്ഷിച്ചു.
ദാനിയേൽ അതിനെ സൂക്ഷിച്ചു.
പോൾ അതിനടിയിൽ പൂർത്തിയാക്കി.
ഉടമ്പടി ചർച്ച അവസാനിപ്പിക്കുന്നു.

സ്ക്രിപ്ചർ ആങ്കർമാർ

പഴയ നിയമം

"അന്ന് യോശുവ ജനവുമായി ഒരു ഉടമ്പടി ചെയ്തു..."
- യോശുവ 24:25

തീരുമാനം നിർബന്ധിതമാകുന്നു.
കൂടാതെ:
"ആകയാൽ നിന്റെ ദൈവമായ യഹോവ തന്നേ ദൈവം എന്നും ഉടമ്പടി പാലിക്കുന്ന വിശ്വസ്തദൈവം എന്നും നീ അറിയേണം..."
- ആവർത്തനം 7:9

ദൈവം ഉടമ്പടിയെ മാനിക്കുന്നു.

പുതിയ നിയമം

“ഈ പാനപാത്രം എന്റെ രക്തത്തിലുള്ള പുതിയ ഉടമ്പടി ആകുന്നു...”
- ലൂക്കോസ് 22:20
ത്യാഗത്താൽ മുദ്രയിട്ട വിശ്വസ്തത.
കൂടാതെ:
“ഞാൻ നല്ല പോർ പൊരുതി, ഓട്ടം തികച്ചു, വിശ്വാസം കാത്തു.”
—2 തിമൊഥെയൊസ് 4:7.
ഉടമ്പടി അവസാനം വരെ നിലനിർത്തി.

പാഠം
ഒരു ഉടമ്പടി ആവേശമല്ല.
അത് നിർബന്ധിത ഉദ്ദേശ്യമാണ്.
ഇത് നാല് ചോദ്യങ്ങൾക്ക് ഉത്തരം നൽകുന്നു:

1. ഞാൻ ആരുടേതാണ്?
2. ഞാൻ എന്താണ് നിരസിക്കേണ്ടത്?
3. ഞാൻ എന്തിനു പ്രതിജ്ഞാബദ്ധനാണ്?
4. ഞാൻ ഒരിക്കലും വീണ്ടും ചർച്ച ചെയ്യാത്തത് എന്താണ്?

ഉടമ്പടിയില്ലെങ്കിൽ അച്ചടക്കം മങ്ങുന്നു.
ഉടമ്പടിയില്ലെങ്കിൽ സഹിഷ്ണുത ദുർബലമാകും.
ഉടമ്പടിയില്ലാതെ, വിശുദ്ധി ചർച്ച ചെയ്യുന്നു.
ഉടമ്പടി ഐഡന്റിറ്റി ഉറപ്പിക്കുന്നു .
ഇത് പ്രകടനത്തെക്കുറിച്ചല്ല.
ഇത് സ്ഥിരമായ കൂറിനെക്കുറിച്ചാണ്.
നിങ്ങൾ ഒന്നുകിൽ:
ഇടയ്ക്കിടെ പ്രതിജ്ഞാബദ്ധമായ
അല്ലെങ്കിൽ ഉടമ്പടിപ്രകാരം നങ്കൂരമിട്ട.

ഉടമ്പടി കൊടുങ്കാറ്റുകളെ അതിജീവിക്കുന്നു.

ഉടമ്പടി പ്രസ്താവന
ഇത് നിങ്ങളുടെ സ്വന്തം വാക്കുകളിൽ
എഴുതണം.
എന്നാൽ ഇതാ ചട്ടക്കൂട്:
"ഞാൻ പൂർണ്ണമായും
യേശുക്രിസ്തുവിന്റേതാണ്.
എന്റെ വിശ്വസ്തത അനന്യമാണ്. ഞാൻ
ഭിന്നിച്ച വിശ്വസ്തത ഉപേക്ഷിക്കുന്നു. ഞാൻ
മറഞ്ഞിരിക്കുന്ന വിട്ടുവീഴ്ച ഉപേക്ഷിക്കുന്നു.
ഞാൻ എന്റെ നിയോഗം സ്വീകരിക്കുന്നു.
ഞാൻ അച്ചടക്കമുള്ള ഭക്തിക്ക്
പ്രതിജ്ഞാബദ്ധനാണ്. ഞാൻ വിശുദ്ധിക്ക്
പ്രതിജ്ഞാബദ്ധനാണ്. ഞാൻ
സഹിഷ്ണുതയ്ക്ക് പ്രതിജ്ഞാബദ്ധനാണ്.
ഞാൻ മുൻ മാതൃകകളിലേക്ക് മടങ്ങില്ല. ഞാൻ
ദൈവമുമ്പാകെ ഈ ഉടമ്പടി മുദ്രവെക്കുന്നു."
എഴുതൂ.
ഒപ്പിടൂ.
തീയതി നിശ്ചയിക്കുക.
സൂക്ഷിക്കുക.

ചിന്താ ചോദ്യങ്ങൾ

1. എന്റെ വിശ്വാസം ഉടമ്പടിപരമാണോ അതോ വൈകാരികമാണോ?
2. എന്റെ പ്രതിബദ്ധതയിൽ ഞാൻ എന്താണ് നിർവചിക്കാതെ വിട്ടത്?

3. സമ്മർദ്ദത്തിൻ കീഴിൽ ഇപ്പോഴും ചർച്ചകൾ നടക്കുന്ന മേഖല ഏതാണ്?
4. ഉടമ്പടി ഉത്തരവാദിത്തം വഹിക്കുന്നുണ്ടെന്ന് എനിക്ക് മനസ്സിലായോ?
5. പരസ്യമായി പരീക്ഷിക്കപ്പെട്ടാൽ, ഈ ഉടമ്പടി നിലനിൽക്കുമോ?

ശാന്തമായി ഉത്തരം പറയുക.

ഘടനാപരമായ പ്രാർത്ഥന (ഇന്ന് 60 മിനിറ്റ്)

1. ആരാധന (15 മിനിറ്റ്)

ഉടമ്പടി പാലിക്കുന്നവനായി ദൈവത്തെ ബഹുമാനിക്കുക.

2. പരിശോധന (15 മിനിറ്റ്)

ജീവിതത്തിന്റെ എല്ലാ മേഖലകളിലും വ്യക്തത ആവശ്യപ്പെടുക.

3. പ്രഖ്യാപനം (15 മിനിറ്റ്)

നിങ്ങളുടെ ഉടമ്പടി സാവധാനം ഉറക്കെ വായിക്കുക.

4. മുദ്രയിടൽ (15 മിനിറ്റ്)

ദൃഢനിശ്ചയം ശക്തിപ്പെടുത്താൻ പരിശുദ്ധാത്മാവിനോട് അപേക്ഷിക്കുക.

ഇതുപയോഗിച്ച് അടയ്ക്കുക:

"എന്റെ ഉടമ്പടി നിലനിൽക്കുന്നു."

പ്രവർത്തന പോയിന്റുകൾ

1. ഇന്ന് തന്നെ നിങ്ങളുടെ ഉടമ്പടി എഴുതി ഒപ്പിടൂ.
2. ഒരു വിട്ടുവീഴ്ച ഉടനടി നീക്കം ചെയ്യുക.

3. നിങ്ങളുടെ ഉടമ്പടി വിശ്വസ്തനായ ഒരു വിശ്വാസിയുമായി പങ്കിടുക.
4. ഈ ഉടമ്പടിയുടെ പ്രതിമാസ അവലോകനം സ്ഥാപിക്കുക.
5. യോശുവ 24 ഉം ലൂക്കോസ് 22 ഉം സാവധാനം വായിക്കുക.

നമ്മൾ ഇപ്പോൾ അവസാന ഘട്ടത്തിലാണ്.
40-◌ാ◌ം ദിവസം ധ്യാനമായിരിക്കില്ല.
അത് കമ്മീഷൻ ചെയ്യും.
ഇത് ശേഖരിക്കും:

- തീ
- സംരക്ഷണം
- അസൈൻമെന്റ്
- അച്ചടക്കം
- സഹിഷ്ണുത
- വിശുദ്ധി
- ഉടമ്പടി

നിങ്ങളെ മുന്നോട്ട് വിടുകയും ചെയ്യും.

ദിവസം 40

കമ്മീഷൻ ചെയ്തത് അണ്ടർ ഫയർ

സ്റ്റോറി ഫ്രെയിം

ഒരു അച്ഛൻ വാൾ ഉയർത്തി.
അതേ വീടിനുള്ളിൽ ഒരു അമ്മ പ്രാർത്ഥിച്ചു.
ഒരു സഹോദരനെ ആക്രമിച്ച് സംരക്ഷിച്ചു.
ഒരു മകൻ തന്റെ ഗുരുവിനെ സ്വർഗത്തിൽ
നിന്ന് തീ കൊണ്ട് അടിക്കുന്നത് കണ്ടു.
അവൻ നരകം കണ്ടു.
അവൻ സ്വർഗ്ഗം കണ്ടു - മനോഹരമായ നഗരം.
അയാൾ വെടിയുണ്ടകളെ അതിജീവിച്ചു.
ലോഹം അവന്റെ തലയിൽ അടിച്ചു.
രക്തം ഒഴുകി.
അദ്ദേഹം മരിച്ചതായി കണക്കാക്കപ്പെട്ടു.
അവൻ സംരക്ഷിക്കപ്പെട്ടു.
അകമ്പടിക്കാർ അവനെ കാവൽ നിന്നു.
ഒരു പ്രസിഡന്റ് മെഡിക്കൽ ഒഴിപ്പിക്കൽ
ക്രമീകരിച്ചു.
അദ്ദേഹത്തെ പരിശോധിച്ചു - കേടുപാടുകൾ
ഒന്നുമില്ല.
അവൻ ഏതാണ്ട് തിരിച്ചെത്തി.
അയാൾക്ക് നേരിടേണ്ടി വന്നു - "നമ്മൾ
വളരെയധികം മുന്നോട്ട് പോയി."

അദ്ദേഹത്തെ നിയോഗിച്ചു - "നിങ്ങൾക്ക് ഒരു നിയമനമുണ്ട്."
അദ്ദേഹം അച്ചടക്കം വളർത്തിയെടുത്തു.
അദ്ദേഹം കാപട്യം നിരസിച്ചു.
അവൻ സഹിച്ചു.
അവൻ വിശുദ്ധനായി തുടർന്നു.
അവൻ ഒരു ഉടമ്പടി മുദ്രവച്ചു.
ഇനി ബാക്കിയുള്ളത് ഇതാണ്:
നീ.

സ്ക്രിപ്ചർ ആങ്കർമാർ

പഴയ നിയമം

"ഞാൻ ഇതാ; എന്നെ അയക്കേണമേ."
— യെശയ്യാവു 6:8
ഏറ്റുമുട്ടൽ അയയ്ക്കുന്നതിലേക്ക് നയിക്കണം.

പുതിയ നിയമം

"പിതാവ് എന്നെ അയച്ചതുപോലെ ഞാനും നിങ്ങളെ അയയ്ക്കുന്നു."
- യോഹന്നാൻ 20:21
സംരക്ഷണം ഒരു ദൗത്യമായി മാറുന്നു.

അവസാന പാഠം

ഈ 40 ദിവസത്തെ യാത്ര
ആരാധനയെക്കുറിച്ചുള്ളതായിരുന്നില്ല.
അത് പരിവർത്തനത്തെക്കുറിച്ചായിരുന്നു.

കഥ പറച്ചിലിനെക്കുറിച്ചല്ല.
പക്ഷേ വിന്യാസത്തെക്കുറിച്ച്.
തീ യഥാർത്ഥമായിരുന്നു.
പീഡനം യഥാർത്ഥമായിരുന്നു.
പ്രലോഭനം യഥാർത്ഥമായിരുന്നു.
സംരക്ഷണം യഥാർത്ഥമായിരുന്നു.
എന്നാൽ ഏറ്റവും വലിയ യാഥാർത്ഥ്യം
ഇതാണ്:
ഒരു സമർപ്പിത ജീവിതത്തിനായി ദൈവം
സ്വർഗ്ഗത്തെയും ഭൂമിയെയും നീക്കുന്നു.
ഈ 40 ദിവസങ്ങൾ നിങ്ങൾ മനഃപൂർവ്വം
കടന്നുപോയിട്ടുണ്ടെങ്കിൽ:
നീയും അതുപോലെയല്ല.
ഇപ്പോൾ നിങ്ങൾക്ക് മനസ്സിലായി:

- വിധേയത്വം ഗൗരവമുള്ളതാണ്.
- വിശുദ്ധി സംരക്ഷിക്കുന്നു.
- അച്ചടക്കം നിലനിർത്തുന്നു.
- സഹിഷ്ണുത പ്രധാനമാണ്.
- ഉടമ്പടി മുദ്രകൾ.
- നിയമനം നടപടി ആവശ്യപ്പെടുന്നു.

ഈ യാത്ര അവസാനിപ്പിച്ച് നിങ്ങൾക്ക്
വെറുതെ ഇരിക്കാൻ കഴിയില്ല.
കമ്മീഷൻ ഓപ്ഷണൽ അല്ല.
അത് കീഴടങ്ങലിന്റെ സ്വാഭാവിക
പരിണതഫലമാണ്.

കമ്മീഷൻ പ്രസ്താവന
നിൽക്കൂ.

ഇത് പതുക്കെ പറയുക:
"ഞാൻ അഗ്നിക്കിരയായി
നിയോഗിക്കപ്പെട്ടിരിക്കുന്നു.
ഞാൻ അച്ചടക്കത്തോടെ ജീവിക്കും. ഞാൻ
വിശുദ്ധിയിൽ നടക്കും. ഞാൻ
വിശ്വസ്തതയോടെ സഹിക്കും. ഞാൻ
നിലവാരം ഉയർത്തും. ഞാൻ തന്ത്രപരമായി
സ്വാധീനിക്കും. ഞാൻ തിരിച്ചുവരില്ല. എന്റെ
വിശ്വസ്തത മുദ്രയിട്ടിരിക്കുന്നു. എന്റെ
നിയമനം സജീവമാണ്. എന്നെ അയയ്ക്കൂ."
താൽക്കാലികമായി നിർത്തുക.
വീണ്ടും പറയൂ.

റിലീസിന് മുമ്പുള്ള ചിന്ത

1. ഈ 40 ദിവസങ്ങൾ കൊണ്ട് എന്നിൽ എന്താണ് മാറ്റം വന്നത്?
2. ഏത് അച്ചടക്കമാണ് വിട്ടുവീഴ്ചയ്ക്ക് വിധേയമാകാത്തത്?
3. ഞാൻ ഉടൻ തന്നെ ഏത് ദൗത്യം ഏറ്റെടുക്കണം?
4. ഞാൻ ഏത് പരിസ്ഥിതിയെ സ്വാധീനിക്കണം?
5. പീഡനം തിരിച്ചുവന്നാൽ ഞാൻ പിന്മാറുമോ?

നിങ്ങളുടെ ഉത്തരങ്ങൾ എഴുതുക.

അന്തിമ ഘടനാപരമായ പ്രാർത്ഥന (60 മിനിറ്റ്)

1. ആരാധന (15 മിനിറ്റ്)
നിങ്ങളുടെ ജീവിതത്തിന്റെ കർത്താവായി ക്രിസ്തുവിനെ ബഹുമാനിക്കുക.
2. കൃതജ്ഞത (10 മിനിറ്റ്)
സംരക്ഷണത്തിന് അവനോട് നന്ദി പറയുക.
3. സമർപ്പണം (15 മിനിറ്റ്)
നിങ്ങളുടെ ശരീരം, സമയം, വിഭവങ്ങൾ എന്നിവ സമർപ്പിക്കുക.
4. മധ്യസ്ഥത (10 മിനിറ്റ്)
ക്രിസ്തുവിനെ കണ്ടുമുട്ടാൻ ഒരാൾക്ക് വേണ്ടി പ്രാർത്ഥിക്കുക.
5. കമ്മീഷൻ ചെയ്യുക (10 മിനിറ്റ്)
നിങ്ങളുടെ അസൈൻമെന്റ് വാക്കാൽ സ്വീകരിക്കുക.
ഇതുപയോഗിച്ച് അടയ്ക്കുക:
"ഞാൻ മുന്നോട്ട് പോകുന്നു."

അന്തിമ പ്രവർത്തന ഘട്ടങ്ങൾ

1. 60 മിനിറ്റ് ദൈനംദിന ഘടന നിലനിർത്തുക.
2. നിങ്ങളുടെ ഉടമ്പടി പ്രതിമാസം അവലോകനം ചെയ്യുക.
3. വിശുദ്ധി കാത്തുസൂക്ഷിക്കുക.
4. മറ്റുള്ളവരെ നിർമ്മിക്കുക.
5. ഉത്തരവാദിത്തത്തോടെ തുടരുക.
6. ഡ്രിഫ്റ്റ് നിരസിക്കുക.
7. നന്നായി പൂർത്തിയാക്കുക.

ക്ലോസിംഗ് ചാർജ്

നിങ്ങൾക്ക് സ്വർഗ്ഗത്തിൽ നിന്നുള്ള തീ
ആവശ്യമില്ല.
നിങ്ങളുടെ വിളി തെളിയിക്കാൻ
വെടിയുണ്ടകൾ ആവശ്യമില്ല.
അസൈൻമെന്റ് സാധൂകരിക്കാൻ നിങ്ങൾക്ക്
എസ്കോർട്ട് ആവശ്യമില്ല.
നിങ്ങൾക്ക് ഇത് ആവശ്യമാണ്:
സ്ഥിരമായ വിശ്വസ്തത.
ഘടനാപരമായ അച്ചടക്കം. സുസ്ഥിരമായ
വിശുദ്ധി. അചഞ്ചലമായ സഹിഷ്ണുത.
സ്വർഗ്ഗം ഒന്നിൽ സന്തോഷിക്കുന്നു.
ആ ഒരാളാകൂ.
മുന്നോട്ട് മാത്രം.

പേജ് അടയ്ക്കുന്നു

വായനക്കാരന് ഒരു അന്തിമ ബാധ്യത

നീ തീയിലൂടെ നടന്നു.
നിങ്ങൾ കണ്ടിട്ടുണ്ട്:
ഒരു പിതാവിന്റെ കോപം.
ഒരു അമ്മയുടെ നിശബ്ദ മധ്യസ്ഥത. ഒരു സഹോദരൻ ഏതാണ്ട് നിലംപതിച്ചു.
സ്വർഗ്ഗീയ തടസ്സത്താൽ മനംനൊന്ത ഒരു ഉപദേഷ്ടാവ്. നരകത്തിന്റെ ഒരു ദർശനം.
സ്വർഗ്ഗത്തിലെ സുവർണ്ണ നഗരത്തിന്റെ ഒരു കാഴ്ച. വെടിയുണ്ടകൾ. രക്തം. സംരക്ഷണം.
അകമ്പടി സേവകർ. കമ്മീഷൻ. അച്ചടക്കം.
വിശുദ്ധി. ഉടമ്പടി.
എന്നാൽ ഈ പുസ്തകം ഒരിക്കലും ഒരു മനുഷ്യനെക്കുറിച്ചായിരുന്നില്ല.
അത് വിശ്വസ്തതയെക്കുറിച്ചായിരുന്നു.
സത്യം പാരമ്പര്യത്തെ തടസ്സപ്പെടുത്തുമ്പോൾ എന്ത് സംഭവിക്കും
എന്നതിനെക്കുറിച്ചായിരുന്നു അത്.
തീ പടരുമ്പോൾ എന്ത് അതിജീവിക്കുന്നു
എന്നതിനെക്കുറിച്ചായിരുന്നു അത്.
പിൻവാങ്ങുമ്പോൾ മന്ത്രിക്കുമ്പോൾ എന്ത് അവശേഷിക്കുന്നു
എന്നതിനെക്കുറിച്ചായിരുന്നു അത്.

ഇത്രയും ദൂരം എത്തിയിട്ടുണ്ടെങ്കിൽ, നിങ്ങൾ
ഇനി ഒരു കാഴ്ചക്കാരനല്ല.
നിങ്ങൾക്ക് ഇപ്പോൾ അറിയാവുന്ന
കാര്യങ്ങൾക്ക് നിങ്ങൾ ഉത്തരവാദിയാണ്.
ഒരാൾക്ക് സ്വർഗ്ഗം നീങ്ങുന്നു.
ആ ഒരാളാകൂ.
ധൈര്യത്തെ അഭിനന്ദിക്കരുത്.
അത് നിർമ്മിക്കൂ.
അച്ചടക്കം പഠിക്കരുത്.
അത് പരിശീലിക്കൂ.
വിശുദ്ധി ആഘോഷിക്കരുത്.
അത് പിന്തുടരുക.
ഉടമ്പടി ചർച്ച ചെയ്യരുത്.
സീൽ ചെയ്യുക.
നിങ്ങൾ യാദൃശ്ചികമായി ജീവിക്കാൻ
വിളിക്കപ്പെട്ടിട്ടില്ല.
നിങ്ങൾ ബോധപൂർവ്വം ജീവിക്കാൻ
വിളിക്കപ്പെട്ടിരിക്കുന്നു.
മുന്നോട്ട് മാത്രം.

നടപടിയെടുക്കുക

വിളവെടുപ്പിനായുള്ള ഒരു പങ്കാളിത്തം

ഈ പുസ്തകം അവസാനിപ്പിക്കുമ്പോൾ, നിങ്ങളുടെ സ്വന്തം ജീവിതത്തിൽ മാത്രമല്ല, രാഷ്ട്രങ്ങളിലുടനീളമുള്ള എണ്ണമറ്റ ആത്മാക്കളുടെ ജീവിതത്തിലേക്കും ഒരു പടി കൂടി മുന്നോട്ട് പോകാൻ ഞങ്ങൾ നിങ്ങളെ ക്ഷണിക്കുന്നു.

ദൈവത്തിന്റെ ഈഗിൾ മിനിസ്ട്രീസ് (GEM)-ൽ നിന്നുള്ള സന്ദേശങ്ങൾ നിങ്ങളുടെ ഹൃദയത്തെ ശക്തിപ്പെടുത്തുകയോ ഉണർത്തുകയോ പുനഃക്രമീകരിക്കുകയോ ചെയ്തിട്ടുണ്ടെങ്കിൽ, **വിളവെടുപ്പിനായി ഞങ്ങളുമായി പങ്കാളിത്തം വഹിക്കുന്നതിനെക്കുറിച്ച് പ്രാർത്ഥനാപൂർവ്വം പരിഗണിക്കാൻ ഞങ്ങൾ താഴ്മയോടെ അഭ്യർത്ഥിക്കുന്നു** . ലോകം സത്യത്തിനും പ്രത്യാശയ്ക്കും പരിശുദ്ധാത്മാവിന്റെ സൗമ്യവും എന്നാൽ വ്യക്തവുമായ ശബ്ദത്തിനായി ദാഹിക്കുന്നു, ഒരുമിച്ച് നമുക്ക് ഈ സന്ദേശങ്ങൾ ഏറ്റവും ആവശ്യമുള്ളിടത്ത് സ്ഥാപിക്കാൻ കഴിയും. മാധ്യമങ്ങൾ സാങ്കേതികവിദ്യയേക്കാൾ കൂടുതലാണെന്ന് ഞങ്ങൾ വിശ്വസിക്കുന്നു - അത് രാഷ്ട്രങ്ങളിലേക്കും ഗ്രാമങ്ങളിലേക്കും

നഗരങ്ങളിലേക്കും മറഞ്ഞിരിക്കുന്ന സ്ഥലങ്ങളിലേക്കും ആഴത്തിൽ വിതറുന്ന ഒരു **ആത്മീയ വലയാണ്** . സിനിമ, വീഡിയോ, റേഡിയോ, ഡിജിറ്റൽ ശുശ്രൂഷ എന്നിവയിലൂടെ, ഒരിക്കലും ഒരു പള്ളിയിൽ പ്രവേശിക്കാൻ സാധ്യതയില്ലാത്ത, എന്നാൽ ജീവനുള്ള ക്രിസ്തുവിനെ കണ്ടുമുട്ടാൻ ഹൃദയങ്ങൾ വിശാലമാകുന്ന ആളുകളിലേക്ക് GEM എത്തിച്ചേരുന്നു.

നിങ്ങളുടെ പങ്കാളിത്തം ഞങ്ങളെ സഹായിക്കുന്നു:

1. ആത്മാവ് നിറഞ്ഞ സിനിമയും വീഡിയോ ഉള്ളടക്കവും നിർമ്മിക്കുക
വ്യക്തവും, പരസ്പരബന്ധിതവും, ജീവിതത്തെ മാറ്റിമറിക്കുന്നതുമായ രീതിയിൽ യേശുവിന്റെ സ്നേഹത്തെ സുഖപ്പെടുത്തുകയും, പ്രചോദിപ്പിക്കുകയും, വെളിപ്പെടുത്തുകയും ചെയ്യുന്ന കഥകളും പഠിപ്പിക്കലുകളും.

2. റേഡിയോയിൽ സുവിശേഷം പ്രക്ഷേപണം ചെയ്യുക
ജയിലുകളിലേക്കും ആശുപത്രികളിലേക്കും ഗ്രാമീണ സമൂഹങ്ങളിലേക്കും ഇന്റർനെറ്റ് എത്താത്ത സ്ഥലങ്ങളിലേക്കും - പ്രത്യാശ ദുർലഭവും സത്യം വിലപ്പെട്ടതുമായ സ്ഥലങ്ങളിലേക്കും ദൈവവചനം എത്തിക്കുന്നു.

3. ഞങ്ങളുടെ സോഷ്യൽ മീഡിയ അധ്യാപന & ശിഷ്യത്വ കാമ്പെയ്നുകൾ വികസിപ്പിക്കുക. വിശ്വാസികളെ ശക്തിപ്പെടുത്തുന്നതിനും, കുടുംബങ്ങളെ പുനഃസ്ഥാപിക്കുന്നതിനും, ലോകമെമ്പാടുമുള്ള ശിഷ്യന്മാരെ സജ്ജരാക്കുന്നതിനും സഹായിക്കുന്ന ദൈനംദിന ഭക്തിഗാനങ്ങൾ, പ്രാർത്ഥനകൾ, പഠിപ്പിക്കലുകൾ.

നിങ്ങളുടെ പിന്തുണ എന്തുകൊണ്ട് പ്രധാനമാണ്

പുറത്തുവിടുന്ന ഓരോ സന്ദേശവും പ്രകാശത്തിന്റെ വിത്തായി മാറുന്നു. ഓരോ പഠിപ്പിക്കലും പരിവർത്തനത്തിന്റെ അലയായി മാറുന്നു. ഓരോ ഉദാരമതി പ്രവൃത്തിയും ദൈവത്തിന്റെ ആഗോള വിളവെടുപ്പിന്റെ ഭാഗമായി മാറുന്നു. ഭൂമിയിൽ നാം ഒരിക്കലും കണ്ടുമുട്ടാനിടയില്ലാത്ത ആത്മാക്കളിലേക്ക് എത്തിച്ചേരാൻ നിങ്ങളുടെ ദാനം സഹായിക്കുന്നു, പക്ഷേ തീർച്ചയായും നിത്യതയിൽ കണ്ടുമുട്ടും. ഒരു നിശ്ചിത അളവില്ല - കർത്താവ് നിങ്ങളെ നയിക്കുമ്പോൾ മാത്രം നൽകുക. വലുതോ ചെറുതോ ആയ എല്ലാ ദാനങ്ങളും

രാജ്യത്തിന്റെ പുരോഗതിയിൽ ഒരു പങ്കു വഹിക്കുന്നു.

പങ്കാളിയാകുക അല്ലെങ്കിൽ നൽകുക:
പേപാൽ:
https://www.paypal.com/ncp/payment/D6NEFW56KG8LU
തിഥെ.ലി:
https://tithe.ly/give?c=308311

ഫ്ലട്ടർവേവ് –
https://flutterwave.com/donate/bbkpkokehxlw

എല്ലാ ദാന വഴികളും:
https://www.otakada.org/partnership-giving
ഞങ്ങളോടൊപ്പം നിന്നതിന് നന്ദി.
വിളവെടുപ്പിലേക്ക് വിതച്ചതിന് നന്ദി.
ക്രിസ്തുവിന്റെ സന്ദേശം ജനതകളിലേക്ക് എത്തിക്കാൻ ഞങ്ങളെ സഹായിച്ചതിന് നന്ദി.
കർത്താവ് നിങ്ങളെ സമൃദ്ധമായി അനുഗ്രഹിക്കട്ടെ, നിങ്ങളെ സമൃദ്ധമായി വർദ്ധിപ്പിക്കട്ടെ, അവന്റെ മഹത്വത്തിനായി നിങ്ങൾ വിതയ്ക്കുന്ന ഓരോ വിത്തിനെയും വർദ്ധിപ്പിക്കട്ടെ.
യേശുവിന്റെ മഹത്തായ നാമത്തിൽ, ആമേൻ.

-അംബാസഡർ തിങ്കളാഴ്ച ഒ. ഒഗ്ബെ , സക്കറിയാസ് ഗോഡ്സീഗിൾ ; കംഫർട്ട് ലാഡി ഒഗ്ബെ
സ്ഥാപകൻ, ഗോഡ്സ് ഈഗിൾ മിനിസ്ട്രീസ്

(ଖଛଠ)

വീണ്ടും ജനിക്കുകയും ക്രിസ്തുവിനോടൊപ്പം ഒരു പുതിയ ജീവിതം ആരംഭിക്കുകയും ചെയ്യുന്നതെങ്ങനെ?

ഒരുപക്ഷേ നിങ്ങൾ മുമ്പ് യേശുവിനോടൊപ്പം നടന്നിരിക്കാം, അല്ലെങ്കിൽ ഈ 40 ദിവസങ്ങളിൽ നിങ്ങൾ അവനെ കണ്ടുമുട്ടിയിരിക്കാം. എന്നാൽ ഇപ്പോൾ, നിങ്ങളുടെ ഉള്ളിൽ എന്തോ ഒന്ന് ഉണർന്നിരിക്കുന്നു.

മതത്തിനപ്പുറം മറ്റെല്ലാത്തിനും നിങ്ങൾ തയ്യാറാണ്.

ബന്ധങ്ങൾക്ക് നിങ്ങൾ തയ്യാറാണ് .

"യേശുവേ, എനിക്ക് നിന്നെ വേണം" എന്ന് പറയാൻ നിങ്ങൾ തയ്യാറാണ്.

സത്യം ഇതാണ്:

"എല്ലാവരും പാപം ചെയ്തിട്ടുണ്ട്; നാമെല്ലാവരും ദൈവത്തിന്റെ മഹത്വകരമായ നിലവാരത്തിൽ നിന്ന് വ്യതിചലിച്ചു... എന്നിട്ടും ദൈവം തന്റെ കൃപയാൽ നമ്മെ തന്റെ ദൃഷ്ടിയിൽ സൗജന്യമായി നീതീകരിക്കുന്നു."

- **റോമർ** 3:23-24 (NLT)

നിങ്ങൾക്ക് രക്ഷ നേടാൻ കഴിയില്ല.
നിങ്ങൾക്ക് സ്വയം നന്നാക്കാൻ കഴിയില്ല.
പക്ഷേ യേശു ഇതിനകം തന്നെ മുഴുവൻ
വിലയും നൽകി - നിങ്ങളെ വീട്ടിലേക്ക്
സ്വാഗതം ചെയ്യാൻ അവൻ
കാത്തിരിക്കുകയാണ്.
വീണ്ടും ജനിക്കുന്നത് എങ്ങനെ?
വീണ്ടും ജനിക്കുക എന്നതിനർത്ഥം നിങ്ങളുടെ
ജീവിതം യേശുവിന് സമർപ്പിക്കുക എന്നാണ് -
അവന്റെ ക്ഷമ സ്വീകരിക്കുക, അവൻ മരിച്ച്
ഉയിർത്തെഴുന്നേറ്റു എന്ന് വിശ്വസിക്കുക,
അവനെ നിങ്ങളുടെ കർത്താവും
രക്ഷകനുമായി സ്വീകരിക്കുക.
ഇത് ലളിതമാണ്. ഇത് ശക്തമാണ്. ഇത് എല്ലാം
മാറ്റുന്നു.
ഇത് ഉച്ചത്തിൽ പ്രാർത്ഥിക്കുക:
**"കർത്താവായ യേശുവേ, നീ
ദൈവപുത്രനാണെന്ന് ഞാൻ വിശ്വസിക്കുന്നു.
നീ എന്റെ പാപങ്ങൾക്കു വേണ്ടി മരിച്ചു
ഉയിർത്തെഴുന്നേറ്റു എന്ന് ഞാൻ
വിശ്വസിക്കുന്നു. ഞാൻ പാപം ചെയ്തുവെന്ന്
ഞാൻ ഏറ്റുപറയുന്നു, എനിക്ക് നിന്റെ ക്ഷമ
ആവശ്യമാണ്. ഇന്ന്, ഞാൻ
പശ്ചാത്തപിക്കുകയും എന്റെ പഴയ
വഴികളിൽ നിന്ന് തിരിയുകയും ചെയ്യുന്നു.
എന്റെ കർത്താവും രക്ഷകനുമാകാൻ ഞാൻ
നിന്നെ എന്റെ ജീവിതത്തിലേക്ക്
ക്ഷണിക്കുന്നു. എന്നെ കഴുകി
ശുദ്ധീകരിക്കണമേ. നിന്റെ ആത്മാവിനാൽ**

എന്നെ നിറയ്ക്കണമേ. ഞാൻ വീണ്ടും ജനിച്ചു, ക്ഷമിക്കപ്പെട്ടു, സ്വതന്ത്രനായി എന്ന് ഞാൻ പ്രഖ്യാപിക്കുന്നു. ഇന്നുമുതൽ, ഞാൻ നിന്നെ അനുഗമിക്കും - നിന്റെ കാൽച്ചുവടുകളിൽ ഞാൻ ജീവിക്കും. എന്നെ രക്ഷിച്ചതിന് നന്ദി. യേശുവിന്റെ നാമത്തിൽ, ആമേൻ."

രക്ഷയ്ക്കു ശേഷമുള്ള അടുത്ത ഘട്ടങ്ങൾ

1. **ആരോടെങ്കിലും പറയുക** - നിങ്ങൾ വിശ്വസിക്കുന്ന ഒരു വിശ്വാസിയുമായി നിങ്ങളുടെ തീരുമാനം പങ്കിടുക.
2. **ഒരു ബൈബിൾ അധിഷ്ഠിത സഭ കണ്ടെത്തുക** - ദൈവവചനം പഠിപ്പിക്കുകയും അത് ജീവിതത്തിൽ പ്രാവർത്തികമാക്കുകയും ചെയ്യുന്ന ഒരു കമ്മ്യൂണിറ്റിയിൽ ചേരുക. https://www.otakada.org **അല്ലെങ്കിൽ** https://chat.whatsapp.com/H67spSun32DDTma8TLh0ov വഴി ഗോഡ്സ് ഈഗിൾ മിനിസ്ട്രികൾ ഓൺലൈനായി സന്ദർശിക്കുക.
3. **സ്നാനമേൽക്കുക** - നിങ്ങളുടെ വിശ്വാസം പരസ്യമായി പ്രഖ്യാപിക്കുന്നതിനുള്ള അടുത്ത പടി സ്വീകരിക്കുക.
4. **ദിവസവും ബൈബിൾ വായിക്കുക** - യോഹന്നാന്റെ സുവിശേഷത്തിൽ നിന്ന് ആരംഭിക്കുക.
5. **എല്ലാ ദിവസവും പ്രാർത്ഥിക്കുക** - ദൈവത്തോട് ഒരു സുഹൃത്തിനെയും

പിതാവിനെയും പോലെ സംസാരിക്കുക.

6. **ബന്ധം നിലനിർത്തുക** - നിങ്ങളുടെ പുതിയ നടത്തത്തെ പ്രോത്സാഹിപ്പിക്കുന്ന ആളുകളുമായി നിങ്ങളെ ചുറ്റിപ്പറ്റിയിരിക്കുക.
7. **സമൂഹത്തിനുള്ളിൽ ഒരു ശിഷ്യത്വ പ്രക്രിയ ആരംഭിക്കുക** - ഈ ലിങ്കുകൾ വഴി യേശുക്രിസ്തുവുമായി ഏകീകൃത ബന്ധം വികസിപ്പിക്കുക.

40 ദിവസത്തെ ശിഷ്യത്വം 1 - https://www.otakada.org/get-free-40-days-online-discipleship-course-in-a-journey-with-jesus/

40 ശിഷ്യത്വം 2 - https://www.otakada.org/get-free-40-days-dna-of-discipleship-journey-with-jesus-series-2/

എന്റെ രക്ഷാ നിമിഷം

തീയതി : ______________________

ഒപ്പ് : ___________________

"ഒരുത്തൻ ക്രിസ്തുവിലായാൽ അവൻ പുതിയ സൃഷ്ടി ആകുന്നു; പഴയതു കഴിഞ്ഞുപോയി, ഇതാ പുതുതായി തീർന്നിരിക്കുന്നു!"

—2 കൊരിന്ത്യർ 5:17.

ക്രിസ്തുവിലുള്ള പുതുജീവിതത്തിന്റെ സർട്ടിഫിക്കറ്റ്

രക്ഷാ പ്രഖ്യാപനം – കൃപയാൽ വീണ്ടും ജനിച്ചു
ഇത് സാക്ഷ്യപ്പെടുത്തുന്നു

____
(പൂർണ്ണമായ പേര്)
യേശുക്രിസ്തുവിൽ കർത്താവും രക്ഷകനുമായി വിശ്വാസം
പരസ്യമായി പ്രഖ്യാപിക്കുകയും അവന്റെ മരണത്തിലൂടെയും
പുനരുത്ഥാനത്തിലൂടെയും രക്ഷയുടെ സൗജന്യ ദാനം സ്വീകരിക്കുകയും ചെയ്തു.
"യേശുവിനെ കർത്താവാണെന്ന് നീ പരസ്യമായി പ്രഖ്യാപിക്കുകയും ദൈവം അവനെ മരിച്ചവരിൽ നിന്ന് ഉയിർപ്പിച്ചു എന്ന് ഹൃദയം കൊണ്ട് വിശ്വസിക്കുകയും ചെയ്താൽ നീ രക്ഷിക്കപ്പെടും."
- **റോമർ** 10:9 (NLT)
ഈ ദിവസം, സ്വർഗ്ഗം സന്തോഷിക്കുകയും ഒരു പുതിയ യാത്ര ആരംഭിക്കുകയും ചെയ്യുന്നു.
തീരുമാന തീയതി : ________________________

ഒപ്പ് : ______________________________

രക്ഷാ പ്രഖ്യാപനം

"ഇന്ന്, ഞാൻ എന്റെ ജീവിതം
യേശുക്രിസ്തുവിന് സമർപ്പിക്കുന്നു.
അവൻ എന്റെ പാപങ്ങൾക്കുവേണ്ടി മരിച്ചു
വീണ്ടും ഉയിർത്തെഴുന്നേറ്റു എന്ന് ഞാൻ
വിശ്വസിക്കുന്നു. ഞാൻ അവനെ എന്റെ
കർത്താവും രക്ഷകനുമായി സ്വീകരിക്കുന്നു.
ഞാൻ ക്ഷമിക്കപ്പെട്ടിരിക്കുന്നു, വീണ്ടും
ജനിച്ചിരിക്കുന്നു, പുതുക്കപ്പെട്ടിരിക്കുന്നു. ഈ
നിമിഷം മുതൽ, ഞാൻ അവന്റെ
കാൽച്ചുവടുകളിൽ നടക്കും."
ദൈവകുടുംബത്തിലേക്ക് സ്വാഗതം!
കുഞ്ഞാടിന്റെ ജീവപുസ്തകത്തിൽ
നിങ്ങളുടെ പേര് എഴുതിയിരിക്കുന്നു.
നിങ്ങളുടെ കഥ ഇപ്പോൾ ആരംഭിക്കുകയാണ് -
അത് ശാശ്വതമാണ്.

ദൈവത്തിന്റെ കഴുകന്റെ ശുശ്രൂഷകളുമായി ബന്ധപ്പെടുക

- വെബ്സൈറ്റ്: www.otakada.org
- വെൽത്ത് ബിയോണ്ട് വറി സീരീസ്: www.wealthbeyondworryseries.com
- ഇമെയിൽ: ambassador@otakada.org

- **ഈ പ്രവർത്തനത്തെ പിന്തുണയ്ക്കുക:** ഉടമ്പടി നയിക്കുന്ന ദാനത്തിലൂടെ രാജ്യ പദ്ധതികൾ, ദൗത്യങ്ങൾ, സൗജന്യ ആഗോള വിഭവങ്ങൾ എന്നിവയെ പിന്തുണയ്ക്കുക.

നൽകാൻ QR കോഡ് സ്കാൻ ചെയ്യുക

https://tithe.ly/give?c=308311

നിങ്ങളുടെ ഔദാര്യം കൂടുതൽ ആത്മാക്കളിലേക്ക് എത്തിച്ചേരാനും, വിഭവങ്ങൾ വിവർത്തനം ചെയ്യാനും, മിഷനറിമാരെ പിന്തുണയ്ക്കാനും, ആഗോളതലത്തിൽ ശിഷ്യത്വ സംവിധാനങ്ങൾ കെട്ടിപ്പടുക്കാനും ഞങ്ങളെ സഹായിക്കുന്നു. നന്ദി!

രചയിതാവ് ബയോ

രചയിതാവിനെക്കുറിച്ച് - പ്രവാചകൻ ഡോ. ഈസാ എൽ- ബൂബ സാദിഖ്

നൈജീരിയയിലെ പീഠഭൂമിയിലെ ജോസ് ആസ്ഥാനമായി പ്രവർത്തിക്കുന്ന ഇവാഞ്ചലിക്കൽ ബൈബിൾ ഔട്ട്റീച്ച് മിനിസ്ട്രീസ് ഇൻ്റർനാഷണലിൻ്റെ (EBOMI) സ്ഥാപകനും നേതാവുമാണ് പ്രവാചകൻ ഡോ. ഈസ എൽ- ബൂബ സാദിഖ്.
തീവ്രവാദ ഇസ്ലാമിക രൂപീകരണത്തിൽ ആഴത്തിൽ പരിശീലനം നേടിയ ശേഷം, അദ്ദേഹത്തിന്റെ വിശ്വസ്തതയും ദൗത്യവും വഴിതിരിച്ചുവിട്ട ദിവ്യ കൂടിക്കാഴ്ചകളെത്തുടർന്ന് അദ്ദേഹത്തിന്റെ ജീവിതം സമൂലമായി പരിവർത്തനം ചെയ്യപ്പെട്ടു.
ഇന്ന്, EBOMI (www.ebomi.org) വഴി, അദ്ദേഹം വിശ്വാസികളെ അവരുടെ തലമുറയിൽ കാവൽക്കാരായി അച്ചടക്കമുള്ള ഭക്തിയിലും വിശുദ്ധിയിലും പ്രവാചക ഉത്തരവാദിത്തത്തിലും നടക്കാൻ സജ്ജമാക്കുകയും സജ്ജമാക്കുകയും ചെയ്യുന്നു.

ശുശ്രൂഷയുടെ സ്വാധീനം പള്ളികളുടെ മതിലുകൾക്കപ്പുറത്തേക്ക് വ്യാപിക്കുന്നു. ജനസമ്പർക്ക സംരംഭങ്ങൾ, വിദ്യാഭ്യാസ പരിപാടികൾ, കാർഷിക ശാക്തീകരണം, ദരിദ്രർക്കും ദരിദ്രർക്കും വേണ്ടിയുള്ള പരിചരണം - അവരിൽ പലരും മുസ്ലീങ്ങളായി തുടരുന്നു - എന്നിവയിലൂടെ ഈ കൃതി ശത്രുതയില്ലാതെ ബോധ്യത്തിൽ വേരൂന്നിയ സേവനത്തെ പ്രതിഫലിപ്പിക്കുന്നു. പീഡനങ്ങൾ, വധശ്രമങ്ങൾ, ഭീഷണികൾ എന്നിവ ഉണ്ടായിരുന്നിട്ടും, സ്വന്തം കുടുംബത്തിനുള്ളിൽ ഉൾപ്പെടെ, ഭിന്നിച്ച സമൂഹങ്ങൾക്കിടയിൽ പാലങ്ങൾ പണിയുന്നതിനൊപ്പം അദ്ദേഹം ആത്മീയ നിലവാരം ഉയർത്തുന്നത് തുടരുന്നു. വിട്ടുവീഴ്ച ചെയ്യപ്പെട്ട ഈ കാലഘട്ടത്തിൽ പുരാതന സ്മാരകങ്ങൾ പുനഃസ്ഥാപിക്കുന്നതിനും, കാവൽക്കാരെ ശക്തിപ്പെടുത്തുന്നതിനും, വിശ്വാസികളെ അച്ചടക്കമുള്ള ക്രിസ്തുമതത്തിലേക്ക് വിളിക്കുന്നതിനും അദ്ദേഹം ഇപ്പോഴും പ്രതിജ്ഞാബദ്ധനാണ്.

ഇടപെടാൻ ആഗ്രഹിക്കുന്നവർക്ക്
ഇവാഞ്ചലിക്കൽ ബൈബിൾ ഔട്ട്റീച്ച് മിനിസ്ട്രീസ് ഇന്റർനാഷണൽ (EBOMI)
ആസ്ഥാനം: നമ്പർ 1 കാഷിം ഇബ്രാഹിം സ്ട്രീറ്റ്, ജോസ്, പ്ലാറ്റോ സ്റ്റേറ്റ്, നൈജീരിയ
ഇമെയിൽ: ebomiglobal@gmail.com ഫോൺ: 08082538837

വിശദാംശങ്ങൾ നൽകുന്നതിനുള്ള സൗകര്യങ്ങളും പങ്കാളിത്ത മാർഗങ്ങളും മന്ത്രാലയത്തിന്റെ ഔദ്യോഗിക വെബ്സൈറ്റ് വഴി പൊതുജനങ്ങൾക്ക് ലഭ്യമാണ്.
കമ്മീഷൻ പരസ്യമായി സ്വയം അവതരിപ്പിക്കുന്നത്:
"സുവിശേഷം പ്രചരിപ്പിക്കുന്നതിനും ജീവിതങ്ങളെ പരിവർത്തനം ചെയ്യുന്നതിനും പ്രതിജ്ഞാബദ്ധമായ ഒരു സമൂലവും പ്രവചനപരവും ആധികാരികവുമായ ശുശ്രൂഷ."

സക്കറിയാസ് ഗോഡ്സീഗിൾ

രചയിതാവ് • അധ്യാപകൻ • ദീർഘവീക്ഷണമുള്ള നേതാവ്

സക്കറിയാസ് ഗോഡ്സീഗിൾ വചനത്തിന്റെ ഒരു വികാരഭരിതനായ അധ്യാപകനും ക്രിസ്തുവിന്റെ ശരീരത്തിലേക്കുള്ള വിവേചനാത്മകമായ ശബ്ദവുമാണ്. ആത്മീയ ഉൾക്കാഴ്ചയ്ക്കായി ഒരു അതുല്യമായ കൃപ വഹിച്ചുകൊണ്ട്, വ്യക്തതയോടും പ്രവചനപരമായ ആഴത്തോടും, വിശ്വാസികൾ വിശുദ്ധിയിലും, ദൈവഭക്തിയോടും, ക്രിസ്തുവിനു യഥാർത്ഥ കീഴടങ്ങലിലും നടക്കുന്നത് കാണാനുള്ള

ഹൃദയംഗമമായ ആഗ്രഹത്തോടും കൂടി സക്കറിയാസ് ശുശ്രൂഷ ചെയ്യുന്നു. ദൈവത്തിന്റെ ഈഗിൾ മിനിസ്ട്രീസ് (GEM) ന്റെ പ്രവർത്തനത്തിൽ സഹപ്രവർത്തകനെന്ന നിലയിൽ, ശിഷ്യത്വ ഉള്ളടക്കം, തിരുവെഴുത്ത് പ്രകാശനം, ഡിജിറ്റൽ, ഭൗതിക അതിർത്തികളിലെ ജീവിതങ്ങളെ സ്പർശിക്കുന്ന മാധ്യമ അധിഷ്ഠിത വ്യാപനം എന്നിവ രൂപപ്പെടുത്തുന്നതിൽ അദ്ദേഹം ഒരു പ്രധാന പങ്ക് വഹിക്കുന്നു. അദ്ദേഹത്തിന്റെ രചനകൾ ആന്തരിക പരിവർത്തനം, അനുസരണം, വിശ്വാസിയുടെ ഹൃദയത്തിന്റെ സിംഹാസനത്തിലേക്കുള്ള ക്രിസ്തുവിന്റെ പുനഃസ്ഥാപനം എന്നിവയിൽ ശ്രദ്ധ കേന്ദ്രീകരിക്കുന്നു.

ഹൃദയം യോജിക്കുമ്പോൾ, വിധി യോജിക്കുന്നു

എന്ന ലളിതമായ ബോധ്യമാണ് സക്കറിയാസിനെ നയിക്കുന്നത് . അധ്യാപനത്തിലൂടെയും, മാർഗനിർദേശത്തിലൂടെയും, ആത്മാവ് നിറഞ്ഞ സൃഷ്ടിപരമായ പദ്ധതികളിലൂടെയും അദ്ദേഹം ലോകമെമ്പാടുമുള്ള പ്രേക്ഷകരിലേക്ക് എത്തുന്നത് തുടരുന്നു.

അംബാസഡർ തിങ്കളാഴ്ച ഒ. ഒഗ്ബെ

രചയിതാവ് • മിഷനറി കമ്മ്യൂണിക്കേറ്റർ • സ്ഥാപകൻ, ഗോഡ്സ് ഈഗിൾ മിനിസ്ട്രീസ് (ജെം)

അംബാസഡർ മണ്ടേ ഓറിയോജോ ഒഗ്വുജോ **ഗോഡ്സ് ഈഗിൾ മിനിസ്ട്രീസ്** (GEM) എന്ന സംഘടനയുടെ സ്ഥാപകനാണ് ഒഗ്ബെ - "ദൈവവചനത്തിലൂടെ ആളുകളെ ദൈവവുമായി ബന്ധിപ്പിക്കുക" എന്ന ദൗത്യമുള്ള ഒരു ആഗോള ദൗത്യം. സത്യത്തോടുള്ള തീവ്രമായ അഭിനിവേശം, വൈകാരിക കഥപറച്ചിൽ, പ്രവചന പഠിപ്പിക്കൽ എന്നിവയ്ക്ക് പേരുകേട്ട അദ്ദേഹം എഴുത്ത്, പോഡ്കാസ്റ്റിംഗ്, ചലച്ചിത്ര നിർമ്മാണം, ഡിജിറ്റൽ സുവിശേഷീകരണം, ശിഷ്യത്വം എന്നിവയിലൂടെ രാജ്യങ്ങളിലൂടെ ശുശ്രൂഷ ചെയ്യുന്നു.

നേതൃത്വം, മാധ്യമങ്ങൾ, ദൗത്യങ്ങൾ എന്നീ മേഖലകളിലെ പശ്ചാത്തലമുള്ള അംബാസഡർ തിങ്കളാഴ്ച ആഫ്രിക്ക മുതൽ ഏഷ്യ, അമേരിക്കകൾ, യൂറോപ്പ്, മിഡിൽ ഈസ്റ്റ് വരെ പ്രതിധ്വനിക്കുന്ന ഒരു ക്രോസ്-കൾച്ചറൽ അഭിഷേകം നടത്തുന്നു. വിശ്വാസിയുടെ ഹൃദയത്തിലെ മറഞ്ഞിരിക്കുന്ന പോരാട്ടങ്ങളെ - അത്യാഗ്രഹം, സ്വത്വ

പോരാട്ടങ്ങൾ, ആത്മീയ സംതൃപ്തി, ദൈവവുമായുള്ള അടുപ്പത്തിന്റെ സൂക്ഷ്മമായ ക്ഷയം എന്നിവയെ - അദ്ദേഹത്തിന്റെ പഠിപ്പിക്കലുകൾ അഭിമുഖീകരിക്കുന്നു.
otakada.org, GEM എന്നിവയുടെ ഡിജിറ്റൽ പ്ലാറ്റ്ഫോമുകൾ എന്നിവയിലൂടെ ദശലക്ഷക്കണക്കിന് ആളുകളിലേക്ക് എത്തുന്ന നിരവധി ഭക്തിഗാനങ്ങൾ, പുസ്തക പരമ്പരകൾ, മൾട്ടിമീഡിയ പഠിപ്പിക്കലുകൾ എന്നിവയുടെ രചയിതാവാണ് അദ്ദേഹം. അദ്ദേഹത്തിന്റെ ജീവിത സന്ദേശം ലളിതവും എന്നാൽ ആഴമേറിയതുമാണ്:
"ക്രിസ്തു കേന്ദ്രത്തിൽ ഇരിക്കുമ്പോൾ, മറ്റെല്ലാം അതിന്റെ ശരിയായ സ്ഥാനം നേടുന്നു."

കംഫർട്ട് ലാഡി ഒഗ്ബെ

രചയിതാവ് • മധ്യസ്ഥൻ • ശുശ്രൂഷയിലെ സഹപ്രവർത്തകൻ
കംഫർട്ട് ലാഡി ദൈവത്തിന്റെ ഈഗിൾ മിനിസ്ട്രീസ് എന്ന രാജ്യ നിയമനത്തിൽ എഴുത്തുകാരിയും മധ്യസ്ഥയും സഹപ്രവർത്തകയുമാണ് ഓഗ്ബെ . അനുകമ്പ, വിവേചനാധികാരം, പരിപോഷിപ്പിക്കുന്ന മനോഭാവം എന്നിവയാൽ അനുഗ്രഹീതയായ അവർ, താൻ സ്പർശിക്കുന്ന ഓരോ പ്രോജക്റ്റിലും

വൈകാരിക ആഴവും ആത്മീയ അടിത്തറയും കൊണ്ടുവരുന്നു.
പലപ്പോഴും തിരശ്ശീലയ്ക്ക് പിന്നിൽ അവരുടെ സംഭാവനകൾ വിനയത്തിന്റെയും ജ്ഞാനത്തിന്റെയും രോഗശാന്തിയുടെയും സുഗന്ധം വഹിക്കുന്നു. കൗൺസിലിംഗ്, പ്രാർത്ഥന, ശിഷ്യത്വം, സൃഷ്ടിപരമായ സഹകരണം എന്നിവയിലൂടെ ശുശ്രൂഷകരെ ആശ്വസിപ്പിക്കുന്നു, പ്രത്യേകിച്ച് കുടുംബ പുനഃസ്ഥാപനം, ആത്മീയ പക്വത, ഹൃദയ പരിവർത്തനം എന്നിവയ്ക്ക് പ്രാധാന്യം നൽകുന്ന കൃതികളിൽ.
ഒരു എഴുത്തുകാരി എന്ന നിലയിൽ, ജീവിതാനുഭവത്തിന്റെയും ആത്മീയ ബോധ്യത്തിന്റെയും ഒരു സ്ഥലത്ത് നിന്നാണ് അവർ എഴുതുന്നത്, വായനക്കാർക്ക് വ്യക്തതയും ആശ്വാസവും ക്രിസ്തുവിൽ പൂർണ്ണത പിന്തുടരാനുള്ള പ്രോത്സാഹനവും നൽകുന്നു.
അറിവിൽ മാത്രമല്ല, ഹൃദയം വിശ്വസിക്കാനും കീഴടങ്ങാനും തഴച്ചുവളരാനും പഠിക്കുന്ന ദൈനംദിന ജീവിതത്തിലും ദൈവത്തെ അനുഭവിക്കാൻ വിശ്വാസികളെ സഹായിക്കുന്നതിന് കംഫർട്ട് പ്രതിജ്ഞാബദ്ധമാണ്.

രചയിതാവിന്റെ പേജ്:
https://www.amazon.com/stores/Zacharias-Godseagle/author/B0FCZ89D4K

അനുബന്ധം

അനുബന്ധം എ

60 മിനിറ്റ് തന്ത്രപരമായ പ്രാർത്ഥന മാതൃക

ഈ മാതൃക ദിവസവും പരിശീലിക്കണം - ഇടയ്ക്കിടെയല്ല.

30 മിനിറ്റ് — ആരാധന

ദൈവം ആരാണെന്ന് മാത്രം ശ്രദ്ധിക്കുക:

- അവന്റെ വിശുദ്ധി
- അവന്റെ പരമാധികാരം
- അവന്റെ കാരുണ്യം
- അവന്റെ നീതി.
- അവന്റെ അധികാരം
- അവന്റെ വിശ്വസ്തത

അപേക്ഷകളില്ല.
അപേക്ഷകളില്ല. ആദരവ് മാത്രം.

10 മിനിറ്റ് — അവന്റെ പരമാധികാരം പ്രഖ്യാപിക്കുക

വാമൊഴിയായി പ്രഖ്യാപിക്കുക:

- ദൈവം എന്റെ ജീവിതത്തെ ഭരിക്കുന്നു.
- എന്റെ കുടുംബത്തെ ഭരിക്കുന്നത് ദൈവമാണ്.
- ദൈവം എന്റെ വിളിയെ നിയന്ത്രിക്കുന്നു.
- ദൈവം എന്റെ പരിസ്ഥിതിയെ ഭരിക്കുന്നു.
- ദൈവം എന്റെ ജനതയെ ഭരിക്കുന്നു.

പ്രഖ്യാപനത്തിലൂടെ അധികാരം ശക്തിപ്പെടുത്തുന്നു.

10 മിനിറ്റ് - പശ്ചാത്താപം

പരിശോധിക്കുക:

- മനോഭാവം
- പ്രസംഗം
- ലക്ഷ്യങ്ങൾ
- മറഞ്ഞിരിക്കുന്ന വിട്ടുവീഴ്ച
- ആത്മീയ അലസത

പ്രത്യേകം ഏറ്റുപറയുക.

10 മിനിറ്റ് — രാജ്യ-വിന്യാസ ഉത്തരവുകൾ

തിരുവെഴുത്ത് അടിസ്ഥാനമാക്കിയുള്ള വിന്യാസം പ്രഖ്യാപിക്കുക:

- ഞാൻ വിശുദ്ധിയിൽ നടക്കുന്നു.
- ഞാൻ അച്ചടക്കത്തോടെ ജീവിക്കുന്നു.
- ഞാൻ വിശ്വസ്തതയോടെ സഹിക്കുന്നു.
- ഞാൻ നിയോഗം നിറവേറ്റുന്നു.
- ഞാൻ പിൻവാങ്ങാൻ വിസമ്മതിക്കുന്നു.

സ്വാർത്ഥമായ അഭിലാഷങ്ങൾ വിധിക്കരുത്. തിരുവെഴുത്തുകളുമായി പൊരുത്തപ്പെടുക.

അനുബന്ധം ബി

7 ദിവസത്തെ അച്ചടക്ക പുനഃസജ്ജീകരണ ഗൈഡ്

തുടർച്ചയായ ഏഴ് ദിവസം:

1. ദിവസവും ഒരു മണിക്കൂർ തടസ്സമില്ലാതെ ക്രമീകൃതമായ പ്രാർത്ഥന.
2. ഒരു സുവിശേഷം മുഴുവനായും വായിക്കുക.
3. രാത്രിയിലെ സമഗ്രതാ ഓഡിറ്റ്.
4. ഗോസിപ്പ്, പരാതി, അതിശയോക്തി എന്നിവ വേണ്ട.
5. കുറഞ്ഞത് ഒരു മനഃപൂർവ ഉപവാസമെങ്കിലും.
6. ഡിജിറ്റൽ ശബ്ദം കുറച്ചു.
7. ദൈനംദിന ഉത്തരവാദിത്ത പരിശോധന.

ഏഴ് ദിവസം കൊണ്ട് സംവേദനക്ഷമത പുനർനിർമ്മിക്കാൻ കഴിയും.

അനുബന്ധം സി

വ്യക്തിഗത വിശ്വസ്തത ഉടമ്പടി ടെംപ്ലേറ്റ്

ഇത് നിങ്ങളുടെ സ്വന്തം കൈപ്പടയിൽ എഴുതുക.

വ്യക്തിപരമായ ഉടമ്പടി

ഞാൻ, ____________________________,
യേശുക്രിസ്തുവിനോടുള്ള എന്റെ പൂർണ്ണവും സമ്പൂർണവുമായ കൂറ് പ്രഖ്യാപിക്കുന്നു.
ഭിന്നിച്ച വിശ്വസ്തത ഞാൻ ഉപേക്ഷിക്കുന്നു.
മറഞ്ഞിരിക്കുന്ന വിട്ടുവീഴ്ച ഞാൻ നിരസിക്കുന്നു. സ്വകാര്യ ജീവിതത്തിലും പൊതുജീവിതത്തിലും ഞാൻ വിശുദ്ധിക്ക് പ്രതിജ്ഞാബദ്ധനാണ്. അച്ചടക്കമുള്ള പ്രാർത്ഥനയ്ക്ക് ഞാൻ പ്രതിജ്ഞാബദ്ധനാണ്. നിലനിൽക്കുന്ന വിശ്വസ്തതയ്ക്ക് ഞാൻ പ്രതിജ്ഞാബദ്ധനാണ്. എന്റെ ദിവ്യ നിയോഗം ഞാൻ സ്വീകരിക്കുന്നു.
പിൻവാങ്ങാൻ ഞാൻ വിസമ്മതിക്കുന്നു.
ദൈവമുമ്പാകെ ഞാൻ ഈ ഉടമ്പടി മുദ്രവെക്കുന്നു.

ഒപ്പിട്ടത്: ______________________
തീയതി: ______________________

അന്തിമ പാസ്റ്ററൽ അനുഗ്രഹം

നിങ്ങളുടെ വിശ്വസ്തത
അചഞ്ചലമായിരിക്കട്ടെ.
നിങ്ങളുടെ ശിക്ഷണം
സ്ഥിരതയുള്ളതായിരിക്കട്ടെ. നിങ്ങളുടെ
വിശുദ്ധി നിങ്ങളുടെ ഭാവിയെ സംരക്ഷിക്കട്ടെ.
നിങ്ങളുടെ സഹിഷ്ണുത അവസാന
തീവ്രതയെ മറികടക്കട്ടെ. നിങ്ങളുടെ നിയോഗം
നിറവേറ്റപ്പെടട്ടെ. ഒരു വെടിയുണ്ടയും,
വഞ്ചനയും, നിരാശയും, കാപട്യവും, ഒരു
തിരിച്ചുവരവും നിങ്ങളെ പിന്നോട്ട്
വലിക്കാതിരിക്കട്ടെ.
നിങ്ങളുടെ ഓട്ടം പൂർത്തിയാക്കട്ടെ.
സ്വർഗ്ഗം നിന്നിൽ സന്തോഷിക്കട്ടെ.
മുന്നോട്ട് മാത്രം.

ശുപാർശ ചെയ്യുന്ന പുസ്തകങ്ങളും വിഭവങ്ങളും

സി.എസ്. ലൂയിസ് (1898-1963) -കേവലം ക്രിസ്തുമതം, പൂർണ്ണമായും ജീവിച്ചു: ഒരു വിമുഖതയുള്ള മനസ്സിൽ നിന്ന് രൂപാന്തരപ്പെട്ട ജീവിതത്തിലേക്ക് (ജീവിക്കുന്ന ലേഖനങ്ങൾ - 40 ദിവസത്തെ ഭക്തി പരമ്പര|പുസ്തക പുസ്തകം 2)

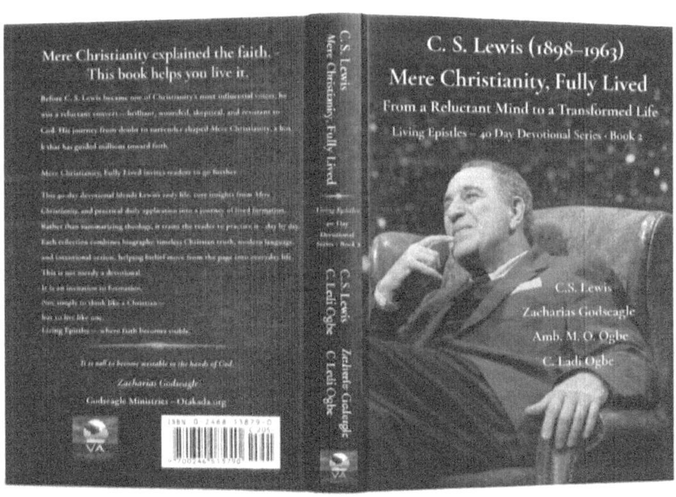

ഇ-ബുക്ക്

https://www.amazon.com/Lewis-1898-1963-Mere-Christianity-Fully-ebook/dp/B0GKQ27F9N

പേപ്പർബാക്ക്
https://www.amazon.com/Lewis-1898-1963-Mere-Christianity-Fully/dp/B0GM8YMXC3

ഹാർഡ്കവർ

https://www.amazon.com/Lewis-1898-1963-Mere-Christianity-Fully/dp/B0GM8WHXJL

ഹിപ്പോയിലെ വിശുദ്ധ അഗസ്റ്റിൻ (എ).ഡി. 354–430)
അസ്വസ്ഥമായ ഹൃദയത്തിൽ നിന്ന് എഴുതപ്പെട്ട ജീവിതത്തിലേക്ക് - ജീവിക്കുന്ന ലേഖനങ്ങൾ - 40 ദിവസത്തെ ഭക്തിഗാന പരമ്പര - 1

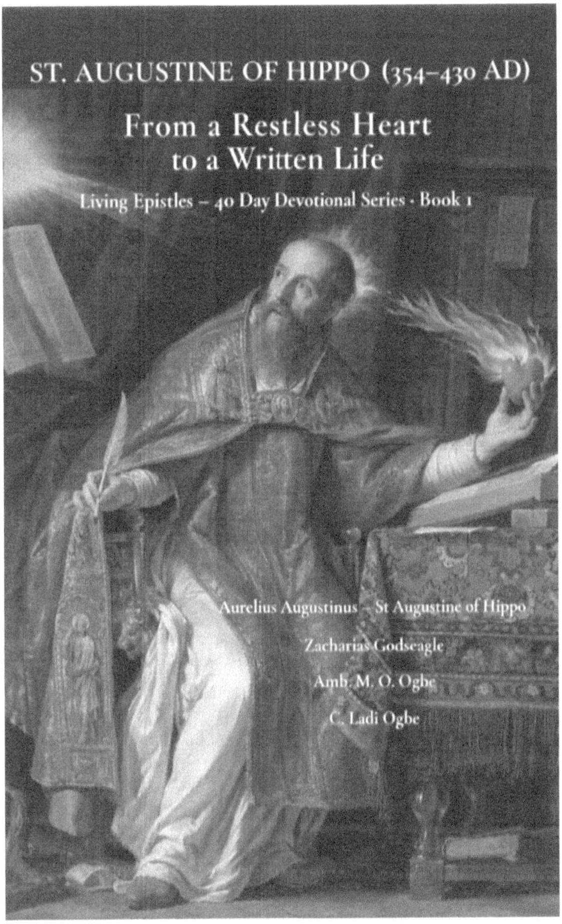

ആമസോൺ ഇ-ബുക്ക് ലിങ്ക് -

https://www.amazon.com/ST-AUGUSTINE-HIPPO-354-430-Devotional-ebook/dp/B0GJN8N9XS

ആമസോൺ പേപ്പർബാക്ക് ഓർഡർ ലിങ്ക് -

https://www.amazon.com/St-Augustine-Hippo-354-430-Devotional/dp/B0GJWTVLR6

ഇൻഗ്രാംസ്പാർക്ക് പേപ്പർബാക്ക് ലിങ്ക് -
https://shop.ingrampark.com/b/084?params=BZOOW3dj93aGEtBL2Fv1VY8wV1OQvA10dtZRDgk7Z9Z

എന്നെ സ്കാൻ ചെയ്യുക

RENEWAL 7

Heal the Heart of Your Home in 7 Days

The Renewal Series – Family Unity Edition

Zacharias Godseagle
Ambassador Monday O. Ogbe
Comfort Ladi Ogbe

ബുക്ക് പേപ്പർബാക്കിലേക്കുള്ള ലിങ്ക് - https://shop.ingrampark.com/b/084?params=htyfL002e1JzyEpZWkKtaXWF5FJ1jZFOjgiQKEfcbnw

ആമസോൺ പേജ് പേപ്പർബാക്കിലേക്കുള്ള ലിങ്ക് - https://www.amazon.com/RENEWAL-Heal-Heart-Your-Renewal/dp/B0GD92153W

ഇ-ബുക്കിലേക്കുള്ള ലിങ്ക് –

https://www.amazon.com/RENEWAL-Heal-Heart-Your-Renewal-ebook/dp/B0G91BMFND

എന്നെ സ്കാൻ ചെയ്യുക –

പുതുക്കൽ 7: 7 ദിവസം കൊണ്ട് നിങ്ങളുടെ
വീടിന്റെ ഹൃദയം സുഖപ്പെടുത്തുക

പുതുക്കൽ പരമ്പര — കുടുംബ യൂണിറ്റി പതിപ്പ്

പേപ്പർബാക്കിലേക്കുള്ള ലിങ്ക് -
https://shop.ingrampark.com/b/084?params=nSEElv9oUsItOu5akVZlg4ycGbbmvlBOtSiqeOZr5yQ

ആമസോൺ പേപ്പർബാക്കിലേക്കുള്ള ലിങ്ക് -
https://www.amazon.com/RENEWAL-MARRIAGE-Heart-Marriage-Renewal/dp/B0GDC1YZJ7

ഇ-ബുക്കിലേക്കുള്ള ലിങ്ക് -
https://www.amazon.com/RENEWAL-MARRIAGE-Heart-Marriage-Renewal-ebook/dp/B0G6JXJWJL

ഹൃദയ സിംഹാസനം - നമ്മൾ ജയിക്കേണ്ട 12 യുദ്ധങ്ങൾ

ആമസോൺ ഇ-ബുക്ക് -
https://www.amazon.com/THRONE-HEART-COVETOUSNESS-Counterfeit-CONTENTMENT-ebook/dp/B0G4SPFRY7

ആമസോൺ പേപ്പർബാക്ക് -
https://www.amazon.com/THRONE-HEART-COVETOUSNESS-Counterfeit-CONTENTMENT/dp/B0G4TKW1ND

ഇൻഗ്രാംസ്പാർക്കിൽ നിന്നുള്ള
പേപ്പർബാക്ക് -
https://shop.ingrampark.com/b/084?params=a75LJXtvvI63VnzeQPleQTkAJWfu8CPQV6l5Oe31D80

സക്കറിയാസ് ഗോഡ്സീഗലിന്റെ 4 ഇൻ 1
പ്രസംഗങ്ങൾ ഓഡിയോ ലിങ്ക് സഹിതം –

ആമസോൺ ഇ-ബുക്ക് ലിങ്ക് - https://www.amazon.com/Sermons-Zacharias-Godseagle-Audio-links-ebook/dp/B0G4XCH4TW

ആമസോൺ പേപ്പർബാക്ക് - https://www.amazon.com/Sermons-Zacharias-Godseagle-Audio-links/dp/B0G4TK4XGT

പേപ്പർബാക്ക് ഇൻഗ്രാം സ്പാർക്ക് ലിങ്ക് - https://shop.ingrampark.com/b/084?params=nK2JERskkbhdAOSNseTUNRhaCFqUPZuhB4uYfqrXvGb

തീർത്ഥാടന കോഡ്: AI അവേക്കനിംഗ്

ഇ-ബുക്ക് - https://www.amazon.com/Logos-Protocol-Awakening-artificial-intelligence-ebook/dp/B0FXNQFSWZ

പേപ്പർബാക്ക് - https://www.amazon.com/Logos-Protocol-Awakening-artificial-intelligence/dp/B0FXNGR66D

ഹാർഡ്ബാക്ക് - https://www.amazon.com/Logos-Protocol-Awakening-artificial-intelligence/dp/B0FZNTQR6Y

പേപ്പർബാക്ക് ഇൻഗ്രാംസ്പാർക്ക് - https://shop.ingrampark.com/b/084?params=QkK4aNYTYO9U5z9uOkdHgc7Ue1eGDLqbb1tz9WRPaSk

മോചനം പരാജയപ്പെടുന്നത് എന്തുകൊണ്ട് - ദൈവത്തിന്റെ അഗ്നി ആത്മാവിനെ എങ്ങനെ പുനഃസ്ഥാപിക്കുന്നു: സമഗ്രമായ മോചനത്തിനായുള്ള 40 ദൈനംദിന പ്രഖ്യാപനങ്ങൾ

ഇ-ബുക്ക് - https://www.amazon.com/Why-Deliverance-Fails-Declarations-All-Round-ebook/dp/B0FW74L4G4

പേപ്പർബാക്ക് - https://www.amazon.com/Why-Deliverance-Fails-Declarations-All-Round/dp/B0FWB3LXRM

സേവ്ഡ് ബട്ട് ലോസ്റ്റ് – ദി അൺഡിസിപ്പ്ലെഡ് കൺവേർട്ട് – 25 ഭാഷകളിലേക്ക് വിവർത്തനം ചെയ്തു

പേപ്പർബാക്ക്
https://shop.ingrampark.com/b/084?params=iYNB6S3PLMfREpm0jMM15bMe3BvWlkjcYyLYnHVGAds
ഇ-ബുക്ക് - https://www.amazon.com/SAVED-BUT-LOST-UNDISCIPLED-heartbreak-ebook/dp/B0FVJ29DF7

ആത്മീയ യുദ്ധത്തിന്റെയും വീണ്ടെടുപ്പിന്റെയും 7 ദിവസങ്ങൾ - ഇത് ഭാഗം 1 ആണ്

ശത്രുവിനെ ബന്ധിക്കുക, അമ്പുകൾ ഏഴുമടങ്ങ് തിരിച്ചുകൊടുക്കുക, നിങ്ങളുടെ വിധി പുനഃസ്ഥാപിക്കുക

https://shop.ingramspark.com/b/084?params=8mPzqUl73Ex7uPyeO7ydyt8EGkkB6u2gX1jZvWU8j1C

ഇ-ബുക്ക് ലിങ്ക് - https://www.amazon.com/DAYS-SPIRITUAL-WARFARE-RECOVERY-Returning-ebook/dp/B0FMPJM5KZ

ആത്മീയ യുദ്ധത്തിന്റെയും വീണ്ടെടുപ്പിന്റെയും 7 ദിവസങ്ങൾ - ഭാഗം 2 - വിജയം മുദ്രകുത്തൽ, കുടുംബ ദുഷ്ടത തകർക്കൽ, നിങ്ങളുടെ പുനഃസ്ഥാപിത വിധി സംരക്ഷിക്കൽ

പേപ്പർബാക്ക് - https://shop.ingrampark.com/b/084?params=LkpNmGSsApHhWhiSO7bW3wFmcXQKIO4ZEBeSbP5rL1S

ഇ-ബുക്ക് - https://www.amazon.com/DAYS-SPIRITUAL-WARFARE-RECOVERY-Wickedness-ebook/dp/B0FR9YCMY8

ഇരുട്ടിൽ നിന്ന് ആധിപത്യത്തിലേക്ക്:
ഇരുട്ടിന്റെ മറഞ്ഞിരിക്കുന്ന പിടിയിൽ നിന്ന്
മോചനം നേടാൻ 40 ദിവസങ്ങൾ

–

സ്വതന്ത്രരാകാൻ തയ്യാറായ വ്യക്തികൾക്കും,
കുടുംബങ്ങൾക്കും, രാഷ്ട്രങ്ങൾക്കും
വേണ്ടിയുള്ള ഒരു ആഗോള
ബോധവൽക്കരണം, മോചനം, ശക്തി
എന്നിവയുടെ ഭക്തിഗാനം.

പേപ്പർബാക്ക്

https://shop.ingrampark.com/b/084?params=aVgp21QfwJxNANkfMxIQ0yejuFCVY12KFr978SRkZUD

ആമസോൺ ലിങ്ക് -
https://www.amazon.com/DARKNESS-DOMINION-Devotional-Awareness-Deliverance-ebook/dp/B0FLDH2Y67

- ***ഇരുട്ടിന്റെ ശക്തിയിൽ നിന്ന് മോചിതമായത്* (പേപ്പർബാക്ക്)** — ഇവിടെ വാങ്ങുക | ആമസോണിലെ ഇ-ബുക്ക്

  - **യുണൈറ്റഡ് സ്റ്റേറ്റ്സിൽ നിന്നുള്ള മികച്ച അവലോകനങ്ങൾ:**
    - **കിൻഡിൽ കസ്റ്റമർ** : "ഇതുവരെ വായിച്ചതിൽ വച്ച് ഏറ്റവും മികച്ച ക്രിസ്തീയ പുസ്തകം!" (5 നക്ഷത്രങ്ങൾ)

ഈ സാക്ഷ്യത്തിന് യേശുവിനെ സ്തുതിക്കുക. ഞാൻ വളരെയധികം അനുഗ്രഹിക്കപ്പെട്ടിരിക്കുന്നു, എല്ലാവരും ഈ പുസ്തകം വായിക്കാൻ ഞാൻ ശുപാർശ ചെയ്യുന്നു... കാരണം പാപത്തിന്റെ ശമ്പളം മരണമാണ്, എന്നാൽ ദൈവത്തിന്റെ ദാനം നിത്യജീവനാണ്. ശാലോം! ശാലോം!

- **ഡാ ജിസ്റ്റർ** : "ഇത് വളരെ രസകരവും വിചിത്രവുമായ ഒരു പുസ്തകമാണ്." (5 നക്ഷത്രങ്ങൾ)

പുസ്തകത്തിൽ പറഞ്ഞിരിക്കുന്നത് സത്യമാണെങ്കിൽ ശത്രുവിന് ചെയ്യാൻ കഴിയുന്ന കാര്യങ്ങളിൽ നമ്മൾ വളരെ പിന്നിലാണ്! ... ആത്മീയ യുദ്ധത്തെക്കുറിച്ച് പഠിക്കാൻ ആഗ്രഹിക്കുന്ന ഏതൊരാൾക്കും അത്യാവശ്യമായ ഒന്ന്.

- **വിസ** : "ഈ പുസ്തകം ഇഷ്ടപ്പെട്ടു" (5 നക്ഷത്രങ്ങൾ)

ഇതൊരു കണ്ണുതുറപ്പിക്കുന്ന അനുഭവമാണ്... ഒരു യഥാർത്ഥ ഏറ്റുപറച്ചിൽ... അടുത്തിടെയായി ഞാൻ ഇത് വാങ്ങാൻ എല്ലായിടത്തും തിരയുകയായിരുന്നു. ആമസോണിൽ നിന്ന് ഇത് ലഭിച്ചതിൽ വളരെ സന്തോഷം.

- **ഫ്രാങ്ക്ജെഎം** : "വളരെ വ്യത്യസ്തം" (4 നക്ഷത്രങ്ങൾ)

ആത്മീയ യുദ്ധം എത്രത്തോളം യഥാർത്ഥമാണെന്ന് ഈ പുസ്തകം എന്നെ ഓർമ്മിപ്പിക്കുന്നു. "ദൈവത്തിന്റെ പൂർണ്ണ ആയുധവർഗ്ഗം" ധരിക്കേണ്ടതിന്റെ കാരണവും ഇത് ഓർമ്മിപ്പിക്കുന്നു.

- **ജെൻജെൻ** : "സ്വർഗ്ഗത്തിൽ പോകാൻ ആഗ്രഹിക്കുന്ന എല്ലാവരും - ഇത്

വായിക്കുക!" (5 നക്ഷത്രങ്ങൾ)

ഈ പുസ്തകം എന്റെ ജീവിതത്തെ വളരെയധികം മാറ്റിമറിച്ചു. ജോൺ റാമിറെസിന്റെ സാക്ഷ്യത്തോടൊപ്പം, നിങ്ങളുടെ വിശ്വാസത്തെ വ്യത്യസ്തമായി നോക്കാൻ ഇത് നിങ്ങളെ പ്രേരിപ്പിക്കും. ഞാൻ ഇത് 6 തവണ വായിച്ചു!

- *മുൻ സാത്താനിസ്റ്റ്: ജെയിംസ് എക്സ്ചേഞ്ച്* (പേപ്പർബാക്ക്) — ഇവിടെ വാങ്ങുക | ആമസോണിലെ ഇ-ബുക്ക്

- *ഒരു ആഫ്രിക്കൻ മുൻ സാത്താനിസ്റ്റിന്റെ സാക്ഷ്യം - പാസ്റ്റർ ജോനാസ് ലുകുന്തു എംപാല* (പേപ്പർബാക്ക്) — ഇവിടെ വാങ്ങുക | ആമസോണിലെ ഇ-ബുക്ക്

- *ഗ്രേറ്റർ എക്സ്പ്ലോയിറ്റ്സ് 14* (പേപ്പർബാക്ക്) — ഇവിടെ വാങ്ങുക | ആമസോണിലെ ഇ-ബുക്ക്

- ജോൺ റാമിറെസിന്റെ *ഔട്ട് ഓഫ് ദി ഡെവിൾസ് കോൾഡ്രോൺ* — ആമസോണിൽ ലഭ്യമാണ്.
- റെബേക്ക ബ്രൗൺ എഴുതിയ *തടവുകാരെ മോചിപ്പിക്കാൻ അവൻ വന്നു* — ആമസോണിൽ കണ്ടെത്തുക

രചയിതാവ് പ്രസിദ്ധീകരിച്ച മറ്റ് പുസ്തകങ്ങൾ – 1000-ത്തിലധികം ശീർഷകങ്ങൾ

സ്നേഹിക്കപ്പെട്ടു, തിരഞ്ഞെടുക്കപ്പെട്ടു, മുഴുവനും : തിരസ്കരണത്തിൽ നിന്ന് പുനഃസ്ഥാപനത്തിലേക്കുള്ള 30 ദിവസത്തെ യാത്ര ലോകത്തിലെ 40 ഭാഷകളിലേക്ക് വിവർത്തനം ചെയ്തു.

https://www.amazon.com/Loved-Chosen-Whole-Rejection-Restoration-ebook/dp/B0F9VSD8WL

https://shop.ingrampark.com/b/084?params=xga0WR16muFUwCoeMUBHQ6HwYjddLGpugQHb3DVa5hE

അദ്ദേഹത്തിന്റെ ചുവടുകളിൽ — 40 ദിവസത്തെ WWJD ചലഞ്ച്: ലോകമെമ്പാടുമുള്ള യഥാർത്ഥ ജീവിത കഥകളിൽ യേശുവിനെപ്പോലെ ജീവിക്കുന്നു

https://www.amazon.com/His-Steps-Challenge-Real-Life-Stories-ebook/dp/B0FCYTL5MG

https://shop.ingrampark.com/b/084?params=DuNTWS59IbkvSKtGFbCbEFdv3Zg0FaITUEvlK49yLzB

യേശു വാതിൽക്കൽ:
40 ഹൃദയഭേദകമായ കഥകളും ഇന്നത്തെ സഭകൾക്കുള്ള സ്വർഗ്ഗത്തിന്റെ അന്തിമ മുന്നറിയിപ്പും

https://www.amazon.com/dp/B0FDX31L9F

https://shop.ingramspark.com/b/084?params=TpdA5j8WPvw83glJ12N1B3nf8LQte2a1lIEy32bHcGg

JESUS AT THE DOOR
40
HEARTBREAKING
STORIES AND
HEAVEN'S FINAL
WARNING TO
TODAY'S
CHURCHES
ZACHARIAS GODSEAGLE,
COMFORT LADI OGBE,
AMBASSADOR MONDAY O. OGBE

ഉടമ്പടി ജീവിതം: ആവർത്തനം 28 ലെ അനുഗ്രഹത്തിൽ 40 ദിവസത്തെ നടത്തം

- https://www.amazon.com/dp/B0FFJCLDB5

യഥാർത്ഥ ആളുകൾ, യഥാർത്ഥ അനുസരണം, യഥാർത്ഥ കഥകൾ

https://shop.ingrampark.com/b/084?params=bH3pzfz1zdCOLpbs7tZYJNYgGcYfU32VMz3J3a4e2Qt

20-ലധികം ഭാഷകളിൽ പരിവർത്തനം

അവളെയും അവളെയും അറിയുന്നത്:
രോഗശാന്തി, മനസ്സിലാക്കൽ, നിലനിൽക്കുന്ന
സ്നേഹം എന്നിവയിലേക്കുള്ള 40 ദിവസങ്ങൾ

https://www.amazon.com/KNOWING-HER-HIM-Healing-Understanding-ebook/dp/B0FGC4V3D9

https://shop.ingramspark.com/b/084?params=vC6KCLoI7Nnum24BVmBtSme9i6k59p3oynaZOY4B9Rd

പൂർണ്ണം, മത്സരിക്കാത്തത്:
ലക്ഷ്യം, ഐക്യം, സഹകരണം
എന്നിവയിലേക്കുള്ള 40 ദിവസത്തെ യാത്ര

https://shop.ingrampark.com/b/084?params=5E4v1tHgcTqOOuEtfTYUzZDzLyXLec30cqYo0Ov9941

https://www.amazon.com/COMPLETE-NOT-COMPETE-Journey-Collaboration-ebook/dp/B0FGGL1XSQ/

ദൈവിക ആരോഗ്യ കോഡ് -
ദൈവവചനത്തിലൂടെയും സൃഷ്ടിയിലൂടെയും
രോഗശാന്തി സജീവമാക്കുന്നതിനുള്ള 40
ദൈനംദിന താക്കോലുകൾ സസ്യങ്ങളുടെയും,
പ്രാർത്ഥനയുടെയും, പ്രവാചക
പ്രവർത്തനത്തിന്റെയും രോഗശാന്തി ശക്തി
അൺലോക്ക് ചെയ്യുക.

https://shop.ingramspark.com/b/084?params=xkZMrYcEHnrJDhe1wuHHYixZDViiArCeJ6PbNMTbTux

https://www.amazon.com/dp/B0FHJT42TK

മറ്റ് പുസ്തകങ്ങൾ രചയിതാവിന്റെ പേജിൽ കാണാം https://www.amazon.com/stores/Ambassador-Monday-O.-Ogbe/author/B07MSBPFNX

www.ingramcontent.com/pod-product-compliance
Lightning Source LLC
LaVergne TN
LVHW090221051026
849517LV00001B/152
* 9 7 9 8 2 9 5 6 5 4 6 8 8 *